தோன்றாத் துணை

தோன்றாத் துணை

பெருமாள்முருகன் (பி. 1966)

படைப்புத்துறைகளில் இயங்கி வருபவர். அகராதியியல், பதிப்பியல், மூலபாடவியல் ஆகிய கல்விப்புலத் துறைகளிலும் ஈடுபாடுள்ளவர்.

பெருமாள்முருகன்

தோன்றாத் துணை

காலச்சுவடு பதிப்பகம்

● அன்பார்ந்த வாசகருக்கு,

வணக்கம்.

காலச்சுவடு நூலை வாங்கியமைக்கு நன்றி.

நூலின் உள்ளடக்கம், உருவாக்கம், அட்டைப்படம் இன்ன பிற அம்சங்கள் பற்றிய உங்கள் கருத்துகளையும் ஆலோசனைகளையும் காலச்சுவடு வரவேற்கிறது. தகவல், எழுத்து, வாக்கியப் பிழைகள் தென்பட்டால் கட்டாயம் தெரிவித்து உதவுங்கள். நூல் தயாரிப்பில் கடும் குறைபாடு இருப்பின் மாற்றுப் பிரதி உங்களுக்குக் கிடைக்கக் காலச்சுவடு ஏற்பாடு செய்யும்.

மின்னஞ்சல்: publisher@kalachuvadu.com

காலச்சுவடு நாகர்கோவில் தலைமையகத்துக்கும் கடிதம் அனுப்பலாம்.

தங்கள்
எஸ்.ஆர். சுந்தரம் (கண்ணன்)
பதிப்பாளர் — நிர்வாக இயக்குநர்

தோன்றாத் துணை ❖ கட்டுரைகள் ❖ ஆசிரியர்: பெருமாள்முருகன் ❖ © பெருமாள்முருகன் ❖ முதல் பதிப்பு: ஜூலை 2019, ஆறாம் பதிப்பு: ஜூலை 2023 ❖ வெளியீடு: காலச்சுவடு பப்ளிகேஷன்ஸ் (பி) லிட்., 669, கே.பி. சாலை, நாகர்கோவில் 629001

toonRaat tuNai ❖ Essays ❖ Author: PerumalMurugan ❖ © Perumal Murugan ❖ Language: Tamil ❖ First Edition: July 2019, Sixth Edition: July 2023 ❖ Size: Demy 1 x 8 ❖ Paper: 18.6 kg maplitho ❖ Pages: 176

Published by Kalachuvadu Publications Pvt. Ltd., 669 K.P. Road, Nagercoil 629001, India ❖ Phone: 91-4652-278525 ❖ e-mail: publications @kalachuvadu.com ❖ Printed at Clicto Print, Jaleel Towers, 42 KB Dasan Road, Teynampet Chennai 600018

ISBN: 978-93-88631-46-4

07/2023/S.No. 902, kcp 4613, 18.6 (6) rss

அம்மாவின் அன்பிற்குரிய
பேரன் பேத்திகள்
**இளமதி, இளங்கதிர்,
இளம்பிறை, இளம்பரிதி**
ஆகியோருக்கு

பொருளடக்கம்

	அணிந்துரை: அத்தையம்மா	11
	முன்னுரை: அம்மாவின் இதயத்தால் சுவாசிக்கிறேன்	21
1.	நிலா அழைப்பு	25
2.	குடல்கறிக் கதை	31
3.	முறுக்குச் சுடுதல்	39
4.	மொய்க்கணக்கு	47
5.	பொத்தென்று விழுந்த நிழல்	53
6.	சேத்தாளி மணியன்	59
7.	ஓராயிரம் கண் சட்டை	65
8.	இரும்புக் கைவிலங்கு	71
9.	புத்தகப் பித்து	80
10.	கடுங்காற்று பெருமழை	86
11.	அவர்தான் என் சாமி	92
12.	ஒரே ஒரு போக்கிடம்	99
13.	இப்படிச் சொல்ல ஒரு வாய்	104
14.	உழுதவன் கணக்கு	110
15.	அம்மாவின் சாதனை	117
16.	நெடும்பயணம்	123
17.	கைத்தடி	132
18.	மரங்கள் தந்த வாழ்வு	138

19.	தங்கக்குடம்	145
20.	கடைசி வேலை	152
21.	தோன்றாத் துணை	158
22.	காற்று வழிப் பயணம்	166

அணிந்துரை

அத்தையம்மா

திருமணத்துக்கு முன்பே ஒருமுறை முருகுவின் வீட்டுக்கு வந்துள்ளேன். அப்போது இவருடைய அம்மா, நான் எதிர்பார்த்தது போல் இல்லாமல் சற்றே இளமையோடு ஓட்டமும் நடையுமான வேகத்தில் வேலைகளைப் பார்த்தபடி இருந்தார். அதன் பிறகு ஒருவருடத்தில் எங்களுக்குத் திருமணம் நடந்தது. எங்களது காதல் திருமணம்; சாதி மறுப்புத் திருமணம். எனவே அந்தச் சமயத்தில் மகன்மீது கொண்ட வேறுபாட்டின் காரணமாகச் சற்றே சோர்வுற்று இருந்தார். மற்றபடி அதீத வெறுப்பைக் காட்டாமல் வேலைகளில் தன்னை ஈடுபடுத்திக்கொண்டு எங்களையும் பார்த்துக்கொண்டார். அத்தை அவர்களது தொழில் மேட்டுக்காட்டு விவசாயம். எருமை வைத்திருந்தார். சில வெள்ளாடுகளும் இருந்தன. அவற்றைத் தனித்துப் பார்த்துக் கொண்டதோடு வீட்டுவேலைகளிலும் என்னோடு பங்கெடுத்துக்கொள்வார். பாத்திரம் விளக்கும்போது கூடவந்து கழுவித் தருவதும் மாவு அரைக்கும்போது வந்து உடன் ஆட்டுவதும் தள்ளிக்கொடுப்பதுமாக என் மாமியார் சராசரியாக இல்லாது என்னைத் தன்னோடு ஒன்றிப் போகவைத்தார்.

திருமணம் முடிந்து இவ்வூருக்கு வந்ததும் நான் பல விசயங்களில் விடுபட்ட உணர்வைப் பெற்றேன். தீட்டு பற்றிய மூடநம்பிக்கையிலிருந்து முதலில் விடுதலை கிடைத்தது. இங்கு தீட்டு குறித்து நம்பிக்கை அற்ற விவசாய வாழ்க்கை முறை. மாதவிலக்குத் தீட்டு, கலவித் தீட்டு, சாதித் தீட்டு என இப்படியான நம்பிக்கைகள் இல்லாத பெண்களைப் பார்ப்பது அபூர்வம். இவற்றிலிருந்துதான் குடும்பத்தலைவிகள் தங்களது அதிகாரத்தை ஆரம்பிப்பார்கள். அத்தை

அவர்கள் அவற்றை எல்லாம் ஒரு பொருட்டாகவே பார்க்காதது எனக்கு வியப்பாக இருந்தது. அடுத்தது கடவுள் பக்தியிலிருந்து கிடைத்த விடுதலை. இங்கே வீட்டில் சாமியறை இல்லை. அத்தைக்கும் என்னைப் போலவே அதீத பக்தி உணர்வு கிடையாது. 'நல்ல மனசோட சுத்தபத்தமா இருந்து குளிச்சிட்டு வந்து சாமிய அதன் திசையப் பார்த்துக் கும்பிட்டுவிட்டுப் பழைய சோத்தைக்கூட திங்கலாம்' என்பார். சில நாட்களில் சூரியனைப் பார்த்துக் கும்பிடுவார். இந்தப் பக்கத்தில் பலரும் அமாவாசை நாட்களில் கோயில்களுக்கு அலைவார்கள். எங்கள் வீட்டில் அதுபோன்ற எந்த நிர்ப்பந்தமும் எனக்கு இல்லை.

புகுந்த வீட்டுக்கு வரும் பெண்ணுக்கு இந்தப் பிரச்சினைகள் இல்லை என்றாலே வாழ்க்கையில் பெரிய விடுதலை கிடைத்தது போன்றதுதான். அதை நான் அடைந்தேன். அதற்கு முழுக் காரணமும் அத்தைதான். அவர் நிர்ப்பந்தப்படுத்தியிருந்தால் என்னால் பெரிதாக எதிர்த்திருக்க முடியாது. அவரிடம் இப்படியான எந்த மூடநம்பிக்கையும் இல்லை என்றுதான் சொல்ல வேண்டும். நான் சில நேரங்களில் முருகு வரும்வரை சாப்பிடாமல் காத்திருப்பேன். அதனைக் கிண்டல் செய்வதோடு 'அவன் வந்தா சாப்பிடறான், நீ போய்ச் சாப்பிடு' என்பார்.

அத்தை, எந்த வேலையாக இருந்தாலும் அதைப் பிறர் செய்யட்டும் என இருக்கமாட்டார். தானே முந்திக்கொண்டு செய்வார். மருமகள் என்ற வகையில் என்னை வேலைகளுக்காக ஏவியதுமில்லை. அவரே சாதாரணமாகச் செய்து முடித்துவிடுவார். வேலைகள் செய்த அலுப்பும் நசநசப்பும் அவரிடம் எப்போதும் இருக்காது. எவ்வளவு வேலைகள் செய்தாலும் ஒன்றும் செய்யாது ஓய்வில் இருப்பவரைப் போலவே தோன்றுவார். அதீதமாக வியர்க்கும் உடல்வாகு கொண்ட எனக்கு அது எப்போதும் சாத்தியமில்லை. என்னிடம் மட்டுமல்லாது குழந்தைகளுக்குக்கூட வேலை சொல்லமாட்டார். அவர்களுக்கான தேவைகளையும் அவரே செய்வார். நான் அமர்ந்தபடி வேலை செய்துகொண்டிருக்க அப்போது எனக்கு ஏதேனும் தேவையெனில் நான் எழுவதற்குள் 'நீ இரு. நான் கொண்டு வருகிறேன்' எனப் போய் எடுத்துவந்து தருவார். இவையெல்லாம் என் தாய் வீட்டுப் பக்கத்தில் இன்றும்கூட நடக்காத காரியங்கள்.

எந்த நேரமும் அதட்டல் விரட்டல் என இரைச்சலில் வளர்ந்தவள் நான். என் அம்மாவின் முன்னால் அமர்ந்துகொண்டு எந்த மருமகளும் அம்மாவை வேலைவாங்க முடியாது. அப்படியே அம்மா ஏதேனும் வேலை செய்ய நேர்ந்தால், அவ்வளவுதான். ஏதோ மலையே புரண்டுவிட்டது போன்ற

வக்கிர வாய்ச்சொல்லிலிருந்து யாரும் தப்பிக்க முடியாது. உட்கார்ந்த இடத்திலிருந்தே விரட்டி வேலைவாங்குவது என் அம்மாவின் திறமை. தண்ணி மொண்டா, விசிறி எடுத்தா, அடுப்பு எரியிதா, இல்லன்னா ஏறத்தள்ளு – இப்படி நேரத்துக்கு ஏற்றபடி கூப்பிட்டு விரட்டுவார். மறுத்தால் விசிறி பிய்ந்துவிடும். கூடவே காதடைக்கும் பழமொழிகளுடனான இரைச்சல். அதுவும் நாங்கள் அவர் அருகில் இருந்தால் மட்டும் என்று இல்லை. எங்காவது பக்கத்தில் விளையாடிக் கொண்டிருந்தாலும் மற்ற வேலை செய்துகொண்டிருந்தாலும் அதிகாரத் தோரணையில் அழைத்துத் தான் சொல்லும் வேலையைச் செய்யக் கட்டாயப்படுத்துவார். இப்படியான சூழலில் இருந்து வந்தவளுக்கு இங்கு அத்தையின் அணுகுமுறை பெரிய விசயமாகப்பட்டது.

அடுத்தடுத்த தலைமுறை உணர்வுகளோடு ஒன்றிப்போகக் கூடியவர் அத்தை. ஒன்றைப் புதிதாகக் கற்றுக்கொள்வதில் அவருக்கு விருப்பமுண்டு. புதிய உணவு முறை, புதுப்பொருட்களின் பயன்பாடு, புதிய திரைப்படங்கள் பற்றிய விசாரிப்பு போன்றவற்றில் அவருக்கு ஆர்வமுண்டு. அதேநேரத்தில் தனக்கிருக்கும் திறமை குறித்த வெற்றுப் பெருமையும் அவரிடம் கிடையாது. அதைச் சொல்லி மற்றவரைக் குறைக்கவும் மாட்டார். மாதாமாதம் பணம் கட்டி எடுக்கும் ஏலச்சீட்டு பற்றி எனக்குத் தெரியாது. சீட்டுக்கட்டு விளையாடத் தெரியாது. நீச்சல் அடிக்கவும் தெரியாது. இவை யாவும் அத்தைக்குத் தெரியும். அவற்றைச் சொல்லி என்னிடம் எப்போதும் பெருமைப்பட்டதும் கிடையாது. என்னைக் குறைத்துப் பேசியதும் இல்லை.

தெரியாதவற்றைப் பொறுமையாகச் சொல்லித்தருவது அவரது வழக்கம். சமையல் முதல் நடைமுறை வழக்கம்வரை எல்லாவற்றையும் பொறுப்போடு சொல்லித்தருவார். அதே போன்று தன்னுடைய மன விலகலையும் மெதுவாக ஓரிரு வார்த்தைகளில்தான் வெளிப்படுத்துவார். அவற்றில் பலவும் வட்டாரம் கடந்துவந்த எனக்குப் புரியாது. என்மீது அவருக்கு விலகலும் கோபமும் உண்டு என்றாலும் வெறுப்பு கிடையாது. சிறுகோபத்தை இங்குள்ள நெருங்கிய உறவினர் முன் அவர்களின் திருப்திக்காக என்னிடம் வெளிப்படுத்துவார். இடமும் காரணமும் புரிந்தாலும் அதுவே எனக்கு யாருமற்ற நிராதரவையும் மலையளவு துன்பத்தையும் தரும்.

உறவு சார்ந்த புனிதப்படுத்தல்களும் இங்கு குறைவு. ஒருவரை அவர்தம் குறைகளோடு ஏற்றுக்கொள்வதையும் இங்குதான் உணர்ந்தேன். யார் மனதையும் காயப்படுத்துவதை அத்தை விரும்பமாட்டார். அவரவர் நிலையில் நின்று யோசிப்பார். ஊரே

கூடி நின்று பழிக்கும் ஒரு பெண்ணைப் பற்றி இவர் யோசிக்கும் நிலை மாறாக இருக்கும். 'அவ என்ன செய்வா' என்று அவள் பக்கத்து நியாயத்தைச் சொல்வார்.

எப்போதோ நடந்த வாய்ச் சண்டையைக் குறித்துப் பிறகொரு நாளில் பேசிச் சண்டையை வளர்ப்பதும் அவருக்கு ஆகாது. அன்றைக்கு நடந்ததைப் பற்றி இப்போது என்ன என்ற வகையில் கடக்க வேண்டும் என்பதைத் தன்போக்கில் உணர்த்துவார். இந்த வகையில்தான் எனது கோபத்தின் அவசரத்தால் நேர்ந்த எதிர்ச்செயலைக்கூட அவர் கடந்தார். ஆமாம். ஒருசமயம் விடுமுறை கால வகுப்பிற்குப் போகமாட்டேன் என என் மகன் அடம்பிடித்தான். கோபத்தில் நான் அவனை அடித்தபோது தடுக்க வந்த அத்தையை நான் வேகமாக விலக்கியதால் தள்ளிவிட்டேன். எனக்கு அவர்மீது மட்டும் கோபமில்லை; விடுப்பெடுக்க முடியாமல் நான் வேலை பார்த்த சுயநிதிக் கல்லூரி, இது இது இப்படி இருக்கட்டும் எனப் பேச்சில் தீர்மானித்துவிட்டுத் தன் பணிநிமித்தம் வெளியூரில் இருக்கும் முருகு என எல்லோரிடமும் இருந்த கோபமும் அன்று மொத்தமாக ஒன்று சேர்ந்துகொண்டது. அத்தை தடுமாறி விழுந்துவிட்டார். அப்போதுதான் கொஞ்சம் அதிகமாகக் கோபப்பட்ட அவரைப் பார்த்தேன். ஆனால் அவருடைய சுபாவப்படி அதையும் அவர் அதன் காலத்தோடு பொருத்திவிட்டார். என் மகன் மட்டும் அந்த நிகழ்வை வெகுகாலம் மறக்க முடியாமல் என்னிடம் அவ்வப்போது உணர்த்தியபடி இருந்தான். அத்தையோ அதன் பிறகு ஒருநாளும் அதைக் குறிப்பிட்டு என்னைக் குற்றம்சாட்டியது இல்லை. அவருடைய இந்த அணுகுமுறைதான் என்னுடைய கோபங்கள் மீறும்போது நான் நின்று நிதானிக்கவும் என்னை எனக்கு உணர்த்தவும் உதவியது. அது போன்ற நேரங்களை மௌனித்துக் கடக்கவும் அவரால்தான் நான் கற்றுக்கொண்டேன். அவருடைய செயல்பாடுகள் எல்லாமே ஆக்கம் சார்ந்தவையாக இருப்பன.

நாங்கள் நாமக்கல்லுக்கு வந்தபோதும் அவ்வப்போது வந்து உடனிருந்து எங்களைப் பார்த்துக்கொள்வார். அப்போதும் சில நேரங்களில் மாமியார் மருமகள் பிரச்சினைகள் உருவாகும். கோபத்தோடு சட்டெனப் பையைத் தூக்கிக்கொண்டு ஊருக்குக் கிளம்பிவிடுவார். அதே வாரத்தில் எனக்கு ஊருக்குச் செல்லும் நிர்ப்பந்தம் ஏற்படும். அங்கு போனால் என்ன சொல்வாரோ எனத் தயக்கத்தோடுதான் செல்வேன். ஆனால் என்னைப் புது ஒரம்பறையை வரவேற்பது போல எதிர்கொள்வார். குறிப்பிட்ட நேரத்தில் ஊர் வழியாகச் செல்லும் சிற்றுந்தில் நான் வருவேன் என்று எதிர்பார்த்துக் காத்திருப்பார். எங்கள் வீட்டுக்கு அருகில்

சிற்றுந்து நிற்காமல் போனால் பெருஞ்சத்தமிட்டு நிறுத்துவார். வெயிலுக்கு முன்னால் வந்திருக்கலாம் என்பார். ஆசையாகச் சமைத்து வைத்திருந்த குழம்பையும் கீரையையும் 'ஏதோ செய்தேன்' என்று வட்டலில் போட்டுக் கொடுத்து நாற்காலியில் அமரச் சொல்லிச் சாப்பிடத் தருவார்.

இரவு தங்க நேர்ந்தால் மின்விசிறிக் காற்றுக்கு ஏற்பக் கட்டிலைப் போட்டுத் துவைத்த போர்வைகளைக் கொடுத்துத் தூங்கச் செய்வார். அது அவரைப் பொருத்தவரை உபசரிப்பு அல்ல. கிராமத்து வீட்டின் பரிச்சயமற்ற எனக்கு உதவுதல். அவருடைய இயல்பான கவனிப்பு அப்படியானது. மருமகள் என்ற பார்வையில் என்னை அணுகாத அவருடைய மனிதநேயம். இப்படித்தான் அதைப் பார்க்கவேண்டும். இவை எல்லாவற்றுக்கும் மேலாக என்னை 'இந்த வீட்டுக்குச் சொந்தக்காரி வந்திருக்கிறாள்' என்று அங்கிருப்பவர்களிடம் சொல்வார். அத்தை இருந்த வீடு சொத்துப் பிரிவினையில் முருகுவின் பங்காக வந்தது. திருமணத்துக்கு முன்பே மாமனார் இருந்தபோது அவர்கள் அனைவருடைய உழைப்பில் வந்த வீடு அது. முன் வாசலற்ற வீடாக இருந்திருக்க வேண்டிய அவ்வீட்டின் முன் இருந்த சிறுமனையை எனக்குத் தெரிய வாங்கி வாசலை விஸ்தாரமாக்கியவர் அத்தை. அப்படிப்பட்ட வீட்டுக்கு என்னை எஜமானியாக்குவதற்கு ஒரு மனம் வேண்டும்.

என்னை என் படிப்போடும் பணியோடும் பொருத்தி மரியாதையாக நடத்தியவர், உணர வைத்தவர் அவர். விவசாயக் காட்டுக்கு என்னை எதற்காகவும் அனுப்பமாட்டார். நுங்கு, பனங்கிழங்கைக்கூடத் தூக்கிவர அழைத்ததில்லை. 'மெட்ராஸ்ல இருந்து படிச்சிட்டு வந்தவ, அவளுக்கு இந்த வேலையெல்லாம் எதற்கு' என்பார். அவரே தூக்கிவந்து சாப்பிடத் தருவார். நாங்கள் சொந்த வீடு வாங்கி நாமக்கல் வந்தபோது ஊரில் உள்ளோரிடம் என்னைப் பற்றி உயர்வாகச் சொல்லிப் பேசியுள்ளார். தனியார் கல்லூரியில் வேலை பார்த்தபோது வீட்டையும் குழந்தைகளையும் பார்த்துக்கொண்டு அவள் ரொம்ப கஷ்டப்பட்டாள் என்று சொல்லியிருக்கிறார். 'உன் மாமியார் இப்படிச் சொன்னாங்க' என்று சிலர் என்னிடமே விசாரித்தது எனக்கு மிகவும் ஆறுதலாக இருந்தது.

எங்கள் குழந்தைகளுக்கும் அவரது இழப்பு ஈடுசெய்ய முடியாதது. நானாவது எங்கோ ஏற்பட்ட சலிப்பில் குழந்தைகளின் மேல் கோபத்தைக் காட்டி அடித்துவிடுவேன். அவர் எப்போதும் குழந்தைகளைச் சலித்துக்கொண்டதில்லை. முருகுவிடமும் சலிப்பைக் காட்டியது இல்லை. என் மகன், முருகு இல்லாத

நேரங்களில் அத்தையோடுதான் தூங்குவான். சில சமயங்களில் எழுந்து போய்விடுவார் என்று நினைத்துப் பயத்தில் அத்தையின் காலைப் பின்னிக்கொண்டு தூங்குவான். அப்போது ஒருமுறை என்னைக் கூப்பிட்டுக் காட்டிச் சிரித்தார். ஏன் எனக் கேட்டால் தான் ஒண்ணுக்குப் போக வழியில்லாமல் பேரன் தூங்குவதைப் பெருமையோடு சொன்னார்.

பள்ளி விட்டு வந்ததும் அவன் தன் சீருடைகளைக் கழற்றிக் கண்டபடி வீசுவான். எங்கள் மேல் விழுந்தால் கோபப்படுவோம். ஆனால் ஒருமுறை அவன் அப்படி வீசியபோது அவனுடைய கால்சட்டை அத்தையின் தலையில் போய் விழுந்தது. நாங்கள் வழக்கம் போல் கோபத்தோடு அணுகினோம். ஆனால் பாட்டியும் பேரனும் பேசிக்கொண்டது எங்களுக்குச் சிரிப்பை வரவைத்தது. 'ஆயா எப்படிக் கரெக்டா வீசினேன் பார்த்தியா' என அவன் கேட்க, அவரோ தலையிலிருந்து கால்சட்டையைப் பூவை எடுப்பதுபோல் எடுத்து 'ஆமாண்டா கண்ணு' என்று பெருமை பொங்கச் சிரித்தார். இப்படிக் குழந்தைகளோடு அவர் எப்போதுமே ரசனைப்பூர்வமாகப் பழகினார்.

என் மகள் மீதும் மிகவும் பிரியம் காட்டினார். அவள் ஒன்றரை வயதுக் குழந்தையாக இருந்தபோது அத்தையிடம் பார்த்துக்கொள்ள விட்டிருந்தோம். அப்போது அவர் உடல்நல மில்லாமல் இருந்தார். எனினும் அவள் செய்யும் ஊமைக் குறும்புகளை எல்லாம் ரசித்தபடி பேத்தியை நன்றாகக் கவனித்துக்கொண்டார். அவள் செப்டம்பர் மாதத்தில் பிறந்தவள். அவளுக்குப் பேச்சு தெளிவாக வந்ததால் இரண்டரை வயதிலேயே பள்ளியில் சேர்க்கும்படி கட்டாயப்படுத்தினார். அவளுக்கு நடைமுறைப் பேச்சு வழக்கில் எண்களைச் சொல்வதற்குப் பழக்கினார். ஆயாவிடம் கற்றுக்கொண்டு ஒன்று முதல் நூறுவரை தடுமாற்றமில்லாமல் சொல்வதற்குக் குழந்தையிலேயே அவள் பழகிக்கொண்டாள். அப்படி எண்களைச் சொல்லும்போது 'முப்பது' என்பதைச் சரியாகச் சொல்கிறாளா எனக் கவனிப்பார். சில குழந்தைகள் முப்பதை 'நுப்பது' என்று சொல்வதைக் கேட்டிருந்ததால் அப்படித் தவறாக உச்சரிப்பு வந்துவிடக் கூடாது என்பதில் கவனம் கொண்டிருந்தார். அவர் தனது கடைசிக் காலத்தில் என் மகளிடம் 'எப்போதும் தைரியமாக இருக்கணும்' என்று சொல்லிச் சென்றதை அவள் எங்களிடம் கூறியபோது என்னால் கண்கலங்காமல் இருக்க முடியவில்லை. பேத்திகள் இருவரும் தன் சாயலில் இருப்பது அவருக்கு மிகவும் பெருமையாக இருக்கும்.

இப்படி எங்கள் எல்லாரோடும் உடன்வரும் அத்தையைப் பற்றி இத்தொகுப்பில் முருகு பலப்பல செய்திகளோடு விரிவாகப்

பதிவு செய்துள்ளார். இனி அவர் இச்சமூக வெளியில் பலரோடும் உலவப் போகிறார். அத்தையைக் குறித்த இத்தொகுப்பை வாசிக்கும் என்னைப் போன்ற அம்மாக்களுக்குச் சற்றே குற்ற உணர்வு ஏற்படுவதைத் தவிர்க்க முடியாது. நாம் பெரிதாக என்ன செய்துவிட்டோம் என்ற உணர்வு கண்டிப்பாகத் தோன்றும். அதிலும் எனக்கு எப்போதும் ஒருவித நல்ல வாழ்வே அமைந்தது. கடக்க முடியாத இக்கட்டுகளும் துன்பங்களும் எனக்கு இல்லை. அப்படி இருந்தும் வாழ்வில் சலிப்பை உணரும் சமயங்கள் அவ்வப்போது ஏற்பட்டுவிடும். ஆனால் அத்தையவர்கள் தன் வாழ்க்கையில் நேர்ந்த துன்பங்கள் எதற்கும் மலைக்காது, நில்லாது கடந்து வந்ததோடு பலவற்றின் உருவாக்கத்திற்கும் காரணமாக இருந்திருக்கிறார். எதையும் விரையமாக்காது தன் மகனையும் மிக உயர்ந்த படிப்பைப் படிக்கவைத்துள்ளார்.

முருகு தன் அம்மாவைக் குறித்து அவர் எங்களை விட்டுச் சென்றபோதே இரண்டு கட்டுரைகளை எழுதினார். அவ்வப்போது அவரைப் பற்றி நினைவுக்கு வரும் சில விஷயங்களையும் எங்களோடு பகிர்ந்துகொள்வார். நாங்களும் அவர் தம் அம்மாவைப் பற்றிய பேச்சுகள் அவ்வளவுதான் என்று இருந்தோம். ஆனால் இன்னும் பத்துக் கட்டுரைகளுக்கும் மேல் எழுதப்போவதாகச் சொன்னபோது ஆச்சர்யமாக இருந்தது. இன்னும் என்ன எழுத இருக்கும் என யோசித்தேன். சொன்னபடியே அவர் ஒவ்வொன்றையும் எழுதி முடித்துவிட்டு எங்களுக்குப் படித்துக்காட்டியபோது பல செய்திகள் புதியனவாக இருந்தன.

வாழ்க்கை எவ்வளவு சுவாரஸ்யமானது என்பதை இதுபோன்ற மனிதர்களைப் பதிவுசெய்யும் நூல்கள் உணர்த்துகின்றன. ஒரு பெண்ணின் இருப்பு அவளைத் தாண்டிப் பிறருக்குமானது, பிறவற்றுக்குமானது என்பது இந்நூலின் அழுத்தமான பதிவு. தன்னை நிலைநிறுத்திக்கொள்வதற்காக மட்டும் அவர் செயல்படவில்லை. அவரது இயல்பான செயல்பாடுகளினூடே பிற ஆக்கங்களுக்கும் துணைபோகிறார். சராசரிப் பெண்களுக்கு நேரும் மனச்சிக்கல்கள் எதையும் இந்நூலில் பார்க்க முடியாததும் இத்தொகுப்பின் பலம். நகர வாழ்க்கையிலிருந்து தேவையானவற்றைத் தன்னோடு இருத்திக்கொண்டு, புதிதாக அமைந்த கிராம வாழ்க்கையில் தன்னை இரண்டறப் பொருத்திக் கொண்டு, நேரிட்ட பல சோதனைகளிலிருந்து விடுவித்துக்கொண்டு வாழ்ந்த ஒரு விவசாயக் குடும்பத்தின் தாயை மாறாத சித்திரமாகக் காட்டுகிறது இந்தப் புத்தகம்.

'உழுதவன் கணக்கு' என்ற தலைப்பிலான கட்டுரையில் கிடைக்கும் ஒரு தாயின் சித்திரம் வெகு அபூர்வமானது.

தாய்க்கும் மகனுக்குமான விவசாய வாழ்க்கை முறையில் இவ்வளவு சுவாரஸ்யம் இருக்குமா என வியக்க வைக்கிறது. சுய பச்சாதாபம் அற்றுத் தங்களது வேலைகளில் ஒருவித ரசனையோடு அவர்கள் ஈடுபட்டதை உணரமுடிகிறது. சிரித்து மகிழ்ந்து படித்தேன். கை நிறையப் பண வரவை மட்டும் கணக்குப் பார்க்கும் மனிதர்களைப் பார்த்துப் பழகியவர்களுக்கு இதில் வரும் அம்மாவின் மொழிகள் பெரும் படிப்பினையைத் தருவன.

அதே நேரத்தில் 'அவர்தான் என் சாமி' என்ற கட்டுரையில் அவர் சமூக மதிப்பீடுகளுக்கு எந்த அளவுக்குக் கட்டுப்பட்டிருக்கிறார் என்பதோடு அவருடைய கறாரான மொழியும் வெளிப்படுவதைக் காண முடிகிறது. மேலும் குடும்பத்தோடு தன் அப்பாவையும் இணைத்துக்கொண்டு வாழ்ந்த மாறுபட்ட வாழ்வின் மேன்மையை அவரது அப்பாவின் வாயாலேயே உணர்ந்தபோது அவர் தன்னை மாற்றிக்கொள்வதையும் காண்கிறோம். இப்படி ஒரு தாய் தன் குடும்பத்துக்காக மிகவும் உழைத்ததோடு தனது அடுத்தடுத்த தலைமுறைக்கு அறிவுத் தூண்டுதலாகவும் இருந்துள்ளதையும் இத்தொகுப்பு வெளிப்படுத்துகிறது.

வாழ்வின் துன்பங்களைக் கடந்து ஒன்றை உருவாக்கிக் காட்டும் குணம் ஒருசிலருக்கே இருக்கும். அது அமையப்பெற்ற அம்மாவை இத்தொகுப்பு வெளிக்காட்டுகிறது. கைம்பெண் விதைச்சாலும் விருத்தியாகும் என உருவாக்குதலை வென்றெடுத்த வலியைச் சமூக மதிப்பீடாக்கியதும் அவருக்கே சாத்தியம். ஒரு தாயும் மகனும் போலிமரியாதையற்று நண்பர்களைப் போல இருந்ததும் அதேநேரத்தில் யாரும் யாரையும் அடக்காமல் தத்தம் கருத்துகளுக்கு முக்கியத்துவம் குறையாமல் மேற்சென்றதையும் இந்நூலில் காணலாம். அவருடைய அம்மா எங்களது திருமணத்துக்குப் பெரிதும் ஆதரவு தரவில்லைதான். என்றாலும் எங்களை ஒருபோதும் அவர் அவமதித்ததில்லை. நாங்களும் அவரை எதற்காகவும் நிர்ப்பந்திக்கவில்லை. ஒருவருடைய மனம் சார்ந்த மதிப்பீடு மற்றவரைத் துன்புறுத்துவதாக இருக்கக் கூடாது என்பது எங்கள் விஷயத்தில் இயல்பாக அமைந்தது. இல்லையெனில் 'நெடும் பயணம்' என்ற கட்டுரை இத்தொகுப்பில் இடம்பெறாது போயிருக்கும்.

'பொத்தென்று விழுந்த நிழல்' என்ற கட்டுரையை எழுதிவிட்டு முருகு வாசித்துக் காட்டியபோது இக்கட்டுரையைச் சேர்க்க வேண்டாமென்று நான் கூறினேன். அதில் என் மாமனாரைக் குறைத்து மதிப்பிட்டது போன்று நினைத்தேன். அதில் கூறப்பட்ட காரணம்தான் உண்மை என்றும் சொல்லிவிட

முடியாது என்றேன். என்றாலும் கட்டுரை இடம்பெற்றுள்ளது. தன் குடும்பத்து ஆண்களைக் கிரீடம் சூட்டியே பார்க்கும் பெண்களுக்குச் சற்று வருத்தமாகவே இருக்கும்.

இப்புத்தகத்தில் பல பொதுத்தன்மைகளைக் காணலாம். ஏதோ கிராமத்துப் பெண் ஒருவரைச் சார்ந்த பதிவாக மட்டும் இது அமையவில்லை. ஒரு வேலையை முன்திட்டமிடலோடு செய்தல், ஆர்வத்தோடும் சவாலோடும் அதில் ஈடுபடுதல், பெற்றவற்றைப் பாதுகாத்தல், புதிய முயற்சிகளை மேற்கொள்ளுதல் போன்ற இடையறா உழைப்புணர்வோடு குழந்தைகளைப் பேணும்முறை, நட்பைப் பேணும் முறை, ஆண் பெண் யாராக இருந்தாலும் காலத்துக்கேற்பக் கருத்துச் செழுமை கொள்ளுதல், இயற்கையை நேசித்தல் போன்றவை இயல்பாகப் பதிவுசெய்யப்பட்டுள்ளன. இவை படிப்பவர் அனைவருக்கும் பயன் தருவனவாக அமையும்.

தனது செயல்பாடுகளால் பிறரைத் தீர்மானிக்காது அச்செயல்பாடுகள் மூலம் பிறரை மேலெடுப்பவர்கள் முக்கியமானவர்கள். வசதி வாய்ப்புகள் ஒருவரைத் தீர்மானிப்பதில்லை. வாழும் முறைப்படி எந்தச் சூழலிலும் வாழலாம். அப்படி வாழ்ந்து மறைந்தவர்கள் எப்போதும் நம்முடன் இருந்து நம்மை நெறிப்படுத்துவார்கள். அந்த வகையில் தான் பெற்ற மகனுக்கும் தன் மனம் விரும்பியபடி பெற்ற பேரக்குழந்தைகளுக்கும் உடன் வாழ்ந்தவர்களுக்கும் ஊரில் பழகியவர்களுக்கும் மட்டுமல்லாது இத்தொகுப்பைப் படிப்பவர்களுக்கும் அத்தையம்மா அவர்கள் தோன்றாத் துணையாக இருப்பார் என்பதில் மாற்று இல்லை.

நாமக்கல் **எழிலரசி**

1.6.2019

முன்னுரை

அம்மாவின் இதயத்தால் சுவாசிக்கிறேன்

என் நாற்பத்தாறாம் வயதில் அம்மா இறந்தார். நாற்பத்தாறு ஆண்டுகள் உடனிருந்து அம்மா சிருஷ்டித்துக் கொடுத்த உலகத்தில்தான் இப்போதும் வாழ்கிறேன். அது விருப்பமானதாகவும் அழகானதாகவும் மகிழ்ச்சிகரமானதாகவும் இருக்கிறது. இன்னும் சொல்லப்போனால் மிகவும் வசதியானதாகவும் இருக்கிறது. அதைக் கடக்கும் முயற்சி ஒவ்வொன்றிலும் தோற்றுப்போகிறேன். மீண்டு வந்து அவ்வுலகத்தில் அம்மாவின் முந்தானைக்குள் சுருண்டுகொள்கிறேன். ஒருவகையில் அவ்வுலகம் இந்த நத்தைக்கு ஓடு போன்றது.

கல்வி, பணி, பார்வை ஆகியவற்றில் அம்மாவிடமிருந்து எவ்வளவோ விலகியவன்தான் நான். ஆனால் சிந்தித்தல், செயல்படுதல், வாழ்தல் ஆகியவற்றில் அம்மா கற்றுக் கொடுத்த முறையியல்களையே பின்பற்றிக் கொண்டிருக்கிறேன். எனக்கே சிலசமயம் தோன்றும், அம்மாவின் சொற்களில் பேசுகிறேன்; அம்மாவின் கைகளால் வேலை செய்கிறேன்; அம்மாவின் மூளையால் சிந்திக்கிறேன்; அம்மாவின் இதயத்தால் சுவாசிக்கிறேன். இது சரியானதா? நல்லதா? தெரியவில்லை. ஆனால் தொட்டில் பழக்கமாயிற்றே, சுடுகாடு வரைக்கும் வந்துதான் தீரும்.

தனக்குள் ஒடுங்கிக்கொள்ளும் மனநிலை வாய்த்த இந்தக் குழந்தையைத் தன் விரலால் பற்றி வெளியே கொண்டுவந்து தள்ளியவர் என்

அம்மா. அவரிடம் பேசுவது போல, அவரிடம் இருப்பது போல, அத்தனை இயல்பாக நான் உணரும் உறவு வேறெதுவும் இல்லை. அன்பு, பாசம் என்று புனிதப்படுத்தத் தேவையில்லை. கோபமும் சண்டையும் எங்களுக்குள் சகஜம். அவற்றால் ஒருபோதும் எங்களுக்குள் விலகலையோ விரிசலையோ ஏற்படுத்த முடியவில்லை. எல்லோருக்கும் இருப்பது போலவே, அம்மாவுக்குப் பிரதிபலனாக அவரை இன்னும் நன்றாகப் பார்த்திருக்கலாம்; இன்னும் கொஞ்சம் சந்தோசமாக வைத்திருந்திருக்கலாம் என்னும் மனக்குறை எனக்கும் இருக்கிறது. அது ஒருபோதும் தீராது.

விவசாயக் குடும்பப் பெண் ஒருவரின் அத்தனை பண்புகளையும் கொண்டவர் என் அம்மா. உழைப்பு, உழைப்பைத் தவிர வேறொன்றையும் அறியாதவர். ஆண்களுக்கென்று ஒதுக்கப்பட்டதாகக் கருதப்படும் எல்லா வகை வேலைகளையும் அம்மா செய்வார். வேலைகளைப் பொருத்தவரை பால்பேதம் பார்த்தவரல்ல அவர். தம் குடும்பத்தைத் தலைநிமிரச் செய்து சமூகத்தில் மதிப்புடன் வாழச் செய்தல் ஒன்றே அவரது வாழ்க்கைக் குறிக்கோள். அவரது வருத்தமும் வேதனையும் குடும்பத்தின் பொருட்டே. மிகச் சிறுகுடும்பம் எங்களுடையது. ஆனால் அது அம்மாவைப் படுத்திய பாடு பெரிது. அவரது ஆளுமைத் திறனுக்கும் ஆற்றலுக்கும் இன்னும் கௌரவத்தோடும் மகிழ்ச்சியாகவும் வாழ்ந்திருக்க வேண்டும். சூழல் அவரைக் குறுக்கிவிட்டது என்றுதான் சமாதானம் கொள்கிறேன். குடும்பம் என்னும் அமைப்பு பற்றி என் அறிவு வேறுவகையாக உணர்த்துகிறது; அம்மாவின் மனோபாவம் என்னுள் படிந்து குடும்பத்தை மிகவும் நேசிப்பவனாக வாழச் செய்திருக்கிறது.

இந்நூல் என் அம்மாவைப் பற்றியது; அம்மாவின் வாழ்க்கை வரலாறல்ல. அம்மாவைப் பற்றி விரிந்து கிடக்கும் என் மனப்பதிவுகளிலிருந்து தேர்ந்தெடுக்கப்பட்ட சம்பவங்களைக் கட்டுரைகளாக்கி உள்ளேன். அம்மா இறந்தபோது இரண்டு கட்டுரைகள் எழுதினேன். 'தோன்றாத் துணை' என்னும் கட்டுரை 'காலச்சுவடு' இதழில் வெளியாயிற்று; 'காற்றுவெளிப் பயணம்' கட்டுரை 'உயிரெழுத்து' இதழில் வந்தது. இரண்டுக்கும் நல்ல வரவேற்பு. இரங்கல் கட்டுரைகளுக்கு வரவேற்பு என்பது சற்றே சங்கடம் தருவதுதான். அம்மாவை எத்தனையோ மனங்களில் நிலைநிறுத்திவிட்டேன் என்னும் மகிழ்ச்சியால் சங்கடத்தைக் கடந்தேன்.

'தோன்றாத் துணை' கட்டுரையை வாசித்த பிறகு என் மகன் சொன்னான்: 'ஆயா செத்துப் போனப்பக்கூட எனக்கு

அழுக வர்லப்பா. இந்தக் கட்டுரையப் படிச்சுட்டு வாய் விட்டு அழுதேன்.' சரி, எழுத்து எனக்கு மட்டும் வடிகாலல்ல என அறிந்த சந்தர்ப்பம் அது. இரண்டு கட்டுரைகளையும் பற்றி நெகிழ்வுடன் தம் கருத்துக்களைப் பகிர்ந்துகொண்டதோடு அவற்றை ஆங்கிலத்தில் மொழிபெயர்த்தவர் அம்பை. ஆங்கிலத்தில் வெளியான காரணத்தால் என் அம்மா இன்னும் விரிந்த தளத்திற்குப் போய்ச் சேர்ந்தார். வாசகக் கவனத்தை அறிந்தும் என் உரைகளிலும் உரையாடல்களிலும் அம்மாவைப் பற்றிய விஷயங்களுக்கு முக்கிய இடம் இருப்பதை உணர்ந்தும் இப்படி ஒரு நூல் எழுதும் தூண்டுதலை உருவாக்கியவர் நண்பர் கண்ணன்.

அமெரிக்காவின் நியுயார்க் மாகாணத்தில் உள்ள *ARTOMI* எழுத்தாளர் உறைவிட முகாமில் *2018*ஆம் ஆண்டு செப்டம்பர் மாதம் தங்கியிருந்தபோது இந்நூலின் பாதிக்கும் மேற்பட்ட பகுதியை எழுத முடிந்தது. எழுத எழுத என் மனைவி, மகள், மகன் ஆகியோருக்கு அவ்வப்போது வாசித்துக் காட்டினேன். அம்மாவை அவர்கள் அறிந்த பகுதிகள் வரும்போது நெகிழ்ந்தும் அறியாத பகுதிகள் வரும்போது வியந்தும் போனார்கள். அவர்களின் ஒப்புதல் எனக்கு இந்நூல் பற்றிய நம்பிக்கையைக் கொடுத்தது.

இந்நூலுக்கு ஓர் அணிந்துரை எழுதுமாறு என் மனைவி எழிலிடம் கேட்டேன். அவரும் ஆர்வத்தோடு எழுத ஒத்துக் கொண்டார். தம் நினைவுகளை விரிவாகப் பகிரும் வகையிலும் நூலைக் குறித்த நல்ல புரிதலோடும் அவர் எழுதியிருப்பது பெருமகிழ்ச்சி தருகிறது. இதுதான் பொருத்தமான அணிந்துரை எனத் தோன்றியது. மகன் போற்றும் தாய் இயல்புதான். மருமகள் மெச்சும் மாமியார் அரிதல்லவா?

அம்மாவின் பழைய புகைப்படத்தைப் புதிதாக்கித் தெளிவாக உருவாக்கிக் கொடுத்தவர் நண்பர் மு. விஜயகுமார். எங்கள் ஊர்ப் பின்னணியை ஆவலுடன் அறிந்து அட்டையை வடிவமைத்துக் கொடுத்தவர் ரோஹிணி மணி அவர்கள். நூல் உருவாக்கத்தில் துணை நின்றவர் பா. கலா முருகன்.

இவ்விதம் இந்நூலுக்குத் துணைநின்ற அனைவருக்கும் என் நன்றிகள்.

01.05.19 **பெருமாள்முருகன்**
நாமக்கல்.

1

நிலா அழைப்பு

‘நீ அப்பப் பத்து மாசக் கொழந்த. . .’ என்பதுதான் அந்தச் சம்பவத்தைப் பற்றிப் பேசும் போதெல்லாம் அம்மாவின் தொடக்கமாக இருக்கும். காட்டுக்குப் போகையில் ‘இந்த எடத்துலதான் கூடைக்குள்ள கெடந்த நீ’ எனச் சொல்லிச் சிரிப்பார். என்னோடும் தொடர்புடைய சம்பவமாக அது இருந்ததால் எத்தனை முறை கேட்டாலும் அலுக்காது. அது நான் பத்து மாதக் குழந்தையாக இருந்த சமயத்தில் நடந்தது. பிறக்கும் போது நான் மூன்றரைக் கிலோ இருந்தேனாம். நான்கைந்து வயது வரைக்கும்கூட குண்டுதானாம். ‘உன்னய ஒரெடத்துக்குத் தூக்கிக்கிட்டுப் போய்ட்டு வர்றதுக்குள்ள என்னோட இடுப்பே ஒடிஞ்சு போயிரும்’ என்று அம்மா சலித்துக்கொள்வது போலச் சொன்னாலும் அதில் பெருமை மிளிரும்.

வீட்டுக்கு மூத்த மருமகள் அம்மா. மாமனார், மாமியார், இரு கொழுந்தனார்கள் ஆகியோருடன் கூட்டுக் குடும்பம். மூன்று ஏக்கர் தோட்டம், எட்டு ஏக்கர் மேட்டுக்காடு எனப் பதினொரு ஏக்கர் நிலத்தில் வேளாண்மை. ஐம்பதுக்கும் மேற்பட்ட ஆடுகளைக் கொண்ட பெரும்பட்டி. பட்டி நாய் இரண்டு; வீட்டு நாய் ஒன்று. மாடுகள் ஏழெட்டு. இவற்றைப் பராமரிக்க ஆளுக்காரப் பையன் ஒருவன். காட்டு வேலைக்கு வரும் ஆட்கள் சிலருக்கும் சாப்பாடு போட வேண்டும். ஒருநாளுக்குக் குறைந்தது பத்துப் பேருக்கு உணவு. வீட்டுச் சமையல் முழுக்கவும் அம்மாதான். பதினைந்து பதினாறு வயதுப் பெண் தலையில் சமையல் வேலை முழுக்கவும் விழுந்தது. கம்மஞ்சோறும்

ஆரியக் களியும் அன்றாட உணவு வகைகள். கம்பை இடித்துச் சோற்றுக்குத் தயார்ப்படுத்த வேண்டும். ஆரியம் நெரித்து மாவாக்க வேண்டும். இவற்றில் மாமியாரும் கொழுந்தனார்களும் உதவுவார்கள். என்றாலும் நாள் முழுக்கச் சமையல் வேலை இருந்துகொண்டே இருக்கும். இப்படிச் சில ஆண்டுகள்.

சித்தப்பாக்கள் இருவருக்கும் திருமணம் முடிந்ததும் மூன்று மகன்களையும் மூன்று குடும்பமாக்கி 'வேறவைப்பு' நடத்தினார்கள். ஊர் வளவுக்குள் இருந்த ஒரு வீடு குடியிருப்பதற்காக மூத்த மகனுக்கு ஒதுக்கப்பட்டது. தோட்டம் ஒரு ஏக்கர், மேட்டுக்காடு இரண்டு ஏக்கர் என நிலம் பிரித்து அளிக்கப்பட்டது. சந்தைகளுக்குச் சோடாவும் கலரும் கொண்டு சென்று விற்பதையே முழுநேரத் தொழிலாகக் கொண்டிருந்தவர் என் அப்பா. இப்போது பகுதி நேரமாக வேளாண்மையிலும் ஈடுபட நேர்ந்தது. சந்தை இல்லாத நாளில்தான் நிலத்தில் அவரைப் பார்க்க முடியும். ராகி முக்கியமான உணவு என்பதால் தோட்டமாகிய ஒரு ஏக்கரில் ஆரியப்பயிர் நடவு உண்டு. மற்ற சமயத்தில் பருத்தியோ வெள்ளரி, வெண்டை என ஏதாவது காய்கறிகளோ இருக்கும். அவற்றுக்கு நீர் பாய்ச்ச ஏற்றம் இறைக்கும் வேலை மட்டும் அப்பாவுடையது. காட்டில் இருந்தால் பொறுக்கப் பொறுக்கக் கள் குடித்துக்கொண்டே இருப்பார். போதை மீறினால் படுத்துவிடுவார். போதையில் ஏற்றம் இறைக்கக் கூடாது என்பது அம்மாவின் கட்டுப்பாடு. அதையும் மீறுவது அவர் செயல்பாடு. அதனால் கூட்டுக் குடும்பத்தில் இருந்ததை விடவும் வேலைகளும் பொறுப்புக்களும் அம்மாவுக்குக் கூடின.

அப்போது மூத்த மகனான என் அண்ணனுக்கு ஐந்து வயது; கைக்குழந்தையாகிய எனக்கோ பத்து மாதம். ஆடு மாடுகள், வேளாண்மை, சமையல் என இடைவிடாத வேலைகள். வேறவைப்புக்குப் பிறகு ஒவ்வொரு மருமகளும் எப்படிக் குடும்பம் நடத்தப் போகிறார்கள் என்பதை மாமனார், மாமியார் மட்டுமல்ல; ஊரே எதிர்பார்த்துக் கொண்டிருந்தது. அந்த அழுத்தமும் அம்மாவுக்கு இருந்தது. பரபரப்பும் பதற்றமுமாகக் காரியங்களைச் செய்து கொண்டிருந்தார்.

அது தை மாதம். காட்டில் விதைத்திருந்த கம்பில் பூட்டை பொறுக்கித் தாம்பு கட்டி முடித்தாயிற்று. வீட்டுக்குக் கம்பு வந்து சேர்ந்துவிட்டது. ஆனால் பூட்டைகளை இழந்து மூளியாக நின்ற கம்மந்தட்டைகள் காட்டுக்குள் அப்படியே நின்றன. அவற்றைப் பிடுங்கினால்தான் காட்டில் இருக்கும் அவரைக்கொடி, தட்டைக்கொடி ஆகியவற்றில் காய்களைப் பறிக்க முடியும். வெயில் பட்டு அவை வளர்ந்து படரும்.

அவரையும் தட்டையும் ஆண்டு முழுவதும் குழம்புக்கான பருப்பு வகைகள். கம்மந் தட்டைகளைப் பிடுங்க நேரம் வரவில்லை. மாமியார் ஜாடையாக 'கழுத்தறுத்த கோழிச் சாவலாட்டம் கம்மந்தட்டுவ காடு முழுக்க நிக்கறதப் பாக்க எப்படியோ இருக்குது' என்று சொன்னார். 'ஆள் உட்டாச்சும் கம்மந்தட்டப் புடுங்கறதுதான பிள்ள' என்று மாமனார் நேரடியாகச் சொல்லிவிட்டார். அந்த வேலை முடியவில்லை என்பது அம்மாவின் மனதை உறுத்திக்கொண்டே இருந்தது.

அன்றைக்கு இரவு நடுச்சாமத்தில் மூத்த மகனைச் சிறுநீர் கழிக்க வெளியே கூட்டி வந்த போது பார்த்தால் மட்ட மத்தியானம் போல நிலா வெளிச்சம். பௌர்ணமி முடிந்து இரண்டு மூன்று நாட்கள்தான் ஆகியிருக்கும். முக்கால் வட்டத்திற்கு மேல் நிலா பெருத்திருந்தது. நிலா கை நீட்டி அழைப்பது போலிருந்தது. மெல்லிய பனிக்குளிர். நிலா வெளிச்சத்தைக் கண்டவுடன் தூக்கம், சோர்வு எல்லாம் போயிற்று. இப்போது போனால் காட்டில் கொஞ்சம் கம்மந்தட்டைகளைப் பிடுங்கிப் போடலாம் என எண்ணம் ஓடிற்று. மகனிடம் இதைச் சொன்னதும் அவனுக்கும் உற்சாகம். நிலா வெளிச்சம் விளையாடுவதற்கு ஏற்றதாக அவனுக்குத் தோன்றியது. அவ்வளவுதான்.

முன்னிரவில் கள்ளை முட்டிவிட்டு வந்து போதையில் படுத்துக் கிடக்கும் புருசனை வீட்டுக்குள் வைத்துப் பூட்டிவிட்டுப் பத்து மாதக் குழந்தையைத் தோளில் போட்டுக்கொண்டு ஐந்து வயது மகனைக் கையில் பிடித்தபடி ஊர் வளவில் இருந்து கிளம்பினார் அம்மா. மகன் கையில் லாந்தர் விளக்கு. தெரு வழியாகப் போனால் நாய்கள் குரைத்து யாரையாவது எழுப்பிவிடும். கேட்பவர்க்குப் பதில் சொல்ல முடியாது. அதனால் வீட்டுக்குப் பின்னால் இருக்கும் காட்டுக்குள் போய் வளவைச் சுற்றிக்கொண்டு போனால் நாய்த் தொந்தரவைத் தவிர்க்கலாம். நேர் வழியாகப் போனால் ஒரு கல் தொலைவு இருக்கும். சுற்றிப் போனால் ஒன்றரைக் கல் தொலைவு வரும்.

வழியில் ஒரே ஒரு சிக்கல். இரண்டு காடு தூரத்திற்குச் சீமைக் கருவேல மரங்கள் அடர்ந்து நிற்கும் முள்வனம். அதற்குள் புகுந்து போக ஒற்றையடித் தடம். உள்ளே நுழைந்துவிட்டால் நிலா வெளிச்சம் இருக்காது. இலைச் சந்துகளில் விழும் புள்ளி வெளிச்சம்தான். அங்கே லாந்தர் வெளிச்சம் உதவும். இருளை விடவும் பாம்புக்குத்தான் பெரும்பயம். அதைக் கடந்துவிட்டால் ஈரோடு செல்லும் தார்ச்சாலை. இருபுறமும் அடர்ந்து நிற்கும் புளிய மரங்கள். சாலையை நொடி நேரத்தில் கடந்துவிடலாம். அங்கும் ஒரு பிரச்சினை.

அந்தச் சாலையில் பகற்பொழுதில் நீண்ட ஜடாமுடியுடன் அழுக்குத் துண்டை இடுப்பில் சுற்றிக்கொண்டு உலவும் பைத்தியகாரன் ஒருவன் உண்டு. அவன் இதுவரைக்கும் யாரையும் ஒன்றும் செய்ததில்லை. என்றாலும் இப்படி ஒரு நள்ளிரவில் அவனைப் பார்க்க நேர்ந்தால் என்ன செய்வானோ என்னும் பயம் இருந்தது. சாலையைக் கடந்துவிட்டால் எல்லாம் அறுவடை முடிந்த காடுகள்தான். அப்புறம் பயமில்லை. வரப்புகள் வழியாக நடந்தால் கம்மங்காட்டுக்குப் போய்விடலாம். பத்து மாதக் குண்டுப் பையன் தோளில் கனக்கிறான். மூத்தவனோ இப்படி ஓர் நிலா வெளிச்சத்தை இதுவரை காணாத உற்சாகத்தோடு நடக்கிறான்.

முள்வனம் கடந்து சாலையைச் சரேலெனத் தாண்டிய பின் மெதுவாக நடந்து கம்மங்காட்டை அடைந்தாயிற்று. ஒன்றும் பிரச்சினையில்லை. என்றாலும் தோள் கனமும் நடந்தோடி வந்த வேகமும் அச்சமும் சேர்ந்து நெஞ்சம் படபடத்தது. மடியில் மகனைக் கிடத்தி வரப்பு மேல் உட்கார்ந்தார். குழந்தைக்கு ஆழ்ந்த தூக்கம். கண்ணுக்குத் தெரியும் தூரத்தில் மாட்டுக் கொட்டகை இருந்தது. அருகிலேயே ஆட்டுப் பட்டி. அங்கே போனால் குடிக்கத் தண்ணீர் இருக்கிறது. அம்மாவின் எண்ணத்தைப் புரிந்த மகன் ‘நான் போயித் தண்ணி கொண்டுக்கிட்டு வர்றம்மா’ என்று சொல்லிப் பதிலைக்கூட எதிர்பார்க்காமல் ஒரே ஓட்டமாய் ஓடினான். அவனுக்குத் துடுக்கு அதிகம். நிழலாய்த் தெரியும் அவன் உருவத்தையே பார்த்திருந்தார். மாட்டுக் கொட்டகையை அவன் சேர்ந்தது தெரிந்தது.

கொஞ்ச நேரத்தில் அவன் திரும்பினான். அவனுக்கு முன்னால் ஓடி வந்த பட்டிநாய் வாலைக் குழைத்துக் காலைச் சுற்றியது. பேரணைக் கூடை ஒன்றைத் தலையில் கவிழ்த்துக்கொண்டு கையில் தண்ணீர்க் குடத்தைப் பிடித்துக்கொண்டு மகன் வந்தான். அவனை விடவும் உயரமாக இருந்த கூடை நிலத்தில் மோதுவதைத் தவிர்க்க முதுகை வளைத்துக் குனிந்தபடி வந்தான். ‘எதுக்குடா கூட?’ என்று கோபப்பட்ட அம்மாவிடம் ‘தம்பிய இதுக்குள்ள படுக்க வெச்சிராமில்ல?’ என்று சிரித்தான். பையன் விவரமானவன்தான்.

குழந்தையைப் பேரணைக் கூடைக்குள் படுக்க வைத்தார். மகனையும் நாயையும் காவலுக்கு விட்டுவிட்டுக் காட்டுக்குள் இறங்கினார். சாமிக்குக் கும்பிடு போட்டுத் தட்டைகளைப் பிடுங்கத் தொடங்கினார். பனிப் பதம் இருந்ததாலும் பசுமை மாறிக் காயத் தொடங்கியதாலும் கம்மந்தட்டைகள் முரண்டு பிடிக்காமல் வந்தன. மகனும் நாயும் வரப்பு மேலும்

அறுவடை முடிந்த அடுத்த அணப்புக்குள்ளும் ஓடிப் பிடித்து விளையாடினார்கள். சத்தத்தில் குழந்தை விழித்துக்கொள்வானோ என்றிருந்தது. அவ்வப்போது திரும்பிப் பார்த்தபடி தட்டைகளைப் பிடுங்கினார்.

கெட்டிக் கொண்டை போலிருந்த வேர்கள் இழுத்ததும் பூப் போல மண்ணைப் பிரிந்தன. அவரைக் கொடியோ தட்டைக் கொடியோ இருக்கும் இடத்தில் அவை படர்வதற்கு என்று சில தட்டைகளை விட வேண்டியிருந்தது. கொடிக்குள் கூடு வைத்து அடை கிடந்த சிறுகாடை ஒன்று அஞ்சிச் சட்டென்று பறந்து போயிற்று. காடை முட்டைக்கும் குஞ்சுகளுக்குமாகப் பாம்புகள் வரும். அம்மாவுக்குப் பாம்பு பயமில்லை. எதையாவது விழுங்கிவிட்டு அசைய முடியாமல் படுத்துக் கிடக்கும் பாம்பின் மேல் தெரியாமல் கால் பட்டுவிட்டால் அது தன் எதிரி என்று நினைத்துக் கொத்திவிடும். அந்தப் பயம்தான்.

தட்டைகள் குவியல் குவியலாகக் கிடக்கும் அணப்பு மண்ணுக்குள் நிலவொளி இப்போது தாராளமாகப் புகுந்தது. அம்மாவுக்கு வேலை அலுப்பும் தெரியவில்லை; நேரமும் தெரியவில்லை. திடுமெனக் கைக்குத் தட்டைகள் சிக்கவில்லை. இது என்ன மாயம் என்று நிமிர்ந்து பார்த்த போதுதான் அணப்புத் தட்டைகள் முழுவதும் பிடுங்கப்பட்டிருந்தது தெரிந்தது. எவ்வளவு நேரமாகப் பையன்கள் மேல் கவனம் இல்லாமல் போனோம் என்று பதறி ஓடிப் பார்த்தால் குழந்தை கூடைக்குள் வைத்தபடியே தூங்கிக் கொண்டிருக்கிறான். கூடைக்கு அருகிலேயே மூத்த மகனும் தூங்குகிறான். அருகில் உடலுக்குள் தலை மாட்டிப் படுத்திருந்த நாய்தான் முதலில் விழித்து உடலை நெளித்து எழுந்து வாலாட்டிக்கொண்டு நின்றது.

மீண்டும் குழந்தையைத் தோளில் சார்த்திக் கொண்டார். கூடையைக் கொண்டு போய்க் கொட்டகையில் போட்டுவிட்டு நாயையும் அங்கேயே விட்டு வீட்டுக்கு நடந்தார். மூவரும் வளவு வீட்டுக்கு வந்து சேர்ந்த போது இருள் விலகிப் பச்சென்று விடிந்திருந்தது.

இந்தச் சம்பவத்தின் முடிவாக மூன்று விஷயங்களைச் சொல்வார் அம்மா.

அணப்பு முழுக்கத் தட்டைகளைப் பிடுங்கிவிட்டு வீடு வந்து சேரும் வரைக்கும் குழந்தைப் பையன் சின்னச் சிணுங்கல்கூட இல்லாமல் தூங்கிக் கொண்டிருந்தான். அப்படி ஒரு சமர்த்துப் பையன்.

மறுநாள் காலையில் காட்டுப் பக்கம் போன மாமனார் பதறி ஓடி வந்து மாமியாரிடம் சொன்னார், 'காட்டுக்குள்ள எதோ பேய் பூந்து அணப்புக் கம்மந்தட்டையும் புடுங்கிப் போட்டுட்டுப் போயிருச்சு.' மாமியார் எந்த ஆச்சரியமும் இல்லாமல் சொன்னார், 'செரி, உடு. வேல மிச்சமாச்சு.'

ஒரு புருடைக் கள்ளை முட்டிவிட்டு வந்து படுத்துக் கிடந்த புருசன், வீடு பூட்டி இருந்ததால் வெளியே போக முடியவில்லை. வீட்டு மூலையிலேயே சிறுநீர் கழிக்க வேண்டியதாயிற்று. அந்த நாற்றத்தைப் போக்குவதுதான் பெரிய பாடாக இருந்தது.

2

குடல்கறிக் கதை

சமையல் அம்மாவுக்குத் தனிவேலை கிடையாது; அதற்கெனத் தனியாக நேரம் ஒதுக்கியதும் இல்லை. ஆடு மாடுகளுக்குத் தண்ணீர் காட்டுவதோ தீவனம் போடுவதோ நடக்கும். அதேசமயம் அடுப்பும் எரிந்து கொண்டிருக்கும். ஒரே நேரத்தில் இரண்டு மூன்று வேலைகள் நடக்கும். அவற்றில் எது மையமான வேலை என்று கண்டுபிடிக்க முடியாது. பார்ப்பவர் கண்ணுக்கு ஒரு வேலை மட்டும் மையமாகத் தெரியும். உப வேலைகள் போலத் தோன்றும் ஒன்றுகூட முக்கியமானதாக இருக்கக்கூடும். அம்மாவைப் பொறுத்தவரை சமையலை மையமான வேலையாகக் காட்டிக்கொண்டதே கிடையாது.

அடுப்புக்கு என்று அம்மா தேர்ந்தெடுக்கும் விறகுகள் பெரிதும் புகை கக்குவனவாக இருக்காது. அடுப்புப் பற்ற வைக்கப் பனை அல்லது தென்னையின் பன்னாடை இருக்கும். பனையோலையைக்கொண்டும் பற்ற வைக்கலாம். அது சட்டென்று எரிந்து முடிந்து விடும். ஆகவே எப்போதும் அம்மாவின் தேர்வு பன்னாடைதான். வீட்டுக்கு வரும்போது கையில் ஒன்றிரண்டு பன்னாடைகள் இருக்கும். பன்னாடைச் சேகரம் எப்போதும் வற்றாது. பன்னாடையில் பற்ற வைத்த பிறகு நின்று எரியும் வகையிலான விறகை அதன் மேல் காற்றுப் புக இடைவெளி விட்டுச் செருகுவார். அடுப்புப் பக்கம் போகும்போது லேசாக விறகைத் தள்ளிவிட்டால் போதும். நின்று எரியும் விறகானதால் அடுப்புக்குள் தணல் விழும். தீ அணைந்தாலும் தணல் வெப்பம் இருக்கும்.

அரிசியை அடுப்பில் வைத்து அளவான நீர் ஊற்றி நாலு விறகுகளை அடுப்புக்குள் வைத்துவிடுவார். அரிசிப் பாத்திரத்திற்கு மேலே தட்டத்தை வைத்து மூடி அதற்கும் மேலே ஊதுகுழலை வைத்துவிட்டு வேறு வேலைக்குப் போய்விடுவார். தீ எரியும் போது பொங்கித் தட்டம் கீழே விழாமல் இருக்க ஊதுகுழல் கனம். பொங்கும்போது லேசாகத் தட்டத்தைத் தூக்குவதால் வரும் சந்தில் நுழையும் காற்றுப் போதும். சோறு வேகவும் தீ அணையவும் சரியாக இருக்கும். பின்னர் தணலிலேயே சோறு பொடிந்துவிடும். கஞ்சி வடித்தல் கிடையாது. வேலை முடிந்து வந்து சோற்றை இறக்கினால் போதும். கம்மஞ்சோறு, களி எல்லாவற்றுக்கும் அம்மா தணலைப் பயன்படுத்தும் விதமே தனி. குழம்புக்கும் தணல் உதவும். பருப்பைக் கடைந்து காய்களை அதில் போட்டுவிட்டு நாலு விறகை வைத்தால் முடிந்தது. விறகு எரிந்து கொடுக்கும் தீ, பின்னர் இருக்கும் தணல் ஆகியவை காய் வேகப் போதும். அருகிலேயே இருந்துதான் சமைக்க வேண்டும் என்பதில்லை.

அம்மாவின் சமையல் மிகமிக எளிமையானது. பெரும்பாலும் எந்த வகையான பொடியும் இல்லாமல் மிளகாய் கிள்ளிப் போட்டு வைக்கும் குழம்புதான். கடைசல் வகை அதிகம். பொரியல் செய்தால் அதுவே குழம்பு. ஒவ்வொரு வகையான சோற்றுக்கும் பொருந்தும் வகைக் குழம்பு. கம்மஞ்சோற்றுக்குப் பருப்புக் குழம்பும் கூட்டுச்சாறும் வைத்தால் அத்தனை ருசியாக இருக்கும். களிக்கு அவரைப் பருப்புத்தான் இணை. விட்டால் பண்ணைக் கீரை, குமிட்டிக் கீரைக் கடைசல். நெல்லஞ்சோற்றுக்கு எவ்வகைக் குழம்பும் பொருந்தும். எந்தக் குழம்புக்கும் சின்ன வெங்காயம் அவசியம். அது இருந்தால் போதும், விதவிதமான ருசியை உருவாக்கிவிடுவார்.

பொரியலுக்கெனச் சில காய்கள். குழம்புக்கெனச் சில காய்கள். வெண்டைக்காயைப் பருப்பில் போடவே கூடாது. அது தனிக்குழம்புக்கான காய். அவரைக்காய்ச் சாம்பார் என்று ஒன்று கிடையவே கிடையாது. அது பொரியலுக்கான காய். பருப்புக் கடைசலுக்கு வரமிளகாய் போட வேண்டும். பச்சை மிளகாய் ஆகவே ஆகாது. தேங்காயைச் சிலவற்றுக்குத்தான் பயன்படுத்த வேண்டும். மிளகுதக்காளிக் கீரைக்குத் தேங்காய் இருந்தே ஆக வேண்டும். இட்லி தோசைக்குக் கறிக்குழம்பு என்றால் தேங்காய் அரைத்து ஊற்ற வேண்டும். சோற்றுக்குக் கறிக்குழம்பு வைத்தால் தேங்காய் அறவே கூடாது. கடலை எண்ணெய், நல்லெண்ணெய் இல்லாமல் சமையல் செய்யலாம். விளக்கெண்ணெய் இல்லாவிட்டால் சமையலே இல்லை. பருப்பு பொங்கும்போது இரண்டு சொட்டு விளக்கெண்ணெய்

விட வேண்டும். விளக்கெண்ணெயில்தான் வெங்காயம் வதக்க வேண்டும். இவ்விதம் சமையலுக்கென அம்மா உருவாக்கிக்கொண்ட சின்னச் சின்ன விதிகள் பல.

எதைச் செய்தாலும் அளவாகவே இருக்கும். ஒரே வேளையில் குழம்பு தீர்ந்துவிடும். இன்னும் கொஞ்சம் இருந்திருக்கலாமே என்று தோன்றும். கடைசியாக ஒட்டியிருக்கும் குழம்பையும் வீணாக்காமல் சட்டிக்குள் சோற்றைப் போட்டுப் பிசைந்து ஆளுக்கு ஒரு கை கொடுப்பார் அம்மா. அதற்குத்தான் அமுதம் என்று பேர். விரலை நக்கிச் சுவைப்பதும் சட்டியை வழித்துத் தின்பதும் அம்மா சமையலைச் சாப்பிடும் முறைகள். இன்னும் கொஞ்சம் சேர்த்து செய்திருக்கலாமே என்று ஆதங்கப்பட்டால் சிரித்தபடியே அம்மா சொல்வார், 'அளவா இருந்தாத்தான் ருசி கூடும். அதும் பத்தாம போச்சுன்னா இன்னும் ருசி.' அம்மாவின் சமையல் கொள்கையில் இது முக்கியமானது. எல்லா அம்சங்களிலும் இந்தக் கொள்கையைப் பின்பற்றி வாழ்வின் ருசியைக் கூட்டிக்கொள்கிறேன் நான்.

அம்மா வைக்கும் பருப்புக் குழம்புக்கு என் குடும்பமே அடிமை. என் அப்பனுக்கும் அண்ணனுக்கும் அம்மா வைக்கும் பருப்பு என்றால் அப்படி ஒரு பித்து. தினமும் பருப்புக் கடையச் சொல்லிக் கேட்பார்கள். பாகற்காய், வெண்டைக்காய், சுரைக்காய் எனத் தனித்தனியாக அக்காய்களில் அம்மா வைக்கும் குழம்பும் ருசிதான் என்றாலும் ஏனோ பருப்புக்கு அப்படி ஒரு மகத்துவம். எங்கள் வீட்டில் எல்லோருக்கும் சமையல் தெரியும். ஆண்களும் சமைக்கும் வழக்கம் விவசாயக் குடும்பத்தில் உண்டு. அம்மா பருப்புக் குழம்பு வைப்பதை உடனிருந்து எத்தனையோ முறை பார்த்திருக்கிறேன். செய்முறையைப் பற்றிக் கேட்டிருக்கிறேன். என்றாலும் அந்த ருசியை என்னால் ஒருபோதும் உருவாக்க முடிந்ததில்லை. அதுதான் கைப் பக்குவம் போலும். என் அண்ணன் பிள்ளைகள், என் பிள்ளைகள் என யார் அம்மாவைப் பார்க்கப் போனாலும் பருப்புக் குழம்புதான். அக்குழம்புக்காகவே பார்க்கப் போவார்கள். பருப்புக் குழம்பு வைத்தால் இன்றைக்கும் என் மனைவி கேட்கும் சந்தேகம், 'ஆயா வெக்கற மாதிரி ஓரளவுக்கு வந்திருச்சில்ல?' என்பதுதான். பருப்பை இனி யார் வைத்தாலும் அது ஓரளவுக்குத்தான். முழுமை அம்மாவின் கையோடு போய்விட்டது.

அம்மா தனியாக ஊரில் வசித்த காலத்தில் பார்க்கப் போயிருந்தேன். அப்போது எங்கள் ஊரில் தனியார் கல்லூரி ஒன்றில் பேராசிரியராகப் பணியாற்றிக் கொண்டிருந்த என் மாணவர் ஒருவர் என்னைப் பார்க்க அங்கே வந்தார். என்னுடன்

சேர்ந்து அவரும் அம்மாவின் சமையலைச் சாப்பிட்டார். பிறகு ஒரு கட்டுரையில் அவர் இப்படி எழுதினார், 'என் வாழ்வில் அத்தகைய ருசியான ஒரு மணத்தக்காளிக் குழம்பை நான் சாப்பிட்டது கிடையாது. அம்மா அக்குழம்பை மண்சட்டியில் விறகடுப்பில் மிக ருசியாகச் சமைத்திருந்தார். இன்னும் என் அடிநெஞ்சில் அச்சுவை உள்ளது.' இப்படி அம்மாவின் கை ருசிக்குக் கிடைத்த பாராட்டுக்கள் எத்தனையோ.

எல்லோருக்கும் அவரவர் அம்மாவின் சமையல்தான் உலகில் உயர்ந்ததாகத் தோன்றும் என்பார்கள். சிறுவயதில் இருந்து உண்டு பழகியதால் அம்மாவின் சமையல் சுவை ஈர்த்து விடுகிறதோ என்னவோ. இன்றைக்கும் ஒவ்வொரு வேளை உண்ணும் போதும் அம்மாவின் சமையல் நினைவு வருவதைத் தவிர்க்க முடியவில்லை. ஒவ்வொரு காய்கறியைப் பார்க்கும் போதும் இதை அம்மா எப்படிச் சமைப்பார் என்னும் எண்ணம் ஓடுவதை நிறுத்த முடியவில்லை. விதவிதமான உணவு வகைகளை ருசித்துப் பார்ப்பதில் எனக்கு விருப்பம் உண்டு. உணவிலும் புதுவகை அனுபவங்கள் வேண்டும். எவ்வகை உணவாக இருப்பினும் தட்டாமல் உண்பேன். ஆனால் என் நாக்கிலும் மனதிலும் இன்றும் நிற்பது அம்மாவின் சமையல்தான்.

அம்மாவின் சமையல் மகத்துவம் பற்றிப் பேசினால் ஒரு சம்பவம் இல்லாமல் அது நிறைவுறாது. வீட்டுச் சமையலுக்கு என்று அம்மா மூன்று பாத்திகளைக் காட்டில் ஒதுக்கியிருப்பார். அவற்றில் நான்கைந்து கத்தரி, இரண்டு மூன்று வெண்டை, சுரைக்கொடி ஒன்று, பூசணிக் கொடி ஒன்று இப்படிப் பலவகைச் செடிகளும் கொடிகளும் வளரும். இரண்டு மூன்று கொத்தவரஞ் செடிகளும் இருக்கும். ஒருமுறை கொத்தவரைச் செடிகள் ஏராளமாய்க் காய் பிடித்திருந்தன. பிஞ்சுக் காய்கள். இரவுக்குக் கொத்தவரைப் பொரியலே குழம்பாகிவிடும் என்பதால் மடி நிறைய அவற்றைப் பறித்து வந்து சின்னச் சின்னதாக அரிந்தார். சுண்டுவிரலின் ஒரு வரி நீளம் ஒரு துண்டு. அதை வேக வைத்துக் கடலை மிளகுப்பொடி போட்டுப் பொரியல் செய்தார்.

அம்மா உணவுக்கெனச் செய்யும் பொடிகள் இரண்டு. கடலை மிளகுப்பொடி, எள்ளு மிளகுப்பொடி. இவை இரண்டும் இடித்துச் செய்யப்படும் பொடிகள். வெளியூரில் படித்துக் கொண்டிருந்த காலத்தில் இரண்டு பாட்டில்களில் இப்பொடிகளை வைத்திருப்பேன். சுடுசோற்றில் போட்டுச் சாப்பிட்டால் அப்படி ருசியாக இருக்கும். குழம்பு வைக்கச் சோம்பலாகும் நாட்களில் இந்தப் பொடிதான். இப்பொடிக்கு மயங்கிய நண்பர்கள் பலர். கொத்தவரங்காய்க்குக் கடலைப்பொடி

போட்டுக் கிளறிப் பொரியல் செய்தால் அருமையாக இருக்கும். அதற்கு நாங்கள் 'குடல்கறி' எனப் பெயர் வைத்திருந்தோம். ஆட்டுக்குடல் பொரியலுக்குச் சமமான ருசி.

வெயில் நேரத்தில் வீட்டுக்கு வந்த அம்மா வடச்சட்டி நிறைய இந்தக் குடல்கறியைச் செய்து வைத்துவிட்டுக் காட்டுக்குப் போய்விட்டார். ஒருவேளைக் குழம்பு ஆயிற்று. இரவு வந்து சோறு வைத்துக்கொண்டால் போதும். பள்ளிக்கூடத்தில் இருந்து வந்த அண்ணனுக்குப் பசி. வீட்டில் என்ன இருக்கிறது என்று தேடித் தேடிப் பார்த்தான். தீனி எதுவுமே இல்லை. வெளிஅடுப்பின் மேல் மூடி வைத்திருந்த வடச்சட்டியைத் திறந்து பார்த்தான். கொத்தவரங்காய்க் குடல்கறி. தட்டத்தில் கொஞ்சம் போட்டுத் தின்றான். ருசி விடவில்லை. இன்னும் ஒரு கரண்டி. குடல்கறி அப்போதும் விடவில்லை. இன்னும் ஒரு கரண்டி. இப்படியே இன்னும் ஒரு கரண்டி... இன்னும் ஒரு கரண்டி... கடைசியில் பார்த்தால் வடச்சட்டி வழித்துத் தின்ற மாதிரி ஆயிற்று.

அப்போதுதான் அண்ணனுக்குப் பயம் வந்தது. அவ்வளவு கொத்தவரையும் தின்றுவிட்டால் இரவுக்குக் குழம்பு? அம்மாவிடம் அடி வாங்க வேண்டுமே. அது மட்டுமல்லாமல், முழுவதையும் தின்ற அவப்பெயரும் சேரும். யோசித்து முடிவு செய்தான். சரி, அடுப்பின் மேல் வைத்துவிட்டுப் போனதால் நாய் வந்து தின்றிருக்கும் என அம்மா நினைத்துக் கொள்ளட்டும் என்று தனக்குத்தானே தைரியம் சொல்லிக்கொண்டு அதற்கான ஏற்பாடுகளைச் செய்துவிட்டு விளையாடப் போய்விட்டான். இருட்டுக் கட்டும் நேரத்திற்கு வந்து பார்த்தால் வடச்சட்டி அடுப்பில் இருந்து கீழே விழுந்து கவிழ்ந்து கிடந்தது. மூடி வைத்திருந்த தட்டம் ஒருபக்கம் விழுந்திருந்தது. பையன்கள் 'குடல்கறி' என்று விரும்பிச் சாப்பிடும் பொரியலை இப்படி நாய் தின்றுவிட்டுப் போயிற்றே எனப் புலம்பிக்கொண்டு அவசரத்திற்கு 'அரிசியும் பருப்பும் சோறு' ஆக்கினார்.

'ஒரு காய எடுத்துத் தின்னு ருசி பாத்தன். அப்படி ருசியா இருந்துச்சு. வீணா நாய் வாய்க்குப் போவத்தான் இதச் செஞ்சனா? எந்த நாய் தின்னுருக்கும்? இங்க வாய் வைக்க எந்த நாய்க்குத் தைரியம் வந்திருக்கும்? கைக்குச் சிக்காதயா போயிரும்? வரட்டும், இடுப்ப ஒடிச்சிர்றன்.'

'சோத்தத் திங்கற நாயப் பாத்திருக்கறம். வெறும் காய, அதும் காரத்தோட காய அள்ளி வப்பு வப்புன்னு தின்னு தொடச்சி வெச்சிட்டுப் போற நாயக் கண்டதில்லயே. ஒன்னும்

சிக்காத கெடந்த நாயாட்டம் இருக்குது. எத்தன நாளுப் பட்டினி கெடந்துதோ.'

'கொடலுக்கறி கொடலுக்கறின்னு இந்த நாய்வ பேரு வெச்சி, அந்த நாய்வ நெசமே கொடலுக்கறின்னே நெனச்சுத் தின்னுருக்குமோ.'

என்று என்னென்னவோ பேசிக்கொண்டே இருந்தார் அம்மா. நாங்கள் வளர்த்த நாய்களுக்கு எப்போதும் ஒருவேளை உணவுதான். இரவுக்கு மட்டும். நாய்க்கென்றே தனியாகக் கம்பிலோ ராகியிலோ செய்வோம். அதில் கொஞ்சமாகப் பால் அல்லது தயிரை ஊற்றிக் கரைத்து ஊற்றுவோம். மற்றபடி பகல் உணவு என்பது அவற்றுக்கு அரிதுதான். அவையாகக் காடுமேடுகளில் வேட்டையாடித் தேடிக்கொள்ளும் உணவுகள் உண்டு. கறி ஆக்கும் நாட்களில் எலும்புகளும் லேசான குழம்போடு சோறும் அவற்றுக்குப் போடுவோம். ஆடுகள் குட்டி போட்டாலோ மாடுகள் கன்று ஈன்றாலோ அவை போடும் நஞ்சுக்கொடியை நாய்களுக்குத்தான் போடுவோம். அதைத் தின்னும் நாய்கள் இரண்டு மூன்று நாட்களுக்குச் சோறில்லாமல் கிடக்கும். பச்சை நஞ்சுக்கொடி செரிக்க நாட்கள் பிடிக்கும். அவை ஒருபோதும் வீட்டு வாசலைக் கடந்து திண்ணையில்கூடக் காலெடுத்து வைத்துப் பழகாதவை. வட்டிலில் சோற்றைப் போட்டு வைத்துவிட்டுத் 'தின்னு', 'குடி' என்று அனுமதி கொடுத்தால்தான் வாய் வைப்பவை. எங்கள் வீட்டு நாய்களுக்குத் திருட்டுப் பழக்கமில்லை. இது எங்கோ வெளியிலிருந்து வந்திருக்க வேண்டும் என்றே எல்லோரும் நினைத்தோம்.

அப்பன்கூட 'செஞ்சவ எறக்கி உள்ள வெச்சிட்டுப் போயிருந்தா ஆவாதா? நாய்க்கு வெச்சிட்டு இப்பப் பொலம்பற' என்று திட்டினார். 'எப்பவும் இந்த அடுப்புத் திட்டு மேலதான வெப்பன். இன்னைக்கின்னு எங்கிருந்தோ இதுக்குன்னே புதுநாய் வந்திருக்குது' என்று அம்மா சொன்னார். தின்ற நாய்க்கோ பசி சிறிதும் இல்லை. ஆனாலும் அதைக் காட்டிக் கொள்ளாமல் பேருக்கு அரிசியும்பருப்புச் சோற்றில் கொஞ்சம் சாப்பிட்டுவிட்டுப் போய்ப் படுத்துக்கொண்டது அந்த நாய்.

நடுராத்திரியில் வயிற்றைப் புரட்டியது. எழுந்து காட்டுப்பக்கம் போய்விட்டு வந்தான். கொஞ்ச நேரத்தில் மறுபடியும் புரட்டல். இப்படி நான்கைந்து முறை போய் வந்ததைக் கவனித்துக் கொண்டிருந்த அம்மாவுக்குக் கொத்தவரங்காயைத் தின்ற நாய் எதுவென்று தெரிந்துவிட்டது. சரக்கென்று சின்னச் சத்தம்

கேட்டாலும்கூட விழித்துவிடும் எச்சரிக்கை சுபாவம். எதுவும் பேசாமல் படுத்தபடி கவனித்தவர் மீண்டும் இரண்டு மூன்று முறை போய்வருவதைக் கண்டதும் எழுந்து கொண்டார். 'என்னடா கண்ணு. . . வவுத்தால போவுதா? என்னத்தத் தின்ன? பள்ளிக்கூடத்துல எதுனா வாங்கித் தின்னயா?' என்று கேட்கவும் அண்ணன் 'இல்லம்மா' என்றானே தவிர விவரம் சொல்லவில்லை. அடுப்பைப் பற்ற வைத்துத் தூள் அதிகமாகப் போட்டுத் துவர்ப்பு மிக்க வரடீயைப் போட்டுக் கொடுத்தார். அதைக் குடித்தவன் அதற்குப் பின் ஒருமுறை போய்வந்தான். அப்புறம் தூக்கம் வந்துவிட்டது.

விடிந்து வெகுநேரம் வரைக்கும் தூங்கிக்கொண்டிருந்த அண்ணனைக் காட்டிக் 'கொத்தவரங்காய் தின்ன நாயி இன்னம் தூங்குது' என்று அம்மா சொல்ல, விஷயம் அண்ணன் எழுவதற்குள் எல்லோருக்கும் தெரிந்துவிட்டது. தான் செய்த கொத்தவரங்காய் ருசி அவனை அப்படி ஈர்த்து முழுவதையும் சாப்பிட வைத்துவிட்டது என்னும் பெருமையும் அம்மாவின் பரப்பலில் இருந்திருக்கலாம். அண்ணனைக் கேலி செய்யாத ஆளில்லை. 'உங்கொம்மா செஞ்ச கொத்தவரங்காய் அத்தன ருசியாவா இருந்துச்சு? சட்டியோட தின்னுட்டயாமே' என்று பள்ளிக்கூடப் பையன்கள் எல்லாம் கேட்கும் அளவுக்குச் செய்தி பரவிவிட்டது. கொஞ்ச நாள் எல்லோரும் அண்ணனை 'டேய் சட்டியோட தின்னி' என்று பட்டப்பெயர் வைத்து அழைத்தார்கள். அவனுக்குப் பெருத்த அவமானம்.

அடுத்த வாரத்தில் மறுபடியும் ஒருநாள் அம்மா கொத்தவரங்காய்க் குடல்கறி செய்தார். 'போன வாரம் செஞ்சது முழுசையும் அவந்தான தின்னன். இன்னைக்கு அவனுக்குத் துளிகூடப் போடாத' என்று நான் கத்தினேன். அவனைச் சமாதானப்படுத்துவது போல 'எதையும் அளவாத் திங்கோனும்டா. ருசியா இருக்குதுனா இன்னம் இன்னமுன்னு நாக்கு கேக்கும். நாக்க அடக்கிப் பழகோனும்' என்று சொன்ன அம்மா அண்ணனுக்குக் கொத்தவரங்காய் போட்டுக் கொடுத்தார். அவனோ அதைக் கண் கொண்டு பார்க்கவில்லை. ஒரே வார்த்தையில் 'இது வேண்டாம்' என்று சொல்லிவிட்டான். அம்மா எவ்வளவோ சொல்லிப் பார்த்தும் அவன் சாப்பிடவில்லை. 'சாப்பிட்டு வவுத்தால போனதுல பையனுக்கு மாத்தானாப் போயிருக்கும். உடு, இன்னங் கொஞ்ச நாள் கழிச்சுச் சாப்பிடுவான்' என்றார் அப்பன். அன்றைக்கு அவனைக் கேலி செய்துகொண்டே நாங்கள் எல்லோரும் கொத்தவரங்காய்க் குடல்கறி தின்றோம்.

அடுத்தடுத்த முறை கொத்தவரங்காய் செய்தபோதும் அண்ணன் சாப்பிடவில்லை. அம்மா விதவிதமாகச் சொல்லியும் வற்புறுத்தியும் அவன் கேட்கவில்லை. கொத்தவரங்காய்ப் பொரியல் செய்யும் போதெல்லாம் யாராவது இந்தப் பேச்சை எடுத்தால் 'ஆமா... அந்தக் குடல்கறிக் கதயப் பேசாதீங்க' என்று சலிப்போடு அம்மா சொல்வார். அண்ணன் போகப் போக மாறிவிடுவான் என்று நினைத்திருந்தோம். ஆனால் அதற்குப் பின் அவன் வாழ்நாள் முழுக்கக் கொத்தவரங்காயைச் சாப்பிடவேயில்லை.

3

முறுக்குச் சுடுதல்

பங்குனி எங்களுக்கு மிக முக்கியமான மாதம். விவசாய வேலை எதுவும் இருக்காது. அறுவடை முழுவதுமாக முடிந்திருக்கும். தீவனப் போர் வேலைகளும் முடிந்திருக்கும். அப்படியும் சின்னச் சின்ன வேலைகள் காட்டுக்குள் இருக்கும். கொட்டச் செடிகளின் கோல்களை வெட்டி எடுத்த பிறகு நிற்கும் அடிப்பகுதிக்குக் கட்டை என்று பெயர். அது நன்றாகக் காய்ந்திருக்கும். அவற்றைக் 'கட்டை வெட்டி' என்னும் கருவி கொண்டு வேரோடு பறித்து எடுப்போம். நிலத்தில் தங்கியிருக்கும் கடலைக்காய்களைக் கொத்தால் பறித்துச் சேகரிப்போம். மற்றபடி வீட்டில்தான் நிறைய வேலைகள் இருக்கும். நிலக்கடலையைத் தொலி நீக்கிப் பருப்பு எடுப்பது முக்கியமான வேலை. இதற்குக் 'கடலைக்காய் தொலித்தல்' என்று பெயர். விதைக்குத் தேவையான அளவு வைத்துக்கொண்டு மற்றவற்றை விற்றுவிடுவோம். விதைக்காய்களைத்தான் தொலித்துப் பருப்பு எடுக்க வேண்டும். இப்போது இந்த வேலைக்கு எந்திரங்கள் வந்துவிட்டன. அப்போதெல்லாம் கையால்தான் தொலிக்க வேண்டும்.

இரவுபகல் பாராமல் தொலிப்போம். ஒரு படி பருப்புக்கு இவ்வளவு கூலி என்று கொடுப்பார்கள். ஆள் வைக்காமலே தொலித்து முடித்துவிடுவோம். கடலைக்காய் தொலிப்பதில் அம்மா திறமையானவர். பொதுவாக ஒரே நேரத்தில் இரண்டு காய்களைத் தொலிக்கலாம். வலக்கை காயை எடுத்து வாய்க்குக் கொண்டு போய்க் கொடுக்கும். வாய் முன் பல்லால்

காயை உடைக்கும். பருப்பையும் தொலையையும் பெற்றுக் கை கீழே போடும். விரித்து நீட்டிய கால்களுக்கு இடையே சேர்ந்திருக்கும் குவியலில் பருப்பும் தொலியும் விழும். அவற்றைப் போட்ட வேகத்தில் உடனே இன்னொரு காயை எடுத்து வலக்கை வாய்க்குக் கொண்டு கொடுக்கும். இந்த நேரத்தில் இடக்கை ஒரு காயை எடுத்துத் தரையில் ஓங்கிக் கொட்டி உடைத்துப் போடும். காரைத் தரையாக இருப்பின் கொட்டி உடைப்பது எளிது. மண்தரையாக இருந்தால் இடக்கைக்கு உதவச் சிறிய பலகைக்கல் ஒன்றை வைத்திருப்போம்.

அம்மாவுக்கு இடக்கைப் பழக்கமும் உண்டு. எந்த வேலையைச் செய்வதற்கும் இடக்கைதான் எளிதாக வரும். ஆகவே ஒரே நேரத்தில் மூன்று காய்களைத் தொலிப்பார். வலக்கை ஒரு காயை எடுத்துத் தரையில் கொட்டி உடைத்துத் தொலிக்கும். இடக்கையும் அதே போல ஒரு காயை எடுத்துத் தரையில் கொட்டும். இடையிடையே இடக்கை இன்னொரு வேலையையும் செய்யும். ஒரு காயை எடுத்துத் தூக்கி வாயை நோக்கி எறியும். தன்னை நோக்கி வரும் காயைத் தவறாமல் முன்பல்லால் பிடித்துக் கொள்ளும் வாய், கையின் உதவியில்லாமல் தானாகவே கடித்து உடைத்துத் துப்பும். இவ்விதம் ஒரே நேரத்தில் மூன்று காய்களை அம்மா தொலிப்பார். எங்களுக்கெல்லாம் அந்த வித்தை கை வராது. அது அம்மாவுக்கு மட்டுமே கைவந்த வித்தை.

அந்தச் சமயத்தில் எனக்கும் என் அண்ணனுக்கும் காசு கொடுப்பதாக ஆசை காட்டி அம்மா வேலை வாங்குவார். ஒருபடி காயை முன்னால் கொட்டி வைத்துவிடுவார். இதைத் தொலித்துக் கொடுத்துவிட்டு விளையாடப் போகலாம் என்று சொல்வார். நிலாக்கால இரவுகளில் என் பாட்டியும் சித்திகளும் சிறுவர் சிறுமிகளும் கூடிவிடுவோம். சித்தப்பா வீட்டுக் காரைவாசல் பெரிய களமாக இருக்கும். கடலைக்காயைக் கூடையில் போட்டு எடுத்துக்கொண்டு எல்லோரும் அங்கே போய் உட்கார்ந்துகொள்வோம். கதை பேசிக்கொண்டே வெகுநேரம் தொலிப்போம். விடுகதை போடுவதற்கு உகந்தது கடலைக்காய் தொலிக்கும் களம். எங்கள் பகுதியில் பிறந்த குழந்தைக்கும் தெரியும் விடுகதை, 'கண்டு பூப் பூக்கும்; காணாமல் காய் காய்க்கும். அது என்ன?' என்பதாகும். இதற்கு விடை 'நிலக்கடலை'தான். நிலக்கடலையோடு ஊடுபயிராக வளரும் ஆமணக்கை நாங்கள் 'கொட்டச்செடி' என்போம். அதற்கும் ஒரு விடுகதை உண்டு. 'மேலெல்லாம் முள்ளிருக்கும்; பலாக்காயும் அல்ல. உள்ளே வெளுத்திருக்கும்; தேங்காயும் அல்ல. அது என்ன?' இப்படிப் பல விடுகதைகள் போடும்போது நேரம்

போவதே தெரியாது. வேலையும் நடக்கும்; கதையும் நடக்கும். அற்புதமான இரவுகள் அவை.

அந்தக் களத்தில் ஒருபடி காயைக் கொட்டி யார் முதலில் தொலிக்கிறார்கள் என்று போட்டி நடக்கும். நானும் என் சித்தப்பா பிள்ளைகளும் சிறியவர்கள். எங்களோடு போட்டியிடும் என் அண்ணனே பெரும்பாலும் வெற்றி பெறுவான். எப்போதாவது அவன் பின் தங்கி எங்களில் யாராவது ஜெயித்தால் அன்றைக்குக் கொண்டாட்டமாக இருக்கும். 'தோத்தாங்கொல்லி தோத்தாங்கொல்லி' என்று கூட்டமாகச் சேர்ந்து அண்ணனைக் கேலி செய்வோம். அவன் கோபித்துக்கொண்டு எழுந்து போய்விடுவான். எங்கள் எண்ணம் விளையாட்டில் இருக்கும் அக்காலத்தில் அம்மாவின் நினைவெல்லாம் கடலைக்காயின் மேலேயே இருக்கும். சித்திரையில் மழை பெய்துவிட்டால் உழவு வேலைகள் தொடங்கிவிடும். அதற்குள் கடலைக்காய் தொடர்பானவற்றை முடித்து வைத்துக் கொண்டால்தான் நிம்மதியாக இருக்க முடியும். கடலைக்காய் தொலித்துத் தொலித்துக் கைவிரல் நகங்கள் மழுங்கியும் விரல் நுனிகள் சிவந்தும் போய்விடும். வாயிலும் கடித்துத் தொலிப்பதால் உதடுகள் புண்ணாகி எரியும். தூங்கப் போகும்போது உதட்டுக்கு வெண்ணெய் தடவிக்கொள்வோம். சந்தோசத்திற்கும் கஷ்டத்திற்கும் இடையே எப்படியோ தொலித்து முடிப்போம்.

உடனே சல்லடையால் பருப்பைச் சலிக்க வேண்டும். எல்லாப் பருப்பும் விதைக்கு ஆகாது. வற்றிச் சூம்பிக் கிடக்கும் பருப்பை 'வத்தப் பருப்பு' என்போம். விதைப்பருப்பும் வத்தப் பருப்பும் கலந்திருக்கும். அவற்றைப் பிரித்து எடுக்கவே சலிப்பு. ஊரிலேயே சிலரிடம்தான் பருப்புச் சல்லடை இருக்கும். இரும்பில் வட்ட வடிவில் உள்ளே துளைகளுடன் இருக்கும் சல்லடைக்கு அந்தச் சமயத்தில் நிறையக் கிராக்கி இருக்கும். அது விலை அதிகம். ஆகவே எல்லோர் வீட்டிலும் இருக்காது. சில பேர் சல்லடைக்கு ஒரு வள்ளம் பருப்பு கொடுக்க வேண்டும் என்று வாடகை கேட்பார்கள். உறவுக்காகவும் நட்புக்காகவும் சும்மாவே கொடுப்பவர்களே அதிகம். அப்படியானவர்களிடம் சல்லடை வாங்கி வந்து பருப்புச் சலிக்கும் வேலை நடக்கும். அது பெரிய வேலை. இரண்டு கால்களையும் அகட்டி வைத்துக்கொண்டு அம்மா உட்கார்ந்திருப்பார். கால்களுக்கு ஒருபுறம் தொலித்த கடலைப்பருப்புக் கூடை. அதிலிருந்து அள்ளிச் சல்லடையில் போட்டுக் கால்களுக்கிடையே சல்லடையை முன்னும் பின்னுமாகவும் மேலும் கீழுமாகவும் அசைக்க வேண்டும். வத்தப் பருப்புகள் சல்லடை ஓட்டை வழியாகக் கீழே போய்

விழும். விதைப் பருப்புகள் சல்லடையில் தங்கிவிடும். கால்களுக்கு இன்னொரு புறத்தில் இருக்கும் கூடையில் சலித்த பருப்பைக் கொட்ட வேண்டும். இந்த வேலை சில நாட்கள் நடக்கும்.

விதைப் பருப்பில் எறும்புகள் மொய்த்துவிடாமல் பாதுகாப்பு செய்து வைப்போம். வத்தப் பருப்பைச் சாக்கில் போட்டுக் கட்டி வைப்போம். கொட்டமுத்து மூட்டையும் ஏற்கனவே தயாராக இருக்கும். எண்ணெய் ஆட்டும் செக்கு இரண்டு ஊர்களில் மட்டும் இருந்தது. இரண்டுமே எங்கள் ஊரிலிருந்து ஐந்தாறு கல் தொலைவில் இருப்பவை. காட்டுவழியில்தான் போக வேண்டும். சைக்கிளைத் தள்ளிக்கொண்டுகூடப் போக முடியாது. எண்ணெய்க்குடங்கள் எங்கள் வீட்டில் இருந்தன. கடலை எண்ணெய்க்கு ஒரு குடம். விளக்கெண்ணெய்க்கு ஒரு குடம். இரண்டிலும் இருக்கும் போனவருசத்துப் பழைய எண்ணெய்யை வடித்தெடுத்துப் புட்டிகளிலோ தூக்குப்போசிகளிலோ ஊற்றி வைத்துவிட்டுப் பிசுக்குப் போக எண்ணெய்க் குடங்களைக் கழுவி நன்றாகக் காய வைக்க வேண்டும். அதற்கு இரண்டு மூன்று நாட்கள் எடுத்துக்கொள்வார் அம்மா. எண்ணெய் ஆட்டுவதற்குச் செவ்வாய்க்கிழமை, வியாழக்கிழமை, ஞாயிற்றுக்கிழமை ஆகியவை நல்ல நாட்கள் என்று சொல்வார்கள். அப்படி ஒருநாளைத் தேர்ந்தெடுத்து மூவரும் கிளம்புவோம். அண்ணன் தலையில் ஒரு மூட்டையும் என் தலையில் ஒரு மூட்டையும் இருக்கும். அம்மா தலையில் கூடையும் அதற்குள் எண்ணெய்க் குடமும் இருக்கும். இன்னொரு கூடையும் குடமும் இடுப்பில் ஏறும். தூக்குப்போசியில் பழைய சோறு கரைத்து எடுத்திருப்போம். ஆளுக்கு ஒரு கையாக மாற்றி மாற்றித் தூக்கிப்போசியைத் தூக்குவோம். மூவரும் விடிகாலையிலேயே கிளம்பிவிடுவோம்.

கொஞ்சம் வெயில் வரட்டும் என்றுதான் எண்ணெய்ச் செக்கில் மாட்டைக் கட்டி ஆட்டத் தொடங்குவார்கள். அதற்குள் அங்கே போய்விடுவோம். முதல்நாள் கொண்டு வந்து வைத்துவிட்டுப் போனவர்களின் மூட்டைகள் இருக்கும். ஆனால் அம்மா தயவாகக் கேட்பார். எங்களுடையதை முதலில் போட்டு ஆட்டிக் கொடுத்துவிடுங்கள், அத்தனை தூரத்திலிருந்து வந்திருக்கிறோம், இன்னொரு நாள் வருவது கஷ்டம் என்றெல்லாம் சொல்வார். கடலை எண்ணெய்க்கு ஒரு செக்கு, விளக்கெண்ணெய்க்கு ஒரு செக்கு என்று ஆட்டும். வரத்து அதிகம் இல்லை என்றால் ஒரே செக்குத்தான் இரண்டுக்கும். அப்படியானால் விளக்கெண்ணெய்க்கு இன்னொரு நாள் வர வேண்டியிருக்கும். அன்றைய நாள் முழுக்க அங்கேதான். விளக்கெண்ணெய்க்குத்தான் வேலை அதிகம். அதைக் காய்ச்சி வடிக்க வேண்டும். ஆறும் வரைக்கும் பொறுத்திருக்க வேண்டும்.

தூக்குப்போசிச் சோறும் அவ்வூரில் இருக்கும் இட்லிக்கடையும் பசி போக்கும். கடை இட்லி சாப்பிட எனக்கும் அண்ணனுக்கும் மிகவும் பிடிக்கும். கடைக் குழம்பு ருசி என்னதான் வீட்டில் செய்தாலும் வராது. 'கடைக்கொழம்பு நக்கிப் பழகுனா நாக்கு நிக்காதுடா' என்று அம்மா திட்டுவார்.

எண்ணெய் நிறைந்த குடங்களை வீட்டுக்குக் கொண்டு வந்து சேர்ப்பதுதான் பெரிய கஷ்டம். குடத்தில் எண்ணெய்யை நிறைத்து வாய்ப்பகுதியில் துணியால் வேடு கட்டி மூடிக் கொண்டை போடுவார் அம்மா. அதைத் தூக்கிக் கூடைக்குள் வைத்துச் சுற்றிலும் வைக்கோலால் அணை கொடுப்பார். தலையில் வைத்து நடக்கும்போது குடம் சிறிதும் அசையாது. வேப்பிலையும் அடுப்புக் கரியும் கூடைக்குள் வைத்த பிறகுதான் தூக்க வேண்டும். புது எண்ணெய் வாசத்துக்குப் பேய் பிசாசுகள் அண்டும். அவற்றை விரட்டவே வேப்பிலையும் கரியும். அம்மா தலையில் கடலை எண்ணெய்க் குடமிருக்கும். அதுதான் பெரியது. விளக்கெண்ணெய்க் குடம் சிறியது. அது அண்ணன் தலையில் இருக்கும். எண்ணெய் ஆட்டுபவரே புண்ணாக்கை எடுத்துக்கொள்வார். அதுதான் அவருக்குக் கூலி. ஆகவே புண்ணாக்குச் சுமை கிடையாது. ஏதாவது எண்ணெய் மீந்திருந்தால் தூக்குப்போசியில் ஊற்றி எடுத்துக்கொள்வோம். சில புட்டிகளிலும் எடுத்துக்கொள்ள நேரும். அவை என் சுமை.

வழியைப் பார்த்து நடந்து போக வேண்டும். சிறுகல் தடுக்கித் தடுமாறினால்கூட எண்ணெய்க் குடம் விழுந்துவிடலாம். ஆகவே அம்மா மிகவும் பொறுமையாக நடப்பார். அண்ணனையும் என்னையும் தொடர்ந்து எச்சரித்துக்கொண்டே இருப்பார். வீடு வந்து சேரும்வரை அம்மாவுக்குப் பதற்றமாகவே இருக்கும். பொழுது இறங்குவதற்குள் வீட்டுக்குப் போய்ச் சேர வேண்டும். இருட்டுக் கட்டினால் பேய்கள் நடமாட ஆரம்பித்துவிடும் என்னும் நம்பிக்கை. குடத்தை வைத்துக்கொண்டு காடுகரைகளில், ஒற்றையடித் தடத்தில் இருளில் நடப்பதில் உள்ள இடர்ப்பாடு. அப்படியும் அடுப்புக்கரியும் வேப்பிலைக் கொத்தும் பேயை ஓட்டிப் பாதுகாக்கும் அரண்களாகக் கூடைக்குள் வைத்திருப்பார் அம்மா. ஓராண்டு முழுவதும் வீட்டுக்குத் தேவையான எண்ணெய் அது. பாதுகாப்பாக வீட்டில் வந்து இறக்கி அவற்றுக்குரிய இடத்தில் வைத்த பிறகே அம்மாவுக்கு நிம்மதி வரும். ஆண்டுக்கு ஒருநாள் இப்படி எண்ணெய் வேலைக்காக ஒதுக்கிவிடுவோம்.

எண்ணெய் வீடு வந்த சேர்ந்த பிறகு அதையொட்டிய வேறு வேலைகள் தொடங்கும். புது எண்ணெய்யை அப்படியே எடுத்துப் பயன்படுத்தக் கூடாது. ஊர்த் தெய்வமான மாரியம்மனுக்கும்

எங்கள் குலதெய்வத்துக்கும் புதுஎண்ணெய்யில் விளக்குப் போட வேண்டும். அதன் பிறகே சமையலுக்குப் பயன்படுத்தலாம். அந்தச் சமயத்தில் எங்களுக்குப் பள்ளி கோடை விடுமுறை வந்திருக்கும். வெள்ளிக்கிழமை பார்த்து மாரியம்மனுக்கு விளக்குப் போட்டுவிடுவோம். பத்துக் கல் தொலைவு தூரத்தில் உள்ள குலதெய்வக் கோயிலுக்குப் போய் வருவதற்கு நாள் குறிக்க வேண்டும். அன்றைக்கு அப்பன் ஒரு சைக்கிளிலும் அண்ணன் ஒரு சைக்கிளிலும் வருவார்கள். அப்பன் சைக்கிளில் அம்மா உட்கார்ந்துகொள்வார். அண்ணன் சைக்கிளில் நான். நால்வரும் எங்கள் குலதெய்வமாகிய கரியகாளியம்மனுக்கு விளக்குப் போடப் போய்வருவோம். அதன் பிறகு எனக்கும் அண்ணனுக்கும் விளக்கெண்ணெய்க் குடிக்கும் பேதி மருத்துவம்.

ஒருநாள் முன்னதாக அம்மா கம்மஞ்சோறு ஆக்குவார். சோறு ஆறிய பிறகு உருண்டை உருண்டையாகத் தோண்டி எடுத்துத் தனிச் சட்டியில் போட்டுத் தண்ணீர் ஊற்றி வைப்பார். ஒருநாள் முழுதாக ஊறிய பிறகு கிடைக்கும் நீத்தண்ணி பேதி மருத்துவத்திற்குத் தேவைப்படும். விளக்கெண்ணெய் குடிக்கும் அன்றைக்கு விடிகாலையிலேயே எழுப்பிவிடுவார். கம்மஞ்சோற்று நீத்தண்ணியை நன்றாகச் சூடாக்கி பெரிய டம்ளரில் கால் பங்கு ஊற்றுவார். மிச்சம் முக்கால் பங்கு புது விளக்கெண்ணெய். இரண்டையும் கலந்ததும் மெல்லிய சூட்டுடன் விளக்கெண்ணெய் இளகி எளிதாகக் குடிக்க ஏற்றதாகிவிடும். டம்ளரைக் கையில் எடுத்ததும் கண்ணை மூடிக்கொண்டு ஒரு டம்ளரையும் குடித்துவிட வேண்டும். இடையில் நிறுத்தக் கூடாது. அம்மா கையில் கருப்பட்டித் துண்டை வைத்திருப்பார். குடித்து முடித்ததும் கருப்பட்டியை வாயில் போட்டுக்கொண்டால் எண்ணெய்ச் சுவையின் குமட்டல் போய் நாக்கில் தித்திப்பு கூடும்.

அன்றைக்கு அரைநாள் காட்டுக்கும் வீட்டுக்கும் ஒரே ஓட்டம்தான். விளக்கெண்ணெய் வயிற்றை அலசி எடுத்துவிடும். வெறும் தண்ணீராகக் கொட்டிச் சோர்ந்து போகும் நேரத்திற்குள் அம்மா நெல்லஞ்சோறாக்கிப் பேதிரசம் வைத்திருப்பார். தாளிப்பில்லாமல் எல்லாவற்றையும் பச்சையாகப் போட்டுச் செய்யும் ரசம் இது. இதைப் 'பச்சப்புளி ரசம்' என்றும் சொல்வதுண்டு. அந்த ரசத்தைச் சாதாரண நாட்களில் சாப்பிடப் பிடிக்காது. பேதி நாளில் அந்த ரசம் அத்தனை ருசியாக இருக்கும். ரசத்தோடு சோறு சாப்பிட்ட பிறகு பேதி குறைந்து படிப்படியாக நிற்கும். அன்றைக்கு முழுக்கவும் அந்த ரசஞ்சோறுதான். பேதி வந்து கொண்டேயிருந்தால் மோர் ஒரு டம்ளர் குடித்தால் போதும்; உடனே நின்றுவிடும்.

எண்ணெய் வைபவம் இத்துடன் முடிவதில்லை. அதன் உச்சக்கட்டம் இனிமேல்தான்.

செவ்வாய் அன்று அம்மா சந்தைக்குப் போய்வருவார். உடனே எங்களுக்குத் தெரிந்துவிடும். முறுக்குச் சுடப் போகிறார். 'எப்பம்மா எப்பம்மா?' என்று ஆவலாகக் கேட்போம். 'செய்யலாண்டா' என்பாரே தவிர என்றைக்கு எனச் சொல்ல மாட்டார். திடுமென ஒருநாள் விடிகாலை மூன்று மணி, மூன்றரை மணிக்கு என்னை எழுப்புவார். பார்த்தால் அடுப்பில் எண்ணெய் காய்ந்து கொண்டிருக்கும். முறுக்குச் சுடும்போது அடுப்புக்கு நின்று எரியும் மரக்கட்டைகளையே பயன்படுத்துவார். முறுக்குக்கான மாவு பெரிய பித்தளைக் குண்டானில் பிசைந்து வைக்கப்பட்டிருக்கும். அம்மா எந்நேரம் அரிசி ஊற வைத்தார், எந்நேரம் உரலில் போட்டு அரைத்தார், சீரகம் ஓமப்பொடி உள்ளிட்டவை கலந்து மாவு பிசைந்து எப்போது தயார் செய்தார் என்பது ஒன்றும் எங்களுக்குத் தெரியாது. அண்ணனை எழுப்ப மாட்டார். அவனுக்கு முறுக்குச் சுடும் வேலையில் பொறுமை கிடையாது. நான்தான் லாயக்கு என்பது அம்மாவின் தீர்மானம். எனக்கும் அதில் பெருமை.

முறுக்குக்குப் பதமாக மாவு பிசைவதிலும் சுட்டு எடுப்பதிலும் கைதேர்ந்தவர் அம்மா. மாவை முறுக்குப்படியில் திணித்து அரிகரண்டியைக் கவிழ்த்து அதன்மீது பிழிவார். முறுக்குப்படியில் நான்கைந்து தகடுகள் இருக்கும். அவற்றில் வடிவங்கள் வித்தியாசமாக இருப்பினும் அடிப்படையில் இருவகை முறுக்குகள் பிழியலாம். ஒன்று முள்முறுக்கு. இன்னொன்று மெதுமுறுக்கு. முள்முறுக்கில் மாவு முள் போலத் துருத்தி நிற்கும். கடித்துத் தின்னக் கொஞ்சம் கடினம். மெதுமுறுக்கு வாயில் போட்டால் மொறுமொறுத்துக் கரையும். பிழிந்ததை அம்மா எண்ணெய்யில் போடுவார். முறுக்கு வேக வேக இரும்புத் தோசைக்கரண்டியின் காம்புப் பகுதியைக் கொண்டு திருப்பித் திருப்பிப் போடுவதும் வெந்ததைப் பதம் பார்த்து எடுத்துப் பாத்திரத்தில் போடுவதும் என் வேலை. முறுக்குப் பிழிவதற்கு கை வலு வேண்டும். அதே போல அடுப்பருகிலேயே நின்றுகொண்டு முறுக்கைச் சுட்டெடுப்பதும் கடினம். வெப்பம் முகத்திலடிக்கும். அதற்குத்தான் பொறுமை வேண்டும். இருவரும் ஏதேதோ பேசிக்கொண்டே வேலை செய்வோம். அடுப்பைத் தணித்துவிட்டு சுட்ட முறுக்கை ஏற்கனவே தயார் செய்து வைத்திருக்கும் பெரிய மொடாவுக்குள் அம்மா கொண்டு போய்ப் போட்டு வருவார். அப்போது நான் ஓய்வெடுத்துக் கொள்ளலாம். ஓய்வெடுப்பது என்பது முறுக்குத் தின்பதுதான். சுட்டு முடிப்பதற்குள் பத்து முறுக்காவது தின்றுவிடுவேன்.

'கம்மியாத் தின்னுடா' என்று அம்மா திட்டுவார். இரண்டு மொடாக்கள் நிறைந்து பாத்திரமும் நிறைந்து மாவு தீரும் நிலைக்கு வரும்போது பச்பச்சென்று விடியல் வரும்.

கோடை விடுமுறைக் காலமாகிய ஒருமாதமும் தின்று தின்று இரண்டு மொடாக்களையும் காலி செய்வதுதான் எங்கள் வேலை. 'ரண்டு பெருக்கானும் மொடாத் தீனி தின்னு முடிச்சுருச்சிங்க' என்று கேலி செய்து சிரிப்பார் அம்மா.

◯

4

மொய்க்கணக்கு

நான் இரண்டாம் வகுப்பு படித்த காலத்தில் ஒரு மொய்க்கணக்கு நோட்டு போட்டோம். அப்போது என் அண்ணன் ஆறாம் வகுப்பு படித்தான். அந்தக் கல்வியாண்டு முடிவில் அதிகப் பக்கங்கள் மீதமிருந்த அவனுடைய ஆங்கில நோட்டு ஒன்றைத்தான் அதற்குப் பயன்படுத்தினோம். அந்த நோட்டில் இரண்டு தலைப்புக்களை எழுதினோம். ஒன்று, 'வைத்த மொய்.' இது எங்களுக்கு வர வேண்டிய மொய்ப்பணம். இன்னொன்று 'வைக்க வேண்டிய மொய்.' இது நாங்கள் கட்ட வேண்டிய கடன் மொய்ப்பணம். வைத்த மொய்க்கணக்கே அதிகமாக இருந்தது. ஏனென்றால் எங்கள் வீட்டில் விசேஷம் எதுவும் நடக்கவில்லை.

நாங்கள் இருவரும் பையன்கள். பெண் குழந்தை இருந்திருந்தால் இடையில் விசேஷம் நடந்திருக்கும். பெண் பெரியவளாவதைத் 'திரட்டி' சுற்றிப் பெரிய விசேஷமாகக் கொண்டாடுவது வழக்கம். பெண்ணாக இருந்தால் பதினாறு பதினேழு வயதில் திருமணமும் செய்துவிடுவார்கள். எங்கள் வீட்டில் அதற்கெல்லாம் வாய்ப்பில்லை. பெற்றோரின் திருமணத்திற்குப் பிறகு ஒரே ஒரு விசேஷம்தான் நடந்தது. என் அண்ணனின் காதுகுத்து நிகழ்ச்சி. அம்மாவுக்கு முதலில் ஒரு குழந்தை பிறந்து இறந்துவிட்டதாலும் என் அண்ணனே எங்கள் ஒட்டுமொத்தக் குடும்பத்திற்கும் முதல் குழந்தை என்பதாலும் அவனுக்கு நிறைய வேண்டுதல்கள் இருந்ததாலும் பத்திரிகை அடித்துக் காதுகுத்தினார்கள்.

என் பெற்றோரின் திருமணத்திற்குப் பத்திரிகை இல்லை. அப்போதெல்லாம் பத்திரிகை அடிப்பது பணக்காரர்களால்தான் முடியும். ஆனால் அண்ணனின் காதுகுத்துக்குப் பத்திரிகை அடித்துக் குடும்பமே கொண்டாடியது. 'காதணி விழா அழைப்பிதழ்' என்னும் ஒற்றை அட்டை அழைப்பிதழின் சில பிரதிகள் எங்கள் வீட்டில் ரொம்ப காலம் இருந்தன. அதைக் கையில் எடுத்துக்கொண்டு அவ்வப்போது 'எனக்குப் பத்திரிக அடிச்சுக் காது குத்துனாங்கடா' என்று பெருமை பீற்றுவது அண்ணனின் வழக்கம். அப்போதெல்லாம் 'எனக்கு ஏம்மா பத்திரிக அடிக்கல' என்று கேட்டு அம்மாவிடம் அழுவேன். 'உங் கலியாணத்துக்குப் பத்திரிக அடிச்சிரலாம்' என்று என்னைக் கேலி செய்து தேற்றுவார் அம்மா.

காதணி விழாவின்போது மொய் வாங்கியிருந்தார்கள். அப்போது எழுதி வைக்கும் வழக்கமில்லை. எழுதத் தெரிந்தவர்களும் இல்லை. யார் யார் மொய் வைத்தார்கள், எவ்வளவு வைத்தார்கள் என்னும் விவரங்களை எல்லாம் அம்மா நினைவில் வைத்திருந்தார். காதணி விழா நடந்தது 1963ஆம் ஆண்டு. பத்து வருசம் கழித்து நாங்கள் மொய்க்கணக்கு நோட்டுப் போட்டோம். அன்றைக்கு இரவு லாந்தர் வெளிச்சத்தில் நாங்கள் நால்வரும் உட்கார்ந்து மொய்க்கணக்கு எழுதினோம். முதலில் 'வைத்தமொய்க்' கணக்கு. அந்தக் கணக்கு கொஞ்சம் கஷ்டம். ஒருவர் அண்ணனின் காதணி நிகழ்வுக்கு வந்து மொய் வைத்திருப்பார். அதற்குப் பிறகு அவர்கள் வீட்டில் ஏதாவது விசேஷம் நடந்திருக்கும். அந்த நிகழ்வுக்கு நாங்கள் போய் மொய் வைத்திருப்போம். அந்த விசேஷம் நடத்தும் பெற்றோருக்கு வயதாகியிருந்தாலோ அவர்கள் வீட்டில் அதுதான் கடைசித் திருமண நிகழ்வாக இருந்தாலோ ஏற்கனவே அவர்கள் எங்களுக்கு வைத்த மொய்ப்பணம் எவ்வளவோ அதை மட்டும் வைத்துவிடுவோம். அவர்கள் வைத்ததற்கும் நாங்கள் வைத்ததற்கும் கணக்கு சரியாகிவிடும். பெற்றோருக்கு இரண்டு மூன்று பிள்ளைகள் இருந்தால் பெற்றோருக்குப் பிறகு மொய்ப்பணத்தை யார் வைப்பது என்னும் பிரச்சினை வந்துவிடும். ஆகவே அதைத் தவிர்க்க இந்த யுக்தி. சிலசமயம் அந்த வீட்டுக்காரர்களே 'வைத்த மொய்யை மட்டும் வையுங்கள்' என்று வேண்டுகோள் விடுப்பதும் உண்டு. கணக்கு சரியாகிவிட்டதால் இந்த மொய்க்கணக்கை நோட்டில் எழுத வேண்டியதில்லை.

ஒரு வீட்டில் இன்னும் பல நிகழ்வுகள் நடக்க வேண்டியிருக்குமானால் அவர்கள் எங்களுக்கு வைத்த மொய்ப்பணத்தோடு சேர்த்துக் கூடுதலாக ஒரு தொகையை வைப்போம். அப்படியானால் அந்தக் கூடுதல் தொகையை

மட்டும் 'வைத்த மொய்' என்னும் கணக்கில் எழுதுவோம். அந்தப் பணம் எங்களுக்கு வந்து சேர வேண்டியதாகும். வைத்த மொய் அதிகமாக இருந்தால் நம் வீட்டு விசேஷத்தின்போது கூடுதலாக மொய்ப்பணம் வரும். அது அப்போதைய செலவுக்கு உதவியாக இருக்கும். ஒருவர் எங்களுக்கு ஐந்து ரூபாய் மொய் வைத்திருந்தால் நாங்கள் ஒரு ஐந்து சேர்த்துப் பத்து ரூபாயாக வைப்போம். எங்களுக்கு வர வேண்டிய தொகை ரூபாய் ஐந்தாகும். அம்மா நினைவிலிருந்து ஒவ்வொன்றாகச் சொல்லச் சொல்ல நான்தான் நோட்டில் எழுதினேன். என் கையெழுத்துச் சின்னச் சின்னதாக இருக்கும். எழுத்துக்களுக்கு முனையில்லாமல் மொட்டை மொட்டையாக எழுதுவேன். ஆனால் கோட்டுக்கு உட்பட்டு இருக்கும். 'மேல்கோட்டில் முட்டாமலும் கீழ்க்கோட்டைத் தொடாமலும் எழுத்து இருக்க வேண்டும்' என்பது எனக்குத் தொடக்கப் பள்ளியில் போதித்த ஒன்றாம் வகுப்பு ஆசிரியரின் அறிவுறுத்தல். ஒன்றாம் வகுப்பின் போதே அழகாகவும் கோவையாகவும் எழுதுவதைக் கற்றுக் கொண்டிருந்தேன். அண்ணன் ஒவ்வொரு எழுத்தையும் பிளந்து எழுதுவான். அவனுக்குக் கோடும் போதாது; பக்கமும் போதாது. ஆகவே எதுவென்றாலும் என்னையே எழுதச் சொல்லிவிடுவான்.

நோட்டில் ஒவ்வொருவரின் ஊர்ப்பெயர், காட்டுப்பெயர், இயற்பெயர், பட்டப்பெயர் ஆகியவற்றை வரிசைக் கிரமமாக எழுதினேன். 'காட்டுப்பட்டி மணக்காடு முருகன் (கூளையன்) = ரூ.5.00' என்னும் வகையில் அப்பதிவு அமையும். பலரது இயற்பெயர் சொன்னால் யாரென்றே தெரியாது. ஆகவே பட்டப்பெயரையும் சேர்த்து எழுதினோம். சிலருக்கு இயற்பெயர் என்னவென்றே தெரியாது. என் அப்பனின் இயற்பெயர் ஊரார் பலருக்கும் தெரியாது. 'மசையன்' என்பது அவரது பட்டப்பெயர். ஆகவே அவரது பெயரை எழுதினால் 'காட்டுப்பட்டி மசக்கவுண்டர்' என்பதாக எழுதுவார்கள். சட்டென்று அடையாளம் காணப் பட்டப்பெயரே உதவும்.

வைத்தமொய்க் கணக்கை ஒருவழியாக முடித்தோம். விட்டுப் போனவற்றை நினைவு வரும்போது எழுதிக்கொள்ளலாம் என முடிவு செய்தோம். அதற்குப் பின் 'வைக்க வேண்டிய மொய்க்' கணக்கு. அண்ணனின் காதணி விழாவுக்கு மொய் வைத்தவர்களில் நாங்கள் இன்னும் வைக்க வேண்டியது பாக்கி இருப்பவர்களின் பெயர்கள் இந்தக் கணக்கில் வரும். முதலில் எடுத்தவுடன் அம்மா 'மொந்தப்பாளையம் முருங்கைக்காடு கந்தாயி = ரூ.1.00' என்று சொன்னார். அந்தக் காலத்தில் மொய் வைப்பதில் குறைந்தபட்சத் தொகையாக ஒரு ரூபாய் இருந்தது. மொந்தப்பாளையம் எங்கள் ஊரிலிருந்து தூரம்.

'யாரும்மா இது?' என்று கேட்டோம். 'அது ஒரு பாட்டி' என்று சொல்லித் தனது அம்மா வகையில் சுற்றிச் சொல்லி 'என்னோட அம்மாவோட மாமனோட சம்பந்தியோட தங்கச்சியோட. . .' என்று நீண்டு எங்களுக்கு ஏதோ ஒரு உறவு வகையைக் காட்டினார் அம்மா. 'இந்தக் கடன் இப்போதைக்குத் தீராது' என்றும் அம்மா சொன்னார். கந்தாயிப் பாட்டியின் மகனும் மருமகளும் இறந்துவிட்டார்கள். ஒரே ஒரு பேரன் மட்டும்தான். பேரன் சிறுபையன். அவனுக்குத் திருமணம் நடக்கும்போதுதான் மொய் வாங்குவார்கள். அதுவரைக்கும் இது கடன்தான்.

'வைக்க வேண்டிய மொய்க்' கணக்கில் மேலும் சிலவற்றை எழுதினோம். அது மொத்தமாகவே ஒரு பக்கத்திற்குள் அடங்கிவிட்டது. 'வைத்த மொய்ப்' பகுதி ஐந்தாறு பக்கங்களைக் கடந்திருந்தது. அதற்குப் பின் ஏதாவது விசேஷத்திற்குப் போய் மொய் வைத்து வந்தால் நோட்டில் அதை எழுதி வைப்பது வழக்கமாயிற்று. வைக்க வேண்டிய மொய்ப் பகுதியில் அடித்தல்கள் நேரும். வைத்த மொய்ப் பகுதியில் சேர்க்கைகள் கூடும். எல்லாம் வைத்து முடித்த பிறகு ஒருசமயத்தில் வைக்க வேண்டிய மொய்யில் 'கந்தாயி' பெயர் மட்டுமே அடிபடாமல் இருந்தது. எப்போதாவது மொய் நோட்டை எடுக்கையில் கந்தாயிப் பாட்டியின் கடன் அடைபடாமல் இருப்பதைப் பற்றிப் பேச்சு வரும். 'பாட்டியின் பேரனுக்குக் கலியாணம் ஆயிருச்சோ என்னமோ?' என்று கேட்டால் அம்மா 'அதெப்படி? எனக்குச் சொல்லாத கலியாணம் பண்ணீருவாளா பாட்டி? ஒரு ருவா மொய்ய பாட்டி நெனப்பா வெச்சிருப்பா பாரு. ஒரு வருசத்துக்கு முன்னால சந்தையில பாத்தப்பக்கூட ஒரு ருவா மொய் வெச்சிருக்கறன், தப்பாம பேரன் கலியாணத்துக்கு வந்து வெச்சிட்டுச் சாப்பிட்டுட்டு போன்னு எங்கிட்டச் சொன்னாளே பாட்டி' என்று நம்பிக்கையான பதிலைச் சொல்வார்.

என் அண்ணன் திருமணமும் நடந்தது. அதற்குக் கந்தாயிப் பாட்டி வரவில்லை. அந்த ஊருக்குப் போனபோது பாட்டியைப் பார்த்துக் கையிலேயே பத்திரிகையைக் கொடுத்துவிட்டு வந்ததாக அம்மா சொன்னார். பாட்டியின் பேரனுக்கும் பெண் பார்த்துக் கொண்டிருந்தார்களாம். பெண் அமையவில்லையாம். அதனால் பாட்டிக்கு வருத்தமாம். எந்தக் கல்யாணம் நடந்தாலும் போவதில்லையாம். யாராவது கல்யாணத்திற்கு வந்து அழைத்தால் பாட்டியின் முகம் சோர்ந்துவிடுமாம். ஆகவே என் அண்ணனின் திருமணத்திற்குப் பாட்டி கூடுதலாக மொய் வைக்கவில்லை. பழைய ஒரு ரூபாய் மட்டும் அப்படியே இருந்தது. வந்திருந்தாலும் கூடுதலாக மொய் வைத்திருக்க வாய்ப்பில்லை. அண்ணன் திருமணத்தில் நாங்கள் கூடுதலாக

மொய் வாங்கவில்லை. அப்போது மொய் என்பது சுமை என்னும் கருத்து வலுப்பட்டுக்கொண்டு வந்தது. ஆகவே வைத்த மொய்யை மட்டும் வாங்கினோம்.

சில வருசங்கள் கழித்து அம்மாவுக்கு யார் மூலமாகவோ தகவல் வந்தது. கந்தாயிப் பாட்டி பேரனுக்குத் திருமணம் ஆகிவிட்டதாம். அப்போதெல்லாம் மொய்க்கணக்கில் கறார்த்தன்மை உண்டு. வைத்தமொய்த் தொகையை ஒருவர் மறந்து குறைவாக வைத்துவிட்டால் 'நாங்க இவ்வளவு வெச்சம், நீங்க எப்படிக் கொறச்சு வைக்கலாம்' என்று சண்டை போடுவார்கள். விசேஷத்திற்குப் போக முடியவில்லை என்றால் போகும் யாரிடமாவது மொய்ப்பணத்தைக் கொடுத்தனுப்புவார்கள். அதுவும் முடியாவிட்டால் விசேஷம் முடிந்த பிறகு ஒருநாள் நேரில் போய்ப் பார்த்து வர முடியாமைக்கு வருத்தம் தெரிவித்துவிட்டு மொய்ப்பணத்தைக் கொடுப்பார்கள். விசேஷ வீட்டுக்காரர்களே வந்து 'நீங்க வந்து மொய் வைக்கவில்லையே' என்று நினைவுபடுத்திக் கேட்டு வாங்கிச் செல்வார்கள். மொய் என்பது விசேஷத்திற்கான செலவின் ஒருபகுதியை நிறைவு செய்யும் கடன். அதற்கென்று சில ஒழுங்குமுறைகள் கடைபிடிக்கப்பட்டு வந்தன.

கந்தாயிக் கிழவி பேரன் திருமணத்திற்கு அழைக்கவில்லை என்பது அம்மாவுக்குப் பெரிய குறையாக இருந்தது. மொய்க்கடனை வேறு செலுத்தியாக வேண்டும். அந்த ஒரு ரூபாய் வைத்த காலத்தில் அதற்கிருந்த மதிப்பு இருபதாண்டுகளில் ஒன்றும் இல்லை என்றாகிவிட்டது. என்றாலும் கடன் கடன்தானே. 'எப்படிக் கெழவி என்னயக் கூப்பிட மறந்தா?' என்று அம்மா ஆதங்கப்பட்டார். அத்தோடு நிற்கவில்லை. எனக்குப் பள்ளிக்கூடம் விடுமுறையாக இருந்த நாளொன்றில் விடிகாலையில் நேரமாகவே வேலையை முடித்துக்கொண்டு அம்மாவும் நானும் பேருந்து பிடித்து மொந்தப்பாளையம் போனோம். அங்கே பாட்டியைத் தவிர எங்களுக்குச் சொந்தமென்று யாருமில்லை. காட்டுக்குள் இருந்த வீட்டில் பாட்டியும் பேரனும் பேரனின் புதுமனைவியும் இருந்தார்கள். பாட்டிக்குத் தடி போட்டு நடக்கும் அளவுக்கு வயதாகியிருந்தது. மானாவாரி விவசாயம்தான். என்றாலும் ஐந்தாறு ஏக்கர் நிலம் இருக்கும் போலத் தெரிந்தது.

திருமணத்திற்கு அழைக்காதது குறித்துப் பாட்டியிடம் அம்மா கிட்டத்தட்டச் சண்டை போட்டார். பேரனிடம் சொல்லியனுப்பியதாகவும் அவன் கூப்பிட்டு வந்திருப்பான் என நினைத்ததாகவும் பாட்டி வருத்தத்தோடு சொன்னார். பேரனோ

பல பேரை நினைவு வைத்துக்கொள்ள முடியாததால் விடுபட்டுப் போனது எனச் சமாதானம் சொன்னார். பாட்டியிடம் பேசிக் கொண்டிருக்கும்போதே ‘சோத்துக்கு ஒல வெய்யாயா’ என்று பேரனின் மருமகளிடம் பாட்டி சொன்னார். ‘ஆடு கெடக்குது, மாடு கெடக்குது, நேரமாயிரும்’ என்று என்னென்னவோ சமாதானம் சொன்னாலும் பாட்டி கேட்கவில்லை. ‘வாய் வார்த்த வாயில இருக்க இருக்கச் சோறு ஆயிரும். மருமவளும் பேத்தி மொறதான். வேலையில சுட்டி’ என்று பாட்டி சொன்னார். தென்னையிலிருந்து இளநீர் வந்தது. பாட்டியிடம் அம்மா பேசினார், பேசினார், பேசிக் கொண்டேயிருந்தார். பேரனாகிய அண்ணனுடன் நான் காட்டுக்குள் கொஞ்ச நேரம் திரிந்தேன். மத்தியானச் சாப்பாடு பருப்புக் குழம்பு, கார வடையுடன் சாப்பிட்டோம். ‘எத்தனையோ காலத்துக்கு அப்பறம் வந்திருக்கற. இன்னம் எத்தன நாளைக்கு நான் இருக்கப் போறனோ தெரீல. இருந்துட்டுப் போ’ என்று பாட்டி வற்புறுத்தினார். அம்மாவுக்கு வேலை நினைவு வந்துவிட்டால் ஒரு நிமிசம் தங்க மாட்டார்.

விடைபெற்றுக் கிளம்பும்போது அம்மா பையிலிருந்து ஐந்து ரூபாய் நோட்டு ஒன்றை எடுத்துக் கொடுத்து ‘இந்தா மொய்ப்பணம் வெச்சுக்க’ என்றார். பாட்டி நோட்டை வாங்கவில்லை. பொக்கை வாயால் சிரித்தபடியே ‘ஒரு ரூவாதானே’ என்றார். ‘ஆமா. ஆனா இன்னைக்கி ஒரு ரூவாய்க்கி என்ன மதிப்பு இருக்குது? அஞ்சு ரூவாயா வெச்சுக்க’ என்று அம்மா நீட்டியபடியே இருந்தார். பாட்டி வாங்கவில்லை. ‘இப்பவே உன்னய வந்து அழைக்காத உட்டுப் போயிருச்சு. எங்காலத்துக்கு அப்பறம் இவன் நெனப்பு வெச்சுக்கிட்டு வரவா போறான்? உங்கடனோட செத்தா என்னாவிக்கு நல்ல கெதி கெடைக்குமா? நீ ஒரு ருவாய மட்டும் குடு’ என்று பிடிவாதம் பிடித்தார். என்ன சொல்லியும் கேட்கவில்லை. பாட்டி ஒரே ஒரு ரூபாயை மட்டும் வாங்கிக்கொண்டார். ‘அப்பாடா, கடன் தீந்துச்சு போ’ என்று அம்மா ஆசுவாசத்தோடு சொல்லிக்கொண்டே வந்தார். அன்றைக்கு இரவு நோட்டில் ‘வைக்க வேண்டிய மொய்’ என்னும் கணக்கில் கந்தாயிப் பாட்டியின் பெயரை அடித்து அந்தக் கணக்கை முடித்தோம்.

5

பொத்தென்று விழுந்த நிழல்

இரண்டாவது குழந்தை வேண்டும் என்று மாதாமாதம் கிருத்திகை தவறாமல் பழனிக்குப் போய் முருகனிடம் வேண்டுதல் வைத்து வந்தார் என் தந்தை. அவனருளால் பிறந்தவன் என்பதால் எனக்கு 'முருகன்' என்று பெயர் சூட்டினார். குழந்தையாக இருந்தபோது என்னைக் கொஞ்சி மகிழ்ந்திருப்பார். ஆனால் சிறுவயதிலேயே அவருக்கு என்னைப் பிடிக்காமல் போய்விட்டது. என் அண்ணனையே அவருக்கு மிகவும் பிடிக்கும். ஏழெட்டு வயது ஆகும் வரைக்கும்கூட அவனைத் தோளில் தூக்கி வைத்துக்கொண்டு போவார். அவர் போகும் இடத்துக்கெல்லாம் அவனை உடனழைத்துச் செல்வார். நாய்க்குட்டி போல அவனும் அவர் பின்னாலேயே திரிவான். என்னைச் சீண்ட மாட்டார். அவர் பின்னால் அழுதுகொண்டே ஓடுவேன். 'ஊட்டுக்குப் போடா' என்று ஆக்ரோசமாகத் தள்ளிவிட்டுப் போவார். இரவில் வரும்போது தின்பண்டம் வாங்கி வந்தால் அண்ணன் கையில்தான் கொடுப்பார். ஒருநாளும் என் கையில் ஒரு பொட்டலத்தை அவர் வைத்ததில்லை. அவனாகப் பார்த்து எனக்குப் பங்கு பிரித்துக் கொடுத்தால்தான் உண்டு. இல்லாவிட்டால் சண்டை போட்டு அம்மா எனக்கு வாங்கிக் கொடுக்க வேண்டும். அழாமல் எனக்கு எதுவும் கிடைக்காது. சிலநாள் அவர் வாங்கி வந்த பொட்டலத்தோடு அவன் கண் காணாமல் ஓடிப் போவான். எனக்கு ஒன்றும் கிடைக்காது.

என் அண்ணனுக்கும் எனக்கும் முரண்பட்ட குணங்கள். அவன் தைரியசாலி. கிணற்றில் குதிப்பான்; பனையிலும் தென்னையிலும் நெஞ்சைக் கொடுத்து ஏறுவான்; எப்பேர்ப்பட்ட மாட்டையும் ஏரில் கட்டுவான்; மாட்டுவண்டி ஓட்டுவான்; ஏற்றமும் இறைப்பான்; இருளில் ஓடுவான். அவன் அவரைப் போலவே உடல் உழைப்பிலும் கெட்டி. எந்த இடத்திலும் கூச்சமின்றிப் பேசுவான். யாரிடமும் சண்டைக்குப் போவான். 'துடியானவன்' என்று அவனுக்குப் பாராட்டுப் பத்திரம் யார் வாயிலிருந்தாவது கிடைத்துக்கொண்டே இருக்கும். எனக்கு இவை எதிலும் திறமை கிடையாது. நான் ஒரு பயந்தாங்கொள்ளி. உடல் சார்ந்த சின்னச் சின்ன விஷயங்கள் ஒவ்வொன்றையும்கூட வெகு பிரயாசைப்பட்டு அம்மா மூலமாக மெதுவாகவே கற்றுக் கொண்டேன். எனினும் எப்போதும் தயக்கமும் தடுமாற்றமும் இருக்கும். கூட்டமாக நான்கு பேர் நின்றால் ஓடி ஒளிந்துகொள்வேன். தனிமையே என் நாட்டம். அதற்குத் துணை செய்வது புத்தகமும் எழுத்தும். மிகச் சிறுவயதிலேயே எழுத்தும் வாசிப்பும்தான் என் உலகம் என்றாயிற்று. இந்தக் குண வேறுபாட்டின் காரணமாகவே அப்பனுக்கு என்னைப் பிடிக்காமல் போய்விட்டதோ என்று தோன்றியதுண்டு. தனக்குப் பிடித்த குணமுடைய குழந்தையைத்தான் பெற்றோர் ஏற்றுக் கொள்வார்களா? பின் தங்கியிருக்கும் குழந்தையைத் தள்ளிவிடுவதா வழக்கம்?

என்னைப் பிடிக்கவில்லை என்பது மட்டுமல்ல, சந்தர்ப்பம் கிடைக்கும் போதெல்லாம் இழிவுபடுத்துவதில் அவர்தான் முதல் ஆளாக இருப்பார். அம்மாவின் முந்தானையைப் பிடித்துக்கொண்டே இருக்கிறேன் என்றும் பெண்பிள்ளைகளோடு சேர்ந்து விளையாடுகிறேன் என்றும் சொல்லி எனக்குப் 'பொம்பளச்சட்டி' எனப் பெயர் வைத்தது அவர்தான். ஏதோ சமயத்தில் 'எங்கூட்டுல ஒரு பொம்பளச்சட்டி வந்து பொறந்திருக்குது' என்று வாய் தவறிச் சொல்லி விட்டதாகவும் அதன் பிறகு எல்லோரும் சந்தர்ப்பம் கிடைக்கும் போதெல்லாம் அப்படிச் சொல்ல ஆரம்பித்துவிட்டார்கள் என்றும் அம்மா சமாதானம் சொல்வார். என்னைச் சீண்ட வேண்டும் என்றால் 'பொம்பளச்சட்டி', 'பொட்டையன்' என்னும் சொற்களைத் திட்டமிட்டே சொல்வார்கள். அவற்றுக்குப் பொருள் தெரியாது என்றாலும் ஏதோ இழிவுபடுத்துவது என்பது மட்டும் புரிந்ததால் நான் கடுமையாக எதிர்வினை ஆற்றுவேன். கோபம் கொண்டு கல்லெறிவதும் கையில் கிடைக்கும் பொருளைத் தூக்கியடிப்பதுமாக ஆங்காரரூபனாக மாறிவிடுவேன்.

அப்படியான சந்தர்ப்பங்களில் 'பெத்த பையன அப்பனே இப்பிடிச் சொன்னா மத்தவுங்கள எப்பிடிக் கேக்கறது?' என்று அம்மா அவரைத் திட்டுவதை எத்தனையோ முறை கேட்டிருக்கிறேன்.

இன்னொரு பெயராக எனக்கு அவர் சூட்டியது 'எருவுகாலி' என்பதாகும். பயத்தால் காலோடு கழிபவன் என்று அர்த்தம். அந்தப் பெயர் என் இயல்புக்குப் பொருத்தம்தான். வேளாண் குடும்பத்தில் பிறந்தவன் இருளைக் கண்டு பயந்தால் எப்படிப் பிழைக்க முடியும்? மின்சாரம் இல்லாத காலம். எங்கள் வீட்டுக்குப் பின்னால் இருக்கும் பாட்டி வீட்டுக்குப் போவது என்றாலும் எனக்குப் பயம்தான். பாட்டியோ தாத்தாவோ வந்து கூட்டிக்கொண்டு போக வேண்டும். இரவில் சிறுநீர் கழிக்கத் தனியாகப் போகவே மாட்டேன். யாராவது ஒருவர் வந்து அருகில் நிற்க வேண்டும். தனிக்கட்டிலில் படுத்துத் தூங்கவும் மாட்டேன். அம்மாவின் அருகில்தான் படுக்கை. அம்மாவைக் கட்டிக்கொண்டு கால் மேல் கால் போட்டபடிதான் தூங்குவேன். அம்மா இல்லாவிட்டால் பாட்டியோடோ தாத்தாவோடோ ஒரே கட்டிலில்தான் படுக்கை. அப்பன் தன்னருகில் அண்ட விட மாட்டார். கிட்டத்தட்டப் பதினான்கு, பதினைந்து வயது வரைக்குமே அம்மாவோடுதான் படுக்கை. அதன் பிறகும் சில ஆண்டுகள் அம்மாவின் கட்டிலுக்கு அருகில் என் கட்டிலைப் போட்டுக்கொள்வது வழக்கம். இப்படியிருந்தவனுக்கு 'எருவுகாலி' என்னும் பெயர் பொருத்தம்தான்.

இந்தப் பட்டப்பெயர்களை எல்லாம் எனக்குச் சூட்டியதோடு அவற்றை ஏளனத்தோடு அவர் சொல்லும் போது அவரிடம் பொங்கும் சிரிப்பு எனக்குப் பெரும் கோபத்தை உருவாக்கும். வயது கூடக்கூட என் கோபம் பெருகி இருவரும் பேசிக் கொண்டாலே சண்டைதான் என்றாகிவிட்டது. என்னை அவர் சீண்டுவதும் பதிலுக்கு நான் கோபித்துக் கொள்வதும் அன்றாட நடவடிக்கை. அம்மாவின் தலையீட்டால்தான் அமைதி திரும்பும். அவருக்கு என் மேல் அப்படி வெறுப்பு ஏற்பட என்ன காரணம் எனப் பலவாக நான் யோசித்ததுண்டு. என் குணவியல்புகள் காரணமாக என் மேல் கூடுதல் அக்கறையும் கவனமும் உண்டாவதற்குப் பதிலாக வெறுப்பும் எரிச்சலும் அவருக்கு ஏன் வந்தன? பெரும் வன்மம் கொண்டு என்னை அவர் அணுகிய மாதிரி இருக்கிறதே? என் இருபதாம் வயதில் அவர் இறந்து போனார். அதற்குப் பிறகு எங்கள் இருவருக்குமான உறவு பற்றிப் பல கோணங்களில் யோசித்திருக்கிறேன்.

தோன்றாத்துணை

ஒருசமயத்தில் இந்தப் பிரச்சினைக்கு ஒரே ஒரு சம்பவம்தான் காரணமாக இருக்க முடியும் என்று முடிவுக்கு வந்தேன். அப்படி ஒரு சம்பவம் நடந்தால் எந்தத் தந்தைக்கும் மகன் மீது பிரியம் உருவாகாது எனவும் அப்பன் என்னை வெறுத்தது சரிதான் எனவும் தீர்மானித்த போது அவர் மேல் எனக்குப் பரிதாபமே ஏற்பட்டது. நடந்திருக்கக் கூடாத ஒரு சம்பவம் அது.

மழை நாட்களிலும் பனிக் காலத்திலும் தவிர மற்றெல்லா நாட்களிலும் எங்கள் படுக்கை வீட்டு வாசலில்தான். சமையல் வீட்டுக்கும் ஓலைக் கொட்டகைக்கும் இடையே இருந்த பெரிய வாசலில் படுத்துறங்குவோம். தரையில் படுக்கும் வழக்கம் இல்லை. வீட்டு நபர்களின் எண்ணிக்கைக்கு ஏற்பவும் அதிகமாகவும் ஒவ்வொரு வீட்டிலும் கயிற்றுக் கட்டில்கள் இருக்கும். வாசலில் கட்டிலைப் போட்டுப் படுத்துத் தூங்குவோம். அப்படித்தான் வானம் எனக்கு அறிமுகமாயிற்று. வானத்துக் காட்சிகளின் அன்றாட வேறுபாடுகளும் ஆண்டுச் சுழற்சியும் பார்த்துப் பார்த்து மனதில் பதிந்தன. விண்மீன்களுக்குப் பெயர்கள் உண்டு. ஆறா மீனும் உழுக்கோல் மீனும் இன்றைக்கும் என்னால் அடையாளம் காண முடிபவை. அவை இருக்கும் இடங்களை அறிவேன். நிலாவின் ஒவ்வொரு நாள் தோற்றமும் தெரியும். வளர்பிறை நிலவின் வடிவம், அது உதிக்கும் நேரம், வானில் உலவும் கால அளவு என எல்லாவற்றையும் அறிவேன். அதே போலத் தேய்பிறைக் காலம் பற்றிய அறிவும் உண்டு. விவசாயிக்கு இரவையும் பகலையும் பற்றிய அறிவு அவசியம். அது எனக்கு இயல்பாகக் கிடைத்தது. மேலும் வெட்டவெளியில் படுத்துக் காற்றோட்டமாக உறங்கும் அனுபவம் அற்புதம்.

நானும் அம்மாவும் படுக்கும் கட்டில் நடுவில் இருக்கும். ஒருபக்கம் அப்பனின் கட்டில். இன்னொரு பக்கம் அண்ணனின் கட்டில். ஓரத்தில் படுக்க எனக்குப் பயம். அதனால் நடுவிடம். நான் தூங்கினால் இடையில் எழ மாட்டேன். எழுந்தால் என்ன செய்கிறேன் என்பது தெரியாது. வாசல் வெளியில் தூங்கும்போது சில நாள் பெருங்காற்று அடிக்கும். மழை வரும். பின்பனிக் காலத்துப் பின்னிரவில் குளிரும். அப்போதெல்லாம் எழுந்து கட்டிலைச் சமையல் வீட்டுக்குள் கொண்டு போய்ப் போட்டுக்கொள்வது வழக்கம். சில நாட்களில் எனக்கு எழுந்ததும் தெரியாது, உள்ளே போய்ப் படுத்ததும் தெரியாது. இரவில் வாசலில் படுத்தோம், எப்படி வீட்டுக்குள் வந்தோம் என்னும் குழப்பம் காலையில் விழிக்கும் போது ஏற்படும். அது பரவாயில்லை.

சில சமயம் தூக்கத்திலிருந்து எழுப்பினால் எழுந்து பொருளற்ற சொற்களைப் பிதற்றிக் கொண்டும் கூச்சலிட்டும் இருட்டுக்குள் கண்டபடி ஓடுவேன். அப்படிச் செய்வதொன்றும் எனக்குத் தெரியாது. எனக்கு ஏதோ 'காத்துக்குணம்' (பேய் வேலை) இருப்பதாக எண்ணி நள்ளிரவில் இரண்டு பேர் பிடித்து என்னைத் தூக்கிக் கொண்டு போய்ப் பூசாரி ஒருவரிடம் திருநீறு மந்திரித்துப் போட்டு வரும் வேலையும் பலநாள் நடந்திருக்கிறது. திருநீறு போட்டு முகத்தில் தீர்த்தம் அடித்தால் நினைவு வந்துவிடும். திரும்பும்போது தெளிவாக இருப்பேன். ஆனால் நடந்தது ஒன்றும் தெரியாது. என்ன மந்திரித்தாலும் தூக்கத்தில் எழுப்பினால் நான் நடந்துகொள்ளும் முறை மாறவில்லை. ஆகவே தூக்கத்தில் எழுப்பக் கூடாது என்று முடிவு செய்தார்கள். அப்படியே உள்ளே போய்ப் படுக்க நேர்ந்தால் என் தூக்கத்தைக் கலைக்காமல் இரண்டு பேர் என்னைப் பிடித்துத் தூக்கிக்கொண்டு போய்ப் படுக்க வைத்துவிடுவார்கள். கட்டிலோடே தூக்கிப் போவதும் உண்டு. 'பொணத்தத் தூக்கறாப்பல தூக்கிக்கிட்டுப் போயி உள்ள படுக்கப் போட்டம்டா' என்று காலையில் அண்ணன் கேலி செய்யும்போது அவமானமாக இருக்கும்.

அப்படித்தான் ஒருநாள் வாசல் வெளியில் படுத்திருந்தோம். எனக்கு அப்போது நான்கைந்து வயதிருக்கலாம். பள்ளிக்கூடத்தில் சேர்க்காத வயது என்றுதான் எண்ணுகிறேன். அது நல்ல நிலாக் காலம். வெகுநேரம் துள்ளாட்டம் போட்டுவிட்டுத்தான் தூங்கினேன். இடையில் எழுந்திருக்கும் வழக்கமே இல்லையே. அன்றைக்கு என்னவோ தெரியவில்லை, நள்ளிரவின் ஏதோ கணத்தில் தூக்கத் தெளிவு. கண்ணைத் திறக்காமலே அம்மாவைக் கட்டிக்கொள்ளக் கையை நீட்டுகிறேன். காலைத் தூக்கிப் போடுகிறேன். கையும் காலும் அந்தரத்தில் ஏறிக் கட்டில் கயிற்றின் மேல்தான் விழுகின்றன. பரபரப்புடன் துழாவுகிறேன். அம்மா இல்லை. பயத்தில் விழித்துக்கொள்கிறேன். நிலா வெளிச்சத்தைப் பார்த்து 'அம்மா' என்று கத்துகிறேன். 'அம்மா அம்மா' எனப் பயத்தில் அலறிக்கொண்டே பக்கத்துக் கட்டில் பக்கம் திரும்புகிறேன். ஒரு நிழல் தன் மேல் கவிந்திருந்த இன்னொரு நிழலைத் தன் இருகையாலும் சட்டென அந்தரத்தில் தூக்கி அப்படியே வெளித் தள்ளுகிறது. கட்டிலுக்குக் கீழே பொத்தென்று விழுந்த அந்நிழல் எழவேயில்லை. என்னவாயிற்றோ, அப்படியே கிடக்கிறது. கட்டில் நிழல் அம்மாவாய் உருக்கொண்டு 'இங்கதான் இருக்கறண்டா கண்ணு. பயப்படாத பயப்படாத' என்று பதறியபடி எழுந்து என் கட்டிலுக்கு வந்து சேர்கிறது. 'ஒன்னுமில்ல

ஒன்னுமில்ல. எங்கயும் போவுல. இங்கதான் இருக்கறன், படு கண்ணு' என்று என் நெஞ்சில் தட்டிக் கொடுத்துச் சட்டெனப் படுக்க வைத்து என்னருகில் படுத்துக்கொள்கிறார் அம்மா.

இந்தச் சம்பவம்தான் அப்பன் என் மேல் வெறுப்புக் கொள்ளக் காரணமாக இருந்திருக்கும் என்பது என் பிற்கால அனுமானம். இந்த அனுமானத்திற்கு வந்த பிறகு அப்பன் மேலிருந்த கோபம் எல்லாம் மாறிவிட்டது. மாறாக என் மீதே பெருங்கோபம் உண்டாயிற்று.

◯

6

சேத்தாளி மணியன்

என் நண்பர்களில் ஒருவனை மட்டுமே கடைசிவரை அம்மா நினைவு வைத்திருந்தார்.

என் இளமையில் எங்கள் வீட்டுக்கு வந்துசென்ற என் வயதொத்த பையன்கள் பலர். திரையரங்கில் கடை வைத்திருந்த காரணத்தால் அங்கே வேலை செய்யும் பையன்கள் எப்போதும் வந்து போவார்கள். அவர்களில் குறிப்பிட்டு ஒருவரை நினைவில் வைத்திருப்பது சுலபமல்ல. ஒவ்வொரு நாளும் ஆள் மாறாட்டம் நடந்துகொண்டே இருக்கும் இயல்புடையது திரையரங்கம். 'நேற்றிருந்தார் இன்றில்லை' என்னும் நிலைதான். பள்ளிக் காலத்திலிருந்தே என் நண்பர்கள் எங்கள் வீட்டுக்கு வந்து போவதுண்டு. ஒவ்வொருவர் ஒவ்வொரு சந்தர்ப்பத்தில் வருவார்கள். அம்மா ஒருமுறை பார்த்தவனை அடுத்த முறை பார்க்கச் சில மாதங்களோ ஆண்டுகளோ ஆகக்கூடும். கல்லூரியில் ஆசிரியப் பணிக்கு நான் சேர்ந்த பிறகு வந்து போகும் மாணவர்களின் எண்ணிக்கை கணக்கிலடங்காது. அடிக்கடி வரும் சிலரது முகத்தை அடையாளம் வைத்திருக்க முடியும்; பெயர் உள்ளிட வேறெதுவும் அம்மாவுக்கு நினைவில் இருக்காது. இந்நிலையில் ஒரே ஒருவனைக் கடைசிவரை நினைவில் கொண்டிருக்க காரணம் இருந்தது.

அப்பனுக்கும் அம்மாவுக்கும் எப்போதாவது சண்டை வருவதுண்டு. பெரும்பாலும் அப்பனின் குடி தொடர்பாகவே சண்டை இருக்கும். வாய் வார்த்தையில் முடிந்து போகும் சண்டைகளே மிகுதி. சிலசமயம் வார்த்தை தடித்து அம்மாவை

அடிப்பதில் முடியும். எனக்குப் பத்துப் பதினொரு வயதான காலத்தில் அம்மாவை அப்பன் அடித்தால் என் எதிர்வினை கடுமையாக இருக்கும். அப்போதெல்லாம் கண்மண் தெரியாமல் எனக்குக் கோபம் வரும். கோபத்தில் என்ன செய்கிறேன் என்பதே தெரியாது. கையில் கிடைப்பதை எடுத்து அடித்துவிடுவது வழக்கம். விறகுக் கட்டைகளை எடுத்து அடிப்பேன்; கற்களை வீசுவேன்; பாத்திரங்களைத் தூக்கி எறிவேன்; இப்படிப் பல. பைத்தியம் பிடித்தவன் போல நடந்துகொள்வேன். இருவருக்கும் சண்டை வந்தால் நான் இடையில் புகுந்து ஏதாவது செய்துவிடுவேன் என்னும் பயத்தால் அப்பன் பேச்சைக் குறைத்துக்கொள்வார். அந்தச் சமயத்தில் அம்மா கொஞ்சம் ஏறிப் பேசுவார். அதுவும் எனக்குப் பிடிக்காது. 'பேசாத இரும்மா' என்று அடக்குவேன். அதற்கு மேலும் போனால் என் கோபம் அம்மா மேலும் பாயும். ஆகவே இருவரும் நான் இருக்கும்போது சண்டை தொடங்கினால் விரைவில் முடித்துக்கொள்வார்கள்.

நான் பத்தாம் வகுப்புத் தேர்வெழுதிவிட்டு விடுமுறையில் இருந்தேன். அப்போது ஒருநாள் காலையிலேயே போய்க் கள் குடித்துவிட்டு மிகுபோதையில் வந்தார் அப்பன். திரையரங்கில் கடை இருந்தது. கடைக்கு அண்ணன் கிளம்பிப் போய்விட்டான். நான் ஆட்டுப்பட்டிக்குப் போயிருந்தேன். சாதாரணமாகத் தொடங்கிய பேச்சு பெரிதாகி அம்மாவின் கன்னத்தில் ஓங்கி அறைந்துவிட்டார். காதோடு சேர்த்து அறைந்ததில் அம்மா போட்டிருந்த தோடு நசுங்கி அதிலிருந்த வெள்ளைக்கல் ஒன்று விழுந்துவிட்டது. பட்டியிலிருந்து நான் திரும்பி வருவதைக் கண்ட அப்பன் என் கோபத்திற்குப் பயந்து வீட்டை விட்டுக் கிளம்பிவிட்டார். அப்போது 'சுவேகா' என்றொரு இருசக்கர வாகனம் வைத்திருந்தார். நான் வீட்டுக்கு வந்து சேரும்போது அவர் வண்டி கிளம்பிப் போகும் சத்தம் மட்டுமே கேட்டது. கன்னம் சிவக்க அழுதுகொண்டிருந்த அம்மாவைக் கண்டு கோபமானேன். உடனே கிளம்பிப் போய் அப்பனைப் பிடிக்க வேண்டும் என்று வேகமானேன். அம்மா என்னைத் தடுத்துவிட்டார்.

'இது புதுசா எனக்கு? அவன் குடியையும் நிறுத்த முடியாது; இந்த அடியையும் நிறுத்த முடியாது. ஒன்னு அவன் சாவோனும்; இல்ல, நான் சாவோனும். அன்னைக்குத்தான் இதுக்கு முடிவு' என்று அழுதார் அம்மா. அன்றைக்கெல்லாம் எனக்கு மனம் நிலைகொள்ளவில்லை. எப்போதும் சண்டையும் சச்சரவுமாக இருக்கும் வீடு நரகத்திற்குச் சமம். நூல் வாசிப்பிலும் கவிதை எழுதுவதிலும் அப்போது ஆர்வம் மிகுந்திருந்த பருவம் அது. என் விருப்பங்களுக்கெல்லாம் வீட்டுச் சூழல் தடையாக இருப்பதாக

உணர்ந்தேன். அழுது முடித்த அம்மா கொஞ்ச நேரத்தில் சரியாகித் தம் வேலைகளைப் பார்க்கப் போய்விட்டார். என்னால் அப்படி இருக்க முடியவில்லை. மிகவும் சோர்ந்து போனேன். எதை எதையோ நினைத்துக் குழம்பினேன். நரகத்திலிருந்து வெளியேறும் வழிகளை யோசித்துக் கொண்டிருந்தேன். வீட்டை விட்டு வெளியேறிவிட வேண்டும் என்னும் எண்ணம் மதியத்திற்கு மேல் வலுவாக உருவாகி என்னை உந்தியது. எங்கே போவது எனத் திட்டம் ஏதுமில்லை. ஆனால் 'போ எங்காவது போ. . . போய்விடு' என்னும் குரல் ஒன்று என்னைத் துரத்தியது. அந்தக் குரல் அத்தனை இனிமையாக இருந்தது. சரி, குரலுக்கு மதிப்பளித்துப் போய்விடலாம் என முடிவுசெய்து நேரத்தை எதிர்பார்த்திருந்தேன்.

பிற்பகலில் அம்மா பால் கறந்து அருகில் இருந்த வீட்டு வசதி வாரியக் குடியிருப்பு வீடுகளுக்கு ஊற்றக் கிளம்பிவிட்டார். கன்னிய கன்னம், அழுத முகம், கல் விழுந்த தோடு எல்லாவற்றையும் எப்படி எப்படியோ மாற்ற முயன்று முடியாமல் மௌனத்தோடும் பால் பையோடும் அம்மா போனார். அது நல்ல சந்தர்ப்பம். 'என்னைத் தேட வேண்டாம்' என்று சின்னத் தாளில் எழுதி வைத்தேன். என் மிதிவண்டியின் பின்பக்கச் சக்கரக் காற்றைப் பிடுங்கிவிட்டேன். பாட்டி மட்டும் திண்ணையில் உட்கார்ந்திருந்தார். வெளியே கிளம்பினால் பாட்டியிடம் சொல்லிவிட்டுத்தான் போயாக வேண்டும். அது ஒரு வழக்கம். மிதிவண்டி பஞ்சர் ஆகிவிட்டது என்றும் அதனால் நடந்து போய்ப் பேருந்தேறித் திரையரங்கக் கடைக்குப் போகிறேன் என்றும் சொல்லிவிட்டுக் கிளம்பினேன். பள்ளிக்கூடத்திற்குக் கொண்டு செல்லும் காக்கி நிறத் துணிப்பையில் என் உடைகள் சிலவற்றை எடுத்துக்கொண்டிருந்தேன். அவ்வளவுதான். வெளியூர் போயறியாதவன். எங்கே போவது, என்ன செய்வது என்னும் திட்டம் எதுவும் இல்லை. எங்காவது போய்விட வேண்டும் என்பதைத் தவிர வேறெந்தத் தெளிவுமில்லை. பேருந்து நிறுத்தத்திற்குப் போனதும் சேலம் செல்லும் பேருந்து வந்தது. அதிலேறிச் சேலத்திற்குச் சீட்டு வாங்கினேன். பேருந்து போகப் போகத்தான் எங்கே செல்வது என்னும் யோசனை வந்தது. சென்னைக்குச் சென்று திரைப்படத் துறையில் ஈடுபட்டுப் படங்களுக்குப் பாடல் எழுதிப் பெரிய ஆளாகிவிடலாம் என நினைத்தேன். அது சுகமான எண்ணமாக இருந்தது. ஏதோ என் வருகைக்காகச் சென்னையில் ஏராளமான பேர் காத்துக்கொண்டிருப்பது போல. அப்போது எனக்கு பதினான்கு வயதுதான் முடிந்திருந்தது. கண்ணதாசன் நூல்களை ஏராளமாக வாசித்ததில் திரைப்படத் துறை பற்றி அப்படியொரு கனவு.

என் பிள்ளைக் கிறுக்கல்களைக் கவிதை என்று நம்பியிருந்த வெள்ளை மனம்.

பேருந்தில் போகும்போதே இன்னொரு எண்ணம். என்னுடன் ஒன்பதாம் வகுப்பில் படித்த மணிவண்ணன் சேலத்தில்தான் இருக்கிறான். அவன் வீட்டுக்குப் போய் அவனையும் உடனழைத்துக் கொண்டு சென்னைக்குப் போகலாம் எனத் தோன்றிற்று. அவனுக்கும் திரைப்பட ஈடுபாடு உண்டு. அவன் துறை கதை, திரைக்கதை, வசனம், இயக்கம். அவனுடைய முதல் படத்தின் பாடல்களை எல்லாம் நான்தான் எழுத வேண்டும் என்றும் சொல்லியிருந்தான். சேலத்திலிருந்து எங்கள் ஊருக்கு வந்து ஓராண்டு படித்தான் மணிவண்ணன். அவன் குடும்பம் மிகப் பெரிது. அவனுக்கு இரண்டு அக்காக்கள், ஒரு தங்கை; ஓர் அண்ணன்; ஒரு தம்பி. அவர்கள் கிறித்தவத்தைத் தழுவிய குடும்பம். அவனுக்குப் 'பிரான்சிஸ் சேவியர்' என்றொரு பெயரும் உண்டு. அவன் குடும்பக் கஷ்டத்தைப் பார்த்துவிட்டு எங்கள் ஊரிலிருந்த சாமியார் (பாதிரியார்) ஒருவர் அவனைத் தன்னுடன் தங்கிப் படிக்கும்படி அழைத்து வந்துவிட்டார். அப்படி ஓராண்டு என்னுடன் படித்தான். எனக்கு மிகவும் நெருக்கம். திரைத்துறையில் அவனுக்கு ஆர்வம். திரைத்துறை பற்றி என்னைவிட நன்றாகத் தெரிந்து வைத்திருப்பான். எத்தனையோ தகவல்களை அள்ளி வீசுவான். ஜாலியாகப் பேசும் இயல்புள்ளவன். எல்லாவற்றையும் கேலி செய்வான். எதற்கும் அலட்டிக்கொள்ள மாட்டான். மகிழ்ச்சியும் சிரிப்புமாக எங்கள் வகுப்பு இடைவேளை நேரங்கள் கழியும். விளையாட்டின் போதுகூட நானும் அவனும் ஓர் ஓரத்தில் உட்கார்ந்துகொண்டு கதை பேசுவோம். அருமையாகவும் அழகாகவும் கதை சொல்வான். அவனுடன் இருக்கும்போது கவலைகள் எல்லாம் ஓடிப் போகும்.

ஒன்பதாம் வகுப்பு முடிவில் அவன் மேற்கொண்டு படிப்பதில்லை என முடிவு செய்து சேலத்திற்கே போய்விட்டான். நான், அவன், இன்னொரு நண்பன் மூவரும் சேர்ந்து புகைப்படம் எடுத்துக்கொண்டோம். பிறகும் அவனுடன் கடிதத் தொடர்பு இருந்தது. ஓரிரு முறை எங்கள் வீட்டுக்கும் வந்திருந்தான். வாராவாரம் கடிதம் எழுதிக் கொண்டிருந்தோம். ஆகவே அவன் வீட்டு முகவரி எனக்கு நினைவிலேயே இருந்தது. அவனையும் அழைத்துப் போய் இருவரும் திரைத்துறையில் சேர்ந்துவிடலாம் என முடிவெடுத்துச் சேலத்தில் இறங்கி அவன் வீட்டைக் கண்டுபிடித்துப் போனேன். என் கஷ்டம் தீர்வது மட்டுமல்ல; அவன் கஷ்டமும் ஒருசேரத் தீர்வதென்றால் நல்லதுதானே. இரண்டே அறை கொண்ட வீட்டில் அவன் குடும்பமே

தங்கியிருந்தது. செவ்வாய்ப்பேட்டையில் பருத்திக்கொட்டை உள்ளிட்ட தீவன வியாபாரம் செய்யும் சிறுகடை ஒன்றை நடத்திக்கொண்டிருந்தார்கள். அவன் எதையும் சட்டெனக் கிரகித்துக்கொள்ளும் புத்திசாலி. என் வருகை, முகம், கையில் பை ஆகியவற்றைக் கண்டதும் வீட்டில் கோபித்துக்கொண்டு வந்திருக்கிறேன் எனப் புரிந்துகொண்டான். அன்றைக்கு இரவு அவன் வீட்டில் தங்கினேன். இரவெல்லாம் சேலம் நகரத்து வீதிகளில் திரிந்து பேசினோம். என்னை விடவும் எதார்த்த வாழ்க்கை பற்றியும் திரைத்துறை பற்றியும் அவனுக்கு நன்றாகவே தெரிந்திருந்தது. ஏதேதோ பேசி என் மனதை மாற்றி ஊருக்குத் திரும்பிப் போய் மேற்கொண்டு படிப்பதுதான் நல்லது என்னும் எண்ணத்தை உருவாக்கிவிட்டான். பேச்சில் கில்லாடி அல்லவா? அப்படியாகத் திரைத்துறையில் என் வளர்ச்சியைத் தடுத்தாட்கொண்ட நண்பன் அவன்.

மறுநாள் காலையில் அவர்கள் வீட்டில் உண்டு விட்டு எங்கள் ஊருக்குத் திரும்பப் பேருந்து ஏறினேன். மனக்கலக்கம் குறைந்து வீடு எப்படியிருந்தாலும் என்ன நடந்தாலும் மேற்கொண்டு படித்தே தீர்வது என முடிவு. கல்விதான் என்னை வீட்டிலிருந்து விடுதலை செய்யும் என்னும் நம்பிக்கை. மணிவண்ணன் சொன்ன சொற்கள் எனக்குள் ரீங்கரித்துக் கொண்டிருந்தன. 'எனக்குத்தான் படிக்க வாய்க்கல. நீ படீடா. படிச்சு முடிச்சு இன்னம் திறமய வளத்துக்கிட்டுச் சென்னைக்குப் போவம். என்னோட முதல் படத்துல எல்லாம் பாட்டும் நீதான். அதுல எந்த மாற்றமும் கெடையாது.'

அதற்குள் என்னைக் காணவில்லை என வீட்டில் பெரிய களேபரம் ஆகிவிட்டது. என் பெட்டி, பைகளைக் குடைந்ததில் மணிவண்ணன் எழுதிய கடிதங்களும் அவன் முகவரியும் கிடைத்ததால் அம்மா, அப்பன் ஆகியோருடன் இன்னும் சில உறவினர்களும் சேர எல்லோரும் சேலத்திற்குப் பேருந்து ஏறிவிட்டார்கள். நான் சேலத்திலிருந்து ஊருக்கு வர, அவர்கள் ஊரிலிருந்து சேலத்திற்குச் செல்ல என எதிரெதிர்ப் பயணம் அமைந்தது. ஆனால் சந்தித்துக்கொள்ள வாய்ப்பில்லை. இரண்டு பேருந்துகளும் ஒன்றை ஒன்று கடந்து செல்கையில் கண்ணில் பட்டிருந்தால் நல்லது. ஆனால் வாழ்க்கை அப்படிச் சந்திப்பை உருவாக்குவதில்லையே. சேலம் போய் மணிவண்ணன் வீட்டில் விசாரித்திருக்கிறார்கள். ஊருக்கு நான் பேருந்து ஏறிய செய்தியை அவன் சொன்னதும் நிம்மதியாகித் திரும்பினார்கள். திரும்பி வந்த அம்மா சொன்னார், 'என்னய உட்டுப் போக உனக்கு எப்பிடிடா மனசு வந்துச்சு? நெஞ்சுல வெச்சு உன்ன வளத்துனனே. . . இப்பிடி உட்டுட்டுப் போயிருவியா? நீதான்

என்னயக் கடசி வரைக்கும் பாப்பயின்னு நம்பியிருந்தனே. நீயும் போயிட்டா எனக்கு என்னடா இருக்குது? இன்னமே இப்பிடிப் போனீன்னா நானும் ஒரேயடியாப் போயிருவன் பாத்துக்க.'

வீட்டை விட்டுக் கிளம்பிய பையனைத் திரும்பவும் வீட்டுக்கே அனுப்பி வைத்தவன் மணிவண்ணன் என்னும் நன்றியுணர்ச்சி என் அம்மாவுக்கு இருந்தது. அந்த நிகழ்வுக்குப் பிறகு அவன் எங்கள் வீட்டுக்கு வருவதும் நான் அவன் வீட்டுக்குப் போவதும் அடிக்கடி நடந்தது. இருவீட்டுக்குமான உறவும் துளிர்த்தது. அவன் அக்கா திருமணத்தின் போது பண உதவி கேட்டான். என் கல்விக்காகச் சேர்த்து வைத்திருந்த பணம் என்னிடம் இருந்தது. அதைக் கொடுக்க எனக்கு யோசனையாக இருந்தது. அம்மாவிடம் சொன்னேன். 'ஒரு கஷ்டத்துல கொடுத்து ஒதவலாம்டா. அவன் உன்னயே எங்களுக்குத் திருப்பிக் கொடுத்தவன். அவனுக்கு இதையாச்சும் செய்' என்று சொல்லி அம்மா என் குழப்பத்தைத் தீர்த்தார். நெடுங்காலம் தொடர்புடைய நட்பு அவனுடையது. எத்தனையோ முறை எங்கள் வீட்டுக்கு வந்து தங்கியிருக்கிறான். அவனுக்குக் கதை பேசுவதில் விருப்பம் அதிகம். அவன் வீட்டுச் சம்பவங்களையே கதைகளாக இனிக்க இனிக்கச் சொல்வான்.

என் அம்மா அக்கதைகளைக் கேட்டுச் சிரித்து மகிழ்ந்த நாட்கள் பல. என் குடும்பத்து முக்கிய நிகழ்வுகளில் எல்லாம் அவன் இருந்திருக்கிறான். இடையில் எங்கள் இருவர் வாழ்க்கையிலும் ஏற்பட்ட பல்வேறு மாறுதல்களால் சில ஆண்டுகள் அவனுடன் தொடர்பு இல்லாமல் போய்விட்டது. அம்மா அவ்வப்போது அவனை நினைவுபடுத்திக் கேட்பார். 'எங்கடா உன்னோட சேத்தாளி மணியனக் காணோம். ஒருநாளைக்கு வரச் சொல்லு. பாக்கணும் போல இருக்குது.' அவன் எங்கிருக்கிறான் என்பதே தெரியாமல் போனதால் தொடர்பு விட்டுப் போயிற்று. பின்னர் அவன் தொடர்புக்கு வந்தபோது அம்மா இல்லை. அவனைப் பார்க்காத ஏக்கம் அம்மாவுக்கு இருந்தது; அம்மாவைக் கடைசியாய் ஒருமுறை பார்க்கவில்லையே என்னும் வருத்தம் அவனுக்கு இருக்கிறது. அம்மாவின் ஆசையை நிறைவேற்ற இயலாத நிரந்தரத் துக்கம் எனக்கு.

7

ஓராயிரம் கண் சட்டை

ஜவுளிக்கடை முதலாளியான பெரியவர் ஒருவர் வீட்டுக்கு அம்மா கொஞ்ச காலம் பால் ஊற்றிக் கொண்டிருந்தார். மகன்கள் தனியாகக் கடை வைத்துப் பிரபலமாக இருந்த போதும் அந்தப் பெரியவரும் முதலாளி அந்தஸ்தை இழக்கவில்லை. தன் பங்குக்குச் சிறிய கடை ஒன்றை நடத்திக் கொண்டிருந்தார். நெசவுக்குப் புகழ் பெற்ற சாதிகளில் ஒன்றைச் சேர்ந்த அவர் வியாபாரத்திலும் கெட்டி. மாதாமாதம் அவர் மனைவிதான் பாலுக்குப் பணம் தருவார். அந்த மாதம் ஏனோ அவரே பணத்தைக் கொண்டு வந்து கொடுத்தார். பணத்தை அம்மாவின் கையில் கொடுத்தவர் கேட்டார், ‘ஏம்மா துணியெல்லாம் எந்தக் கடைல எடுக்கறீங்க?’ அம்மாவால் உடனே பதில் சொல்ல முடியவில்லை.

குறிப்பிட்ட கடையைத் தேர்ந்தெடுத்துத் துணி எடுக்கும் அளவுக்கு எங்களுக்குத் தேவை யிருக்கவில்லை. அப்படி வசதி படைத்தவர்களும் அல்ல நாங்கள். பெரும்பாலும் வாரச் சந்தைக் கடையில் எடுப்பது வழக்கம். பூப் போட்ட சட்டைகள் அழகழகாக அங்கே கிடைக்கும். தீபாவளி, பொங்கலின் போது அப்போதைய நிலைக்கேற்ப ஏதாவது ஒரு கடையில் எடுப்போம். அரசுப் பள்ளியில் படித்துக் கொண்டிருந்த எனக்கும் என் அண்ணனுக்கும் ஆளுக்கு இரண்டு காக்கி டவுசர்களும் நான்கு வெள்ளைச் சட்டைகளும் இருக்கும். அவை அந்தக் கல்வியாண்டு

தொடக்கத்தில் எடுக்கப்படுபவை. கெட்டித்துணியாலான காக்கி டவுசர் துணி மட்டும் ஏதாவது கடையில் கிழித்து வரப்படும்.

என் அப்பனின் உடை லுங்கியும் காக்கிச் சட்டையும். அக்காலத்தில் சோடாக்கடை வேலை செய்தவர்கள் எல்லோருமே காக்கிச் சட்டைதான் போடுவார்கள். முதல் தலைமுறையாகச் சட்டை போட்டவர்களாக இருந்ததாலும் அழுக்குத் தெரியாமல் இருக்கும் என்பதாலும் வசதி கருதி அவர்களாகவே காக்கிச் சட்டைச் சீருடையைத் தேர்வு செய்திருக்கலாம். ஆகவே எங்களுக்குக் கிழிக்கும் டவுசர் துணியிலேயே அப்பனுக்கும் சட்டைத் துணி கிழிக்கப்பட்டு விடும். எங்களூர்ப் பகுதியில் இருந்த தறிப் பட்டறைகளில் நெய்யும் போது இழைப் பிசிறு தட்டும் வெள்ளைக் காடாத் துணி சல்லிசாகக் கிடைக்கும். அதில் சட்டை தைத்துக் கொள்வோம். கிழியவே கிழியாது. வீட்டுக்குத் துணி எடுக்கும் விவகாரம் முழுக்கவும் அம்மாவின் பொறுப்பில் இருந்தது. யாருக்கு எப்போது என்ன தேவை என்பதறிந்து அம்மா எடுத்துக் கொடுத்துவிடுவார்.

எங்கள் வீட்டுக் கதை தெரியாத அந்த ஜவுளிக் கடைக்காரர் கேட்டதும் தடுமாறிய அம்மா பின் சொன்னாராம், ‘சந்தக்கட சலிசு; தேருக்கட தினுசு.’ சிரித்துக் கொண்டே அவர் ‘சலிசும் தினுசும் எங்கடையிலயும் இருக்குதும்மா. வேண்ணா வந்து எடுத்துக்கங்கம்மா. பணம்கூட ஒன்னாக் குடுக்க வேண்டாம். மாசமாசம் பால் காசுல கழிச்சுக்கலாம்.’ தவணையில் பணம் கொடுக்கலாம் என்னும் சலுகை அம்மாவுக்குப் பெரும் யோசனையைக் கொடுத்தது. அதுவரைக்கும் துணித் தேவையே இல்லை என்பது போல இருந்த எங்கள் ஒவ்வொருவருக்கும் இப்போது பலவிதமான தேவைகள் மனதில் தோன்றின. ‘என்ன இது, ஒரு துணிக்கடையே வேணுமாட்டம் இருக்குது’ என்று அம்மா சொன்னார்.

பதினொன்றாம் வகுப்பு முடித்து விடுமுறையில் நான் இருந்தேன். பன்னிரண்டாம் வகுப்பு போகும்போது எனக்கு இரண்டு பேண்ட்களும் நான்கு சட்டைகளும் தேவைப்பட்டன. டவுசர் காக்கியிலிருந்து மாறுபட்டு நகநகவென்று இருக்கும் துணியில் பேண்ட்டும் பாலியஸ்டர் வெள்ளையும் போடத் தொடங்கி ஓராண்டு ஆகியிருந்தது. அது மாதிரியே இப்போதும் வேண்டும் என்று சொல்லியிருந்தேன். ஜவுளிக் கடைக்காரரின் தவணைத் திட்டம் பால்காரிகளிடம் பரவலாகி ஐந்தாறு பேர் வருகிறோம் என்று சொன்னார்கள். கடைக்காரர் சொல்லிவிட்டார், ‘எத்தன பேர வேணுமின்னாலும் கூட்டிக்கிட்டு வாங்கம்மா. ஆனா அவுங்களயெல்லாம் எனக்குத் தெரியாது.

பணத்துக்கு நீங்க பொறுப்பேத்துக்கங்க. மாசாமாசம் வசூல் பண்ணிக் குடுத்திருங்க.'

இந்த வசூல் வேலையெல்லாம் வேண்டாம் என்று அப்பன் சொல்லிவிட்டார். 'ஒவ்வொருத்தி ஊட்டுக்கு முன்னாலயும் நீ போயி நின்னு காசு கேப்பியா? துணி எடுக்கற போது இருக்கற புத்தி காசு குடுக்கற போது இருக்காது. அப்பறம் நீதான் மாசாமாசம் காசு போட்டுக் குடுக்கோணும் பாத்துக்க' என்று பயமுறுத்தியும் விட்டார். அதனால் அம்மாவுக்கு நெருங்கிய தோழியாக இருந்த ஒரே ஒருவரான செங்கம்மாவை மட்டும் சேர்த்துக் கொண்டு ஒருநாள் மதியப் பொழுதில் நகரத்தில் இருந்த அவர் கடைக்குப் போனார்கள்.

கடை மிகவும் சிறியது. இரண்டு பெட்டிக்கடை ஒன்றாகச் சேர்ந்தது போலிருந்தது. ஆனால் அதற்குள் எல்லா வகைத் துணிகளும் இருந்ததுதான் அதிசயம். ஆண் பெண் வயது வித்தியாசம் இல்லாமல் ஒவ்வொருவருக்கும் அங்கே துணிகள் இருந்தன. அம்மாவுக்கும் செங்கம்மாவுக்கும் கடைக்குள் இருக்கை போட்டு அமரச் சொன்னதோடு எதிரே இருந்த டீக்கடையில் இருந்து டீயும் வர வைத்துக் கொடுத்தார் கடைக்காரர். உறவினர் வீட்டில்கூட இப்படி ஒரு கவனிப்பைப் பெற்றதில்லை அம்மா. ஒவ்வொரு துணி வகைக்கும் அவர் விலை சொல்லிப் பின்னர் 'உங்களுக்காக ஒரு ரூபாய் குறைத்துத் தரலாம்' என்றும் கூறினார். தங்களுக்காக அவர் விலையைக் குறைக்கிறார் என்பது ரொம்பவும் இருவருக்கும் சந்தோசமாக இருந்தது.

திட்டமிட்டதற்கும் அதிகமாகவே துணிகள் எடுத்தார்கள். எனக்குக் காக்கிப் பேண்ட்டுக்கான துணிகள் எடுத்துவிட்டு வெள்ளைச் சட்டைக்கான துணிகள் எடுத்த போது அம்மாவின் கண்ணில் வெள்ளைத் துணி ஒன்று பட்டிருக்கிறது. ஜல்லடைக் கண்கள் போல டிசைன் போட்ட துணி. அம்மாவுக்கு அந்த டிசைன் மிகவும் பிடித்திருந்தது. 'இது சட்டத் துணீங்களா?' என்று கேட்டிருக்கிறார். 'ஆமாம்மா. நல்ல டிசைன் இது. சட்ட தெச்சுப் போட்டா அருமையா இருக்கும்' என்று கடைக்காரர் சொல்லியதோடு துணியைப் பிரித்துக் காட்டியிருக்கிறார். தூவெள்ளையில் பளபளத்த துணியை விரித்த போது ஓராயிரம் கண்கள் திறந்து தன்னைப் பார்ப்பது போலவே அம்மாவுக்குத் தோன்றியதாம். உடனே 'படிக்கற பையன் போட்டா நல்லா இருக்கும்' என எனக்கு ஒரு சட்டை அந்தத் துணியில் எடுத்துவிட்டார்.

தோன்றாத்துணை

எடுத்த துணிகளுக்கு ஆறு மாதத் தவணை போட்டு மாதத்திற்கு இவ்வளவு எனப் பிரித்துச் சீட்டுக் கொடுத்தார் கடைக்காரர். அந்தக் கடையை ஒட்டியே இருந்த தையல் கடையில் அளவுத் துணியோடு என் துணிகளைத் தைக்கவும் கொடுத்து வந்தார் அம்மா. அந்தக் கடைக்காரரின் கவனிப்பைப் பற்றியும் சிறுகடைக்குள் இருந்த துணிவகைகள் பற்றியும் அம்மாவுக்கு ஆச்சரியம் தீரவில்லை. 'அதென்ன புளிப் பானைக்குள்ள இருந்து பிச்சு எடுக்க எடுக்கத் தீராத வர்றாப்பல துணி வருது' என்றார். எல்லாம் நன்றாகவே இருந்தன.

தைத்த என் துணிகளை ஒருவாரம் கழித்துப் போய் வாங்கி வந்தார் அம்மா. ஜல்லடைக் கண் சட்டை எனக்கும் பிடித்திருந்தது. பள்ளிக்கூடம் திறந்ததும் புதுச்சட்டை போட்டுக்கொண்டு போக ஆவலாக இருந்தேன். பள்ளிக்கு ஆறு கல் தொலைவு மிதிவண்டியில் போக வேண்டும். காலை நேரத்தில் கட்டுத்தறி சுத்தம் செய்யும் வேலை உட்பட எனக்குப் பல வேலைகள் இருக்கும். அவற்றை எல்லாம் முடித்துப் புறப்பட்டுப் பள்ளி சேர்வதற்குள் மணி அடித்துவிட்டது. புதுச்சட்டை வேர்வையில் கசகசத்து முதுகோடு ஒட்டிக்கொண்டது. மிதிவண்டியை உரிய இடத்தில் நிறுத்திவிட்டு நேராக வழிபாட்டுக் கூட்டத்தில் போய் நின்றுகொண்டேன். என்னைச் சுற்றி நின்ற நண்பர்கள் எல்லோரும் வழக்கம் போன்ற வெள்ளைச் சட்டையில் இருந்தார்கள். என் சட்டையின் கண்கள் அவர்களை எல்லாம் எள்ளலோடு பார்த்துப் பெருமை பீற்றிக் கொண்டது. அவர்களும் என்னையே பார்த்தார்கள்.

தமிழ்த்தாய் வாழ்த்து பாடிய போது நண்பர்கள் சிலரால் சிரிப்பை அடக்க முடியவில்லை. என்னையே பார்த்துப் பார்த்துச் சிரிப்பதாக எனக்குத் தோன்றியது. வரும் வழியில் சாலையில் இருபுறமும் புளிய மரங்கள் நிறைந்திருக்கும். அவற்றிலிருக்கும் பறவைகள் மனிதர்களின் ஓட்டத்தைக் கண்டு பின்னால் உமிழும். அந்த எச்சச் சுவடு பட்டு விட்டதோ எனக் கருதி பார்வையைச் சட்டையின் மேல் மெல்ல ஓட விட்டேன். ஒன்றும் தெரியவில்லை. பின்பக்கம் விழுந்திருக்குமோ. உறுதிமொழி, அறிவிப்பு, திருக்குறள் வாசிப்பு என வழிபாட்டுக் கூட்டம் தொடர்கையில் நண்பர்களின் சிரிப்பு பெருகியதோடு பலருக்கும் பரவியது. எனக்குப் புரியவில்லை. நாட்டுப்பண் பாடி முடித்ததும் ஓவென்று என் வகுப்பே என்னைச் சூழ்ந்து கொண்டது.

என் சட்டையைப் பிடித்து ஒருவன் கிள்ளினான். தொடர்ந்து ஒவ்வொருவரும் ஒவ்வொரு கிள்ளல். புதுச்சட்டைக்கா இந்தக் கிள்ளல்? வலி பொறுக்க முடியாமல் 'டேய் உடுங்கடா. . .' என்று

கத்தினேன். வகுப்பை நோக்கி ஓடினேன். துரத்தித் துரத்திக் கிள்ளினார்கள். என் மார்பை வெடுக்கென்று கிள்ளிய என் இருக்கை நண்பனிடம் ‘என்னடா இது?’ என்றேன். அவன் ஒருமாதிரி பார்த்துச் சிரித்து ‘பொம்பளப்புள்ளயின்னாக் கிள்ளத்தான் செய்வாங்க’ என்றான். பிறகு ‘ஜாக்கெட் துணியில சட்ட தெச்சுப் போட்டுக்கிட்டு வந்தாப் பொம்பளப் புள்ளதானடா’ என்று விளக்கினான். மனக் கலக்கம் கண்களில் தெரியாமல் இருக்க வெகுவாகப் பிரயாசைப் பட்டேன். வகுப்புக்கு வந்த ஆசிரியரும் என்னை அதிர்ச்சியோடு பார்த்து ‘என்னடா இது’ என்றார்.

சிறுவயதில் என் வயதொத்த பையன்கள் இல்லாததால் என் சித்தப்பா பெண்களுடன் விளையாடித் திரிவேன். பெரும்பாலும் பெண்கள் விளையாட்டாகவே அது இருக்கும். அஞ்சாங்கல், பல்லாங்குழி முதலிய விளையாட்டுக்கள் எனக்கு அத்துபடி. அதனால் உறவுகள் எல்லாம் எனக்கு வைத்த பட்டப் பெயர் ‘பொம்பளச்சட்டி.’ அதற்கு அப்போது எனக்குப் பொருள் தெரியாது என்றாலும் ஏதோ கேவலமான வார்த்தை என்பது மட்டும் புரிந்தது. அதைச் சொன்னால் கடும் கோபம் வரும். என்னைச் சீண்டிப் பார்க்க நினைப்போர் அதைப் பயன்படுத்துவர். விவரம் இல்லாமல் நானும் கோபித்துப் பெரிய கலாட்டா செய்துவிடுவேன். அதை அவர்கள் சந்தோசமாக ரசிக்கிறார்கள் என்பது மிகத் தாமதமாகவே புரிந்தது. ஏற்கனவே இப்படி ஒரு பட்டப்பெயர் இருந்ததால் இந்தச் சட்டை விஷயம் எனக்குப் பெரும் அவமானத்தைக் கொடுத்தது.

அது பதின்பருவத்தின் நடுப்பகுதி. என் ஆண் தன்மையை அடையாளம் கண்டுகொண்ட பதினாறாம் வயது. தலைகுனிந்தும் கண் கலங்கியும் அவமானத்தைச் செரித்துக்கொள்ள முயன்றேன். ஒன்றும் முடியவில்லை. எல்லாக் கண்களும் என் மேலேயே இருந்தன. கூரிய நகங்கள் என்னைக் கிள்ள ஒன்று சேர்ந்து நெருங்கின. ஏளனப் புன்னகைகள் என்னைச் சுற்றிலும் விரிந்தன. ‘பொம்பளச்சட்டி’ என்னும் குரல்கள் என் காதுகளை அடைத்தன. அடுத்தடுத்த பாடவேளைகளுக்கு வந்த ஆசிரியர்களுக்கும் காட்சிப் பொருளானேன். சின்ன இடைவெளி கிடைத்தாலும் வகுப்பு நண்பர்கள் சூழ்ந்து கொண்டார்கள். விதவிதமான விசாரிப்புகள். சிறுநீர் இடைவேளையின் போது வகுப்பை விட்டு வெளியே செல்லவேயில்லை. எப்படி இந்தத் துணியில் சட்டை தைக்க எண்ணம் வந்தது என்னும் விசாரிப்புக்கு என்ன பதில் சொல்வேன்? அம்மாவின் மீது அன்றைக்குப் போல ஒருநாளும் கோபம் வந்ததில்லை. யார் யாரோ என்னைப் ‘பொம்பளச்சட்டி’ எனக் கேலி செய்த போதெல்லாம் அணைத்து

ஆறுதல் சொல்லிக் காப்பாற்றிய அம்மாவால் இன்றைக்கு அப்படி ஒரு கேலிக்கு ஆளாக வேண்டி வந்துவிட்டதே.

உணவு இடைவேளை தொடங்கியதும் வேகமாக ஓடிப் போய் மிதிவண்டியை எடுத்துக் கொண்டு பள்ளிக்கு வெளியே வந்தேன். சாலையின் எந்தப்புறமும் கண்ணைத் திருப்பவேயில்லை. அன்றைக்குப் போல மிதிவண்டியை வேகமாக மிதித்ததுமில்லை. வீட்டுக்கு வந்து பின்னால் இருந்த பையோடு அப்படியே சைக்கிளைக் கீழே போட்டவன் ஆவேசத்தோடு சட்டையைக் கழற்றியும் இழுத்தும் அம்மாவின் மேல் வீசினேன். வாசல் மரநிழலில் உட்கார்ந்து சோற்றில் கை வைத்திருந்த அம்மா பதறிப் போய் ‘என்னடா கண்ணு என்னடா கண்ணு’ என்று கதறிக்கொண்டு என்னை ஓடி வந்து பிடித்தார்.

என் கோபம் வீட்டில் வெகுபிரசித்தம். கோபம் வந்துவிட்டால் கட்டுப்படுத்துவது கஷ்டம். விஷயத்தைத் தெரிந்துகொண்ட அம்மா ‘அந்த நாயி இதுல சட்ட தெச்சுக்கலாம்னு சொன்னானே. நானும் விவரமில்லாத ஏமாந்து போயிட்டனே. விக்காத கெடந்த துணிய விக்கறதுக்கு இப்பிடியா வேல செய்வான் அந்தக் கெழவன்?’ என்று என்னென்னவோ ஏசினார். அன்றைக்கு மாலை அந்தச் சட்டையைக் கொண்டு போய் ஜவுளிக்கடைக்காரர் வீட்டில் வீசிவிட்டுப் பால் கணக்குப் பார்த்து மீதம் கொடுக்க வேண்டிய பணத்தையும் கொடுத்துவிட்டு ‘காசுக்காவ பிய்யத் திம்பீங்களா? சந்தயில துணி எடுத்தாக்கூட அவன் சொல்லிக் குடுப்பானே. எனக்குத்தான் இதுல வெவரமில்ல. ஜவுளி விக்கற கடைக்காரனுக்கூடவா தெரியாது? ஒரு வார்த்த சொல்ல வேண்டாம். ஆளாகி நிக்கற பையன் அழுதுக்கிட்டு வர்றான். இன்னமே உங்க ஒறவே வேண்டாம்’ என்று கண்டபடி பேசியிருக்கிறார். அவர்கள் ஏதேதோ சமாதானம் சொல்ல முயன்றும் அம்மா கேட்கவேயில்லை. அவர்களுக்குப் பால் ஊற்றுவதை அன்றோடு நிறுத்திக் கொண்டார்.

ஒருநாளும் பள்ளிக்கு விடுப்பு எடுக்காத நான் அந்த வாரம் முழுக்கப் போகவில்லை. என்னைத் தேற்றவும் அந்த அவமானத்திலிருந்து விடுவிக்கவும் அம்மா முயன்றார். ஒருவழியாகத் தேறிப் பள்ளிக்குப் போகச் சைக்கிளை எடுத்த அன்றைக்கு அம்மா கேட்டார், ‘பையா. . . பள்ளிக்கொடம் வரைக்கும் நானும் வரட்டுமா?’

8

இரும்புக் கைவிலங்கு

இன்றைக்குப் போல நாற்பது ஐம்பது ஆண்டு களுக்கு முன்னர் மருத்துவ வசதிகள் இல்லை. உடல் நிலை சரியில்லை என்றால் உடனே மருத்துவ மனைக்குப் போகும் வழக்கமும் இல்லை. கிராமங்களில் மந்திர மருத்துவமே பெரிதும் பின்பற்றப்பட்டது. உடல்நலப் பிரச்சினைக்கு முதற்காரணமாகச் சொல்வது பேய் பயத்தைத்தான். கிராமங்களுக்கு மின்சாரம் வரவில்லை என்பதால் இரவுகளில் பேய்கள் தாராளமாக உலவின. பனங்கருக்குகள் வெளிக்குப் போக உட்கார்ந்திருக்கும் பேய்களாகத் தெரிந்தன. சிறுசிறு விலங்குகள் பேய்களாகத் தோற்றம் காட்டி ஓடி மறைந்தன. அவற்றைக் காண்பவர் மனத்தில் பேய் புகுந்து பயத்தை உருவாக்கிவிடும். சில பேய்கள் காய்ச்சலைத் தரும்; சில பேய்களோ வலிப்பைக் கொடுக்கும். நினைவுகளை ஸ்தம்பிக்கச் செய்து பித்துப் பிடிக்க வைக்கும் பேய்களும் உண்டு. பேய்கள் வலுவா மனித மனம் வலுவா என்னும் போட்டியைப் பொறுத்து உடல்நலக் கோளாறுகள் உருவாகும்.

மட்ட மத்தியானத்தில் தனியாகப் போகக் கூடாதவை என்று ஊரில் சில பகுதிகள் இருக்கும். புளிய மரங்கள் பேய்கள் வசிக்க உகந்தவை. பேய்கள் சுழற்காற்றாகிச் சருகுகளைச் சேர்த்துக்கொண்டு வானுயர எழும்பும். இந்தப் பேய்களால் உருவாகும் எந்த நோய்க்கும் முதல் மருத்துவர் சாமிதான். சாமிகள் நேரடியாக வரவியலாததால் பூசாரிகளுக்குப் பேயோட்டும் வேலைகளை ஒதுக்கியிருந்தன. நோயைப் பொறுத்துப் பூசாரிகள் திருநீறு மந்திரித்துக்

கொடுப்பார்கள். மந்திரித்த திருநீற்றை ஆள்காட்டி விரலிலும் பெருவிரலிலும் சேர்த்தெடுத்து; நோயுற்றவரின் தலையில் சிறுகல்லாய் எறிவார்கள். படீரென்று மண்டையில் மோதும் அத்தகைய கற்கள் என் தலையில் எத்தனையோ முறை விழுந்திருக்கின்றன. எதிர்பார்க்காத தருணத்தில் பளாரென்று தீர்த்தத்தை முகத்தில் அடித்துப் பேய்பயத்தை ஓட்டுவதும் உண்டு. வேப்பிலையால் அடித்துப் பாடம் போட்டுப் பேய் விரட்டுபவர்கள் உண்டு.

பூசாரிகள் திருநீற்றோடு நிற்க மாட்டார்கள். பரிகாரம், வேண்டுதல், நேர்த்திக் கடன்கள் ஆகியவற்றையும் பரிந்துரைப்பார்கள். ஏதாவது ஒரு சாமியைச் சொல்லி அதற்கு இன்ன வகை வேண்டுதல் வைத்துக்கொள்ளச் சொல்வார்கள். பெரும்பாலும் பொங்கல் வைத்தலும் பலியிடுதலும்தான். உருவாரம் வைத்தல், வேல் நடுதல் ஆகியனவும் பரிந்துரையில் இருக்கும். சில சாமிகள் கோழிச்சேவல் பலி கேட்கும். ஆட்டுக்கிடா பலி தரச் சொல்லும் சாமிகள் பல. நோயின் வீர்யத்திற்கு ஏற்பக் கோழியோ கிடாயோ பூசாரியின் நாவில் தோன்றும். அதனால் எப்போதும் சாமிக்கு நேர்ந்துவிட்ட சேவல்களும் கிடாய்களும் எங்கள் வீட்டில் நிரந்தரமாக இருந்தன. எனினும் நேர்த்திக் கடன்களின் பட்டியல் நீண்டுகொண்டே இருக்கும். நகரத்தில் இருந்த அல்லா கோயிலுக்குப் போய் ஊதி வருவதும் உண்டு. எப்போதும் என் அரைஞாண் கயிற்றில் ஒன்றிரண்டு தாயத்துகள் தொங்கும். வெளியூரில் படிக்கப் போன நான் ஊருக்கு வரும்போதெல்லாம் அம்மாவின் பார்வை என் அரைஞாண் கயிற்றுக்குப் போகும். தாயத்துக் கட்டியிருக்கிறேனா என்று சோதிப்பார். தாயத்து இல்லை என்றால் அடுத்த நாளே புதுத் தாயத்து வந்து சேர்ந்துவிடும். புதுத்தாயத்து என்றால் முதல் மூன்று நாளுக்குக் கையில் கட்டியிருக்க வேண்டும். பிறகு அவிழ்த்து அரைஞாண் கயிற்றில் கட்டிக்கொள்ளலாம். தன் இறப்பு வரைக்கும் கையின் மேற்பகுதியில் ஒரு தாயத்தைக் கட்டிக்கொண்டேதான் இருந்தார் அம்மா. இந்த வகை வைத்தியங்களுக்கெல்லாம் பேய்கள் கட்டுப்படாத போதுதான் மருத்துவமனைக்குப் போகும் எண்ணமே வரும்.

மருத்துவத்தின் முக்கியத்துவத்தை அம்மா ஒத்துக்கொண்ட சம்பவங்கள் இரண்டே இரண்டுதான். அம்மாவின் தலைப்பிரசவம் முதலாவது. ஒருநாள் முன்னதாக மருத்துவமனைக்குப் போயிருந்தால் தன் முதற்குழந்தையைக் காப்பாற்றி இருக்கலாம் என்பது அம்மாவின் தீராத ஆதங்கம். ஆறாம் வயதில் அண்ணனுக்கு வந்த காய்ச்சல் இரண்டாவதாகும். சாமி, மந்திரம், வேண்டுதல் எல்லாம் செய்து பார்த்தும் காய்ச்சல்

குணமாகவில்லை. ஒருநாள் இரவில் காய்ச்சல் மீறி வலிப்பு வந்துவிட்டது. முதல் மகன் வயிற்றிலேயே இறந்து போனான்; இரண்டாவது மகனை ஆறு வருசம் வளர்த்துப் பலி கொடுக்கப் போகிறோம் என்று அம்மாவுக்குத் தோன்றிவிட்டது. நடுராத்திரி. போதையில் கிடக்கும் அப்பன் எழவில்லை. அந்த நேரத்தில் யாரை எழுப்புவது? பையனின் நெற்றியில் ஈரத்துணியைச் சுற்றினார். நைந்த துணியைப் போலக் கிடந்த பையனைத் தூக்கித் தோளில் போட்டுக்கொண்டார். நள்ளிரவில் ஆறு கிலோ மீட்டர் தொலைவு நடந்து, நகரத்தில் வசித்த தன் அக்கா வீட்டுக்குப் போய்க் கதவைத் தட்டினார். பையனின் நிலையைக் கண்டதும் பதறிப் போனார் எங்கள் பெரியம்மா. அருகில் இருந்த டாக்டர் வீட்டுக்கு உடனே பையனைக் கொண்டு போய் அவரைத் தூக்கத்தில் எழுப்பிக் காட்டினார்கள். அந்த அகாலத்தில் பையனுக்கு டாக்டர் மருத்துவம் பார்த்தார். வலி மிகுந்த 'நரம்பூசி' போட்டார். காய்ச்சல் கொஞ்ச நேரத்தில் குறைந்துவிட்டது. பென்சிலின் ஊசியை 'நரம்பூசி' என்று சொல்வது மக்கள் வழக்கு. மகனைக் காப்பாற்றிய அந்த டாக்டரை காலம் பூராவும் போற்றிக் கொண்டிருந்தார் அம்மா. எனினும் மந்திர மருத்துவத்தில் அம்மாவின் நம்பிக்கை குறையவே இல்லை.

அம்மாவுக்கு எங்கள் ஊர்ப் பகுதியில் இருந்த அத்தனை பூசாரிகளையும் தெரியும். அண்ணனையும் என்னையும் வளர்த்த கதையில் பூசாரிகளுக்குப் பெரும் பங்குண்டு. எந்த வயதில் என்ன நோய் வந்தது, எந்தப் பூசாரியின் திருநீறு அல்லது பாடம் நோயைப் போக்கியது, எந்தெந்தச் சாமிகளுக்கு என்னென்ன வேண்டுதல், நிறைவேற்றியவை எவை, இன்னும் கடனாய் நிற்பவை எவை என அம்மாவிடம் பெரிய பட்டியலே இருக்கும். எங்கள் குலதெய்வமாகிய கரியகாளிக்கு அப்படிச் செலுத்த வேண்டிய கடன்கள் பல. நினைவு வைத்துக்கொள்ள முடியாத அளவு கடன் பெருகியபோது அதைத் தீர்ப்பதற்கும் கரியகாளித் தெய்வமே வழிகாட்டிற்று. புது விளக்கெண்ணெய்யைக் கரியகாளிக்குப் படைக்கக் கோயிலுக்குப் போன நாளொன்றில் பூசாரியிடம் அம்மா கேட்டார், 'ஆயாளுக்கு எத்தனையோ கடன் பாக்கியிருக்குது. எல்லாத்தயும் அடைக்க எனக்கு இந்த சென்மம் பத்தாது. என்ன செய்வன் நான்?' பூசாரிகள் எப்போதும் நடைமுறைகளை நன்கு அறிந்தவர்கள். அப்பூசாரி வழி சொன்னார்,

'ஆயாகிட்டப் பூப் போட்டுக் கேட்டிருவம். எல்லாக் கடனையும் சேர்த்து ஒரே கெடா மேல ஏறக்கி வெச்சி உனக்குக் குடுத்தர்றன்; என்னோட நெல உனக்குத் தெரியாததில்ல;

ஏத்துக்கிட்டு அனுமதி குடுக்கோனுமாயான்னு கேட்டுப் பாப்பம். சரின்னு சொன்னான்னா ஒரே கெடாயில எல்லாக் கடனையும் தீர்த்தரலாம்.'

பூசாரியின் வழிகாட்டுதல்படி பூப் போட்டுப் பார்த்தோம். 'கரியகாளியாயா. . . உன்னயத் தவிர எனக்கு யாரு இருக்கறா? என்னய எந்த நிலையில வெச்சிருக்கறயின்னு உனக்குத் தெரியும். உன்னோட மொத்தக் கடனையும் கட்டி முடிக்கற தெம்பு எனக்கில்ல. எல்லாத்துக்கும் சேத்து ஒன்னா வாங்கிக்க. ஒரே கெடாயாக் குடுத்தர்றன். அதுக்குச் சம்மதம் தரோனுமாயா' என்று அம்மா மனமுருகி வேண்டிக்கொண்டார். கரியகாளி எங்கள் மனத்தெய்வம். எங்களுக்குச் சார்பாகவே எப்போதும் நிற்பார். முதல் பூவிலேயே அனுமதி கொடுத்துவிட்டார். அப்புறமென்ன, வீட்டில் கிடா வளர்த்தால் வருசக் கணக்காகும் என்பதால் சந்தையில் வாங்கி வந்த பெரிய கிடா ஒன்றைக் காளிக்குப் பலி கொடுத்து விரைவில் கணக்கை முடித்தோம்.

அதன் பிறகும் வேண்டுதல்கள் தொடர்ந்து கொண்டுதான் இருந்தன. மந்திர மருத்துவத்தில் அம்மாவுக்குப் பெருநம்பிக்கை கொடுத்த சம்பவங்களும் நடந்தன. அவற்றில் நான் சம்பந்தப்பட்ட ஒன்று மிக முக்கியமானது. நான் பன்னிரண்டாம் வகுப்பு முடித்துக் கல்லூரியில் சேர்ந்த முதலாம் ஆண்டு. முதற்பருவத் தேர்வு எழுதி முடித்திருந்தேன். இரண்டாம் பருவத் தேர்வுக்குச் சரியாக ஒருமாதம் முன்பு எனக்கு உடல்நிலை சரியில்லாமல் போயிற்று. அது ஒரு வித்தியாசமான நோய். உணவைக் கண்டால் அப்படியொரு வெறுப்பு. மீறிக் கொஞ்சமாகச் சாப்பிட்டாலும் அது வயிற்றில் தங்காது. உடனே பெருந்தலைவலி உருவாகும். நெற்றிப் பொட்டின் இருபக்க நரம்புகளும் பட்பட்டென்று துடிக்கத் தொடங்கும். துடிப்பு பெருகி மிகும் தருணத்தில் வாந்தி வரும். உள்ளே போன உணவு முழுக்க வெளியேறிய பிறகு நரம்புத் துடிப்பு மெல்ல அடங்கும். இதுதான் எனக்கு வந்த நோய். உணவு பிடிக்கவில்லை என்றால் சாப்பிடாமல் இருந்துவிடலாம். ஆனால் உயிர் வாழ வேண்டுமே.

ஏற்கனவே குச்சி போலிருக்கும் என் உடல் நலிந்து இப்போது எலும்புக் கூடு ஆனேன். ஊரைச் சுற்றியும் ஊருக்குத் தொலைவிலும் இருக்கும் பலவகைப் பூசாரிகளின் மந்திரங்களையும் செய்து பார்த்தும் குணமாகவில்லை. எங்கள் ஊர் ஆங்கில மருத்துவமும் கைவிட்டு விட்டது. ஈரோட்டுக்குப் போனோம். அங்கே அக்காலத்தில் பெரிய பெரிய மருத்துவமனைகள் உருவாகிக் கொண்டிருந்தன. மருந்துகளும் மாத்திரைகளும் ஏராளமாகக் கொடுத்தார்கள். அவற்றில் ஒன்றும் வயிற்றில் தங்கவில்லை. குடல் வெளியே வருமளவு

வாந்தி. கண்களைப் பரிசோதனை செய்து தலைவலிக்கு என்று கண்ணாடி போட்டேன். கண்ணாடியை ஒரு நிமிடம்கூடப் போட்டிருக்க முடியாது. ஏதோ ஒரு குரல் எனக்குள் தோன்றிக் 'கழற்றி எறி, கழற்றி எறி' என்று ஆவேசமாகத் தூண்டும். அக்குரலுக்கு அடிமைப்பட்டுக் கழற்றி எறிந்துவிடுவேன். மிடறு மிடறாகப் பருகிய நீரின் ஆதரவில் உயிர் வைத்திருந்தேன். தலை பெருத்த வினோத உயிரியாய்க் கயிற்றுக் கட்டிலில் சுருண்டு கிடந்தேன்.

அவஸ்தையிலிருந்து விடுபட எனக்குச் சாவு ஒன்றே மருந்தாய்த் தோன்றியது. செத்துவிட அத்தனை விரும்பினேன். ஆனால் நெஞ்சில் வைத்து வளர்த்த மகன் உயிரை எப்படியேனும் காப்பாற்றிவிட வேண்டும் என அம்மா தவித்த தவிப்பைக் கண்டுதான் எனக்குப் பிழைக்க வேண்டும் என்னும் எண்ணம் வந்தது. எல்லாம் கைவிட்ட நிலையில் எங்கள் ஊரிலிருந்து வெகுதூரத்தில் மந்திர வைத்தியம் செய்யும் ஒருவரைப் பற்றி அம்மாவுக்கு யார் மூலமோ தகவல் தெரிந்தது. பதினேழு வயதுப் பையனைக் கைத்தாங்கலாக நடக்க வைத்தும் தோளில் சாய்த்துக் கொண்டும் பேருந்தில் ஏற்றி இறக்கியும் அம்மா அழைத்துச் சென்றார். சாலையில் இருந்து ஒரு கிலோ மீட்டர் தொலைவு நடக்க வேண்டியிருந்தது. கிட்டத்தட்ட அம்மா என்னைத் தூக்கிக்கொண்டே போனார்.

அந்த மந்திரக்காரர் முழுநேரப் பூசாரியல்ல. அவர் பனை மரமேறி. ஏராளம் பனைகள் நிறைந்த ஆளரவமற்ற நிலத்துக்குள் சிறு ஓலைக் கொட்டகையில் அவர் குடும்பம் குடியிருந்தது. அவர் மனைவி, மூன்று குழந்தைகள். பெரும்பாலும் மரமேறிக் குடும்பம் அப்படித்தான் வாழும். ஓலைக் கொட்டகையில் இருந்து சற்று தூரத்தில் இருந்த பால மரத்தடிக் கருப்பனார் சாமி கோயிலில் எங்களை உட்கார வைத்துவிட்டு அவர் பனை மரமேறப் போய்விட்டார். கோயிலில் நடப்பட்டிருந்த வேல்களில் இரும்பால் செய்யப்பட்ட கைவிலங்குகள் சரம்சரமாய்த் தொங்கின. இரு கைகளிலும் சேர்த்துப் பூட்டும்படியான கைவிலங்குகள். துருவேறி அசைவற்று வேல்களில் சூட்டப்பட்ட மாலைகளைப் போலத் தொங்கின. அடிப்பகுதியில் தொங்கிய சில புத்தம் புதிதாய்த் தெரிந்தன. ஒருவித அச்சம் தரும் சூழல். அப்போதைய என் உடல்நிலையின் காரணமாக அம்மாவின் மடியில் தலை வைத்துச் சுருண்டு படுத்துவிட்டேன். அது கள்ளுக்கடைகள் இருந்த காலம். கள்ளிறக்கிக் கொடுக்கும் வேலைகளை முடித்துவிட்டு வெயிலேறும் நேரத்தில் வந்தார் பூசாரி. அளவான உயரத்தில் பனை போலவே கருகருத்த உடம்பு. பூசாரிக்கான எந்தத் தடயமும் இல்லை.

குளித்து முடித்து ஈர உடம்போடும் இடையில் கட்டியிருந்த ஈரத் துண்டோடும் அவர் வந்து உட்கார்ந்தார். சாமியை விழுந்து கும்பிட்டார். உடல் முழுவதும் ஒட்டிய மண்ணோடு அப்படியே சாமிக்கு முன் உட்கார்ந்து அங்கே வைத்திருந்த சிறுகூடையைக் கவிழ்த்தார். அழகழகான உருண்டைக் கற்கள் மண்ணில் கொட்டின. எங்களை விசாரித்துக்கொண்டே இரு கைகளும் கொள்ளும்படி உருண்டைக் கற்களை அள்ளினார். கற்களோடு கையைக் கூப்பிச் சாமியை வணங்கிவிட்டுக் கைகளைப் பிரித்துக் கற்களைக் கீழே வீசினார். பிறகு இரண்டிரண்டு கற்களாகப் பிரித்து வைத்தார். இறுதியாக மிஞ்சும் கல் ஒற்றையா இரட்டையா எனப் பார்த்தார். இப்படியே இரண்டு மூன்று முறை கற்களால் 'கோடு' பார்த்தார். கற்களைக் கொண்டோ ஆமணக்கு விதை அல்லது புளியங்கொட்டை கொண்டோ ஒற்றை, இரட்டை எனப் பிரித்துக் கடவுளின் எண்ணத்தை அறியும் முறைக்கு எங்கள் ஊர்ப்பகுதியில் 'கோடு பார்த்தல்' என்று பெயர். கோடு பார்த்ததில் எனக்குக் 'காத்துக்குணம்' என்று தெரிந்தது. கருப்பனார் சாமிக்குப் பூசை செய்து விலங்கடித்துப் போட்டுவிட்டால் காத்துக்குணம் விலகிவிடும் எனப் பூசாரி சொன்னார்.

வெள்ளைத்தாளில் எழுதி வைத்திருந்த பெரிய பட்டியலை எடுத்து நீட்டினார். அதில் எழுதியிருந்த எல்லாப் பொருட்களையும் வாங்கிக்கொண்டு என்றைக்கு வந்தாலும் பூசை செய்துவிடலாம் என்று சொன்னார். சாமிக்குச் செய்து வைக்க வேண்டிய இரும்புக் கைவிலங்கு கிடைக்கும் இடத்தையும் சொன்னார். என்னையும் வீட்டுக்கு அழைத்துப் போய்விட்டு மீண்டும் கூட்டி வரும் சிரமத்தை யோசித்த அம்மா என்னை அங்கேயே விட்டுவிட்டு நகரத்துக்குப் போய் எல்லாப் பொருட்களையும் வாங்கி வந்துவிடுவதாகவும் இன்றைக்கே பூசை செய்துவிடலாம் என்றும் சொன்னார். அதற்குப் பூசாரியும் ஒத்துக்கொண்டார். என்னைத் தனியாக எப்படி விட்டுப் போவது என்பது அம்மாவுக்குப் பிரச்சினை. தான் அங்குதான் இருப்பதாகவும் தானே பார்த்துக்கொள்வதாகவும் பூசாரி சொன்னார்.

அத்துவானக் காட்டில் என்னைத் தனியாக விட்டுவிட்டு அம்மா திரும்பித் திரும்பிப் பார்த்தபடி வேகமாகப் போவதைக் கண்டு எனக்குக் கண்ணீர் வந்தது. என்னைத் தனியாக விட்டுப் போக அம்மாவுக்கு விருப்பமில்லை. ஆனால் வேறு வழி? சிறுத்துப் புள்ளியாகிக் கரைந்து போகும் வரை அம்மாவையே பார்த்துக்கொண்டிருந்தேன். அதற்குள் காட்டுக்குள் போய் சிறு சுரைப்புருடையில் நுரைத்த கள்ளைக் கொண்டு வந்தார் பூசாரி. சாமிக்கு முன் வைத்துப் படைத்த அக்கள்ளை அங்கேயிருந்த

சொப்பு ஒன்றில் ஊற்றி என்னிடம் நீட்டினார். கள் பருக எனக்கு ஆசை இருந்தாலும் உள்ளே போனதும் குமட்டிக்கொண்டு வரும் வாந்தியை நினைத்து 'வேண்டாம்' என்றேன். 'இது சாமிக்குப் படைச்ச கள்ளு. உன் வவுத்துக்குள்ள கருப்பனாரே போவப் போறாரு. ஒன்னும் ஆவாது. வாந்தி வந்தா கருப்பனாரு மூஞ்சியிலயே எடு. அவர நாடி வந்தப்பறம் கொணமாக்காத விட்டுட்டா என்ன சாமீ இது?' என்று அவர் ஆவேசமாகச் சொன்னார். கருப்பனார் கள்ளை மிடறு மிடறாகக் குடித்தேன். ஒரு சொப்புக் கள் இறங்கி வயிறு குளிர்ந்தது. வெகுநாட்களுக்குப் பிறகு என் வயிறு நிரம்பி லேசாகப் புடைத்தது.

எந்த நேரத்திலும் நெற்றி நரம்பு புடைத்துத் தெறிக்கும் வலி ஏற்படலாம் என்றும் கள் முழுவதும் வாந்தியாக வந்துவிடும் எனவும் எதிர்பார்த்துப் பதற்றத்தோடு இருந்தேன். அவர் என் நெஞ்சில் நீவிவிட்டார். கருப்பனாருக்கு முன்னால் கொட்டியிருந்த கருஞ்சாம்பல் திருநீற்றை அள்ளி வந்து என் வயிற்றில் பூசினார். உண்மையில் அது ஓர் அற்புதம்தான். எனக்கு ஒன்றுமே ஆகவில்லை. வயிற்றில் கள் தங்கியது. பெருத்த ஏப்பம் உண்டாகி வயிறு லேசாகியது. அப்படியொரு அனுபவத்தை நான் இழந்து வெகுநாட்களாகி இருந்தது. மிதமான போதையும் ஏற்பட்டது. அப்படியே படுத்துக்கொள்ள வேண்டும் போலிருந்தது. கிறங்கிய கண்களோடு மண் தரையில் படுக்கப் போனேன். இன்னொரு சொப்பில் ஊற்றிய கள்ளைக் கொண்டு வந்து என்னைத் தன்மேல் சாய்த்தபடி பூசாரி என் வாயில் வார்த்தார். அதில் எவ்வளவு குடித்தேன் எனத் தெரியவில்லை. மெலிந்த உடம்பில் கிறக்கம் கூடியது. அப்படியே தூங்கிப் போய்விட்டேன் போல. பல காலத்திற்குப் பிறகு வரும் நெடுந்தூக்கம்.

பேச்சுக்குரல் கேட்டு எழுந்தேன். பொழுதிறங்கி நேரமாகிவிட்டது. பூசைப் பொருட்கள் நிறைந்த பெரிய கூடையைக் கருப்பனாருக்கு முன்னால் வைத்திருந்தார் அம்மா. கால் கட்டிய கோழிச் சேவல் ஒன்று கூடையை ஒட்டிக் கீழே படுத்திருந்தது. அது எங்கள் வீட்டுச் செஞ்சேவல். மிரண்ட அதன் கண்களுக்கு நான் பட்டதும் மெல்லிய குரலில் சத்தம் கொடுத்து இறக்கை அடித்துத் தவழ்ந்து நகர முயன்றது. பனையேறப் போக இடையில் வார், அதில் பின்புறமாகப் பெட்டி, தோளில் அல்லக்கயிறு எனத் தயாராக நின்ற பூசாரி 'நீங்க இங்கயே இருங்க. நான் என் வேலய முடிச்சிட்டு வர்றன். பையனுக்கு எதுனாக் கொண்டாந்திருந்தீங்கன்னா கொஞ்சமாக் குடுங்க. ஒன்னும் ஆவாது. கருப்பனாருக்கு முன்னாலகூட வவுத்துல தங்காத போயிருமா? கருப்பனாருக்கு ராப்பூசதான் போடோனும். என்னூட்டு ஆளுங்க வருவாங்க. பயப்படாத

இருங்க' என்று சொல்லிவிட்டுப் பனைகளை நோக்கிப் போய்விட்டார். கூடைக்குள்ளிருந்த போசியில் அம்மா சோறு கொண்டு வந்திருந்தார். ரசஞ்சோறு. அம்மாவின் கையால் சில கவளம் தின்றேன். கள்ளைத் தங்க வைத்த கருப்பனார் சோற்றுக் கவளத்தையும் தங்க வைப்பார் என நம்பிக்கை வந்திருந்தது. தூங்கி எழுந்த என் முகத்தில் தோன்றியிருந்த தெம்பு அம்மாவுக்கும் பெருநம்பிக்கை கொடுத்திருக்கக் கூடும். ரசஞ்சோற்றால் புடைத்த வயிற்றையே இருவரும் பார்த்துக்கொண்டிருந்தோம். நெற்றிப்பொட்டு இருக்குமிடம் தெரியாமல் அமைதி காத்தது. உயிர் பிழைத்துவிடுவேன் என்று இருவரும் சந்தோசப்பட்டோம். மீதமிருந்த ரசஞ்சோற்றை அம்மா சாப்பிட்டார். அன்றைக்கு அதுதான் அம்மாவின் முதல் உணவாக இருக்கும் என நினைத்தேன்.

இருள் அடர்ந்த பிறகு பூசாரியின் மனைவியும் மகனும் மகள்கள் இருவரும் கருப்பனார் கோயிலுக்கு வந்தார்கள். அவர்கள் கையில் லாந்தர் இருந்தது. அவர் மனைவி மண் விளக்குகளை ஏற்றினார். பிள்ளைகள் சிறுவர்கள். காட்டுக்குள் ஓடி விளையாடினார்கள். நான் அங்கிருந்த வேலோடு சாய்ந்து உட்கார்ந்திருந்தேன். என் அம்மாவுடன் பேச்சுக் கொடுத்துக் கொண்டே அவர் மனைவி பூசைக்கான ஏற்பாடுகளைச் செய்தார். சிறுகல்லாக மண்ணில் பதிந்திருந்த கருப்பனார் இப்போது சந்தனம், சிவப்பு ஆகியவற்றைப் பூசிக்கொண்டு ஜொலித்தார். அம்மா வாங்கி வந்திருந்த கண்ணடக்கம் கருப்பனாருக்குக் கண்ணாகி அவர் என்னையே பார்ப்பதாகத் தோன்றியது. கருப்பனாருக்கு முன்னால் பூ, பழம், தாம்பாளத்தில் அரிசி, நவதானியப் பொட்டலங்கள் எனப் பலவும் இருந்தன. இரும்புக் கைவிலங்கு திருநீறு பூசி வைக்கப்பட்டிருந்தது. எலுமிச்சம் பழங்கள் குவியலாகக் கிடந்தன. வெகுநேரம் கழித்துப் பூசாரி வந்தார். காலையில் போலவே இடுப்பில் ஈரத்துண்டு. சுரைக்குடுவையில் கருப்பனாருக்குப் படைக்கக் கள். கருப்பனாருக்கு முன்னால் என்னை உட்கார வைத்தார். அவர் மனைவியும் என் அம்மாவும் காட்டுக்குள் விளையாடிக் கொண்டிருந்த சிறுவர்கள் பக்கம் போய்விட்டார்கள். நானும் பூசாரியும் கருப்பனாரும் மட்டும்தான். என் உடைகளைக் களைந்துவிட்டு அவர் கொடுத்த வெள்ளைத் துண்டை இடுப்பில் கட்டிக்கொண்டேன்.

ஏதேதோ முணுமுணுத்தபடி கருப்பனாருக்குப் பூசையைத் தொடங்கினார். அவர் குரல் மெலிவில் இருந்து ஆங்காரமாகிப் பின் இறங்கி வடிவதைக் கண்டேன்; கேட்டேன். எனக்குப்

பயம் ஏதுமில்லை. சாவை நெருங்கிவிட்ட நிலையில் எது நடந்தாலும் பயம் எங்கிருந்து வரும்? கருப்பனாருக்கு முன்னிருந்த சுரைப்புருடைக் கள்ளைக் கையில் ஊற்றி என் தலையில் தெளித்தார். பின் நான் எதிர்பார்க்காத நேரத்தில் முகத்தில் பளாரென்று கள்ளை அடித்தார். கொஞ்சம் குடிக்கவும் கொடுத்தார். என்னை எழுந்து நிற்கச் சொல்லி இரும்புக் கைவிலங்கைத் தலையிலிருந்து கால் வரைக்கும் படும்படி மூன்று முறை தடவினார். பின் என் கைகளில் மாட்டினார். அப்படியே உட்காரச் சொன்னார். என் வெற்றுடம்பு காற்றில் நடுங்கியது. இன்னும் கொஞ்சம் கள்ளைக் கொடுத்தார். கள் உள்ளே போனதும் உடல் நடுக்கம் குறைந்தது. அவர் 'கும்பிட்டுக்க' என்று சொல்லும் போதெல்லாம் கும்பிட்டுக் கொண்டேன். முடிவில் அவர் வெறி கொண்டு சேவல் கதறக் கதற அதன் கழுத்தில் வாய் வைத்துக் கடித்து ரத்தத்தைக் கருப்பனார் மேல் விட்டார். சேவல் துடிதுடித்துத் தன் ரத்தத்தைச் சொரிந்து சொர்க்கத்தை அடைந்தது. என் கையிலிருந்த விலங்கை என்னையே கழற்றிக் கருப்பனாருக்கு முன்னால் வைக்கச் சொன்னார். அப்படி வைக்கும்போது என்னை அறியாமல் அழுகை வந்தது. தேம்பித் தேம்பியும் கதறியும் அழுதேன். அப்படியே கீழே விழுந்துவிட்டேன்.

அன்றைக்கு இரவு கருப்பனார் கோயிலில்தான் என் கிடக்கை. நான் நன்றாகத் தூங்கினேன். அம்மா தூங்கியிருக்க மாட்டார். மறுநாள் காலையில் மீண்டும் கருப்பனாரைக் கும்பிட்டுவிட்டுக் கிளம்பினோம். பூசாரி சொன்னார், 'ஒரு மாசத்துக்கு ஒருமரத்துக் கள்ளாப் பையனுக்குக் குடுங்க. தேறீருவான்.' அப்படித்தான் தேறினேன். கொஞ்சம் கொஞ்சமாகச் சோற்றில் ருசி ஏற்பட்டு ஒரு மாதத்தில் பழைய நிலைக்கு மீண்டேன்.

பிற்காலத்தில் எனக்குக் கடவுள் நம்பிக்கை குறைந்து போய் எல்லாவற்றையும் கேள்வி கேட்பவனாகவும் கேலி செய்பவனாகவும் மாறினேன். அம்மாவிடம் அப்படி ஏதாவது பேசும்போது 'விலங்கடித்துப் போட்ட' அந்தச் சம்பவத்தைச் சொல்லிக் 'கருப்பனாரு இல்லீன்னா அப்பவே போயிச் சேந்திருப்ப. இப்ப இந்த வாய் பேசுவியா?' என்பார். என் வாய் அடைபட்டுவிடும். என்ன பதில் சொல்ல முடியும் என்னால்?

9

புத்தகப் பித்து

அம்மாவுக்குக் காகிதங்கள் பயன்படு பொருளாகவே அறிமுகம். சந்தைக்குப் போய் வீட்டுக்குத் தேவையான மளிகைப் பொருட்கள் வாங்கி வருவது வழக்கம். அங்கு வாங்கும் பொருட்களைக் காகிதத்தில் கட்டித் தருவார்கள். சீரகம், மிளகு, கடுகு முதலிய பொருட்களுக்குக் காகிதத்தில் சுற்றி நூலால் கட்டிய சிறுபொட்டலம். தானியங்கள், பருப்பு வகைகள் வாங்கினால் அவற்றுக்குக் காகிதப் பைகள். பொரிகடலைக்கும் காகிதப் பைதான். சிறுசெலவுகளும் பொரிகடலையும் சந்தையில் வாங்கித்தான் ஆக வேண்டும். தானியமும் பருப்பும் எங்கள் நிலத்திலேயே விளைபவை என்பதால் வாங்கத் தேவையில்லை. சந்தைச் செலவுகளைப் பிரித்து டப்பாக்களில் கொட்டி வைக்கும்போது பொட்டலக் காகிதங்களையும் பைகளையும் சேர்த்துச் சிறுகூடைக்குள் பத்திரப் படுத்துவார் அம்மா. காகிதம் எங்காவது கீழே கிடந்தால் அதையும் பொறுக்கிக் கொண்டு வந்து விடுவார். காகிதம் என்றால் அப்படி ஒரு பிரியம்.

அடுப்புப் பற்ற வைக்கக் காகிதம் வசதி என்பதுதான் அம்மாவின் காகிதப் பிரியத்திற்குக் காரணம். விறகடுப்பு பயன்படுத்துபவர்களுக்குக் காகிதத்தின் அருமை தெரியும். பன்னாடை, சருகுகளும் உதவுபவையே. அவற்றைப் பாதுகாத்து வைப்பது கஷ்டம். காகிதங்களைக் கூடைக்குள் திணித்து வைத்துவிடலாம். மழைநாளில் தீப் பற்ற வைக்கக் காகிதத்தைப் போல அருமையான பொருள் வேறில்லை. விறகுகளைக் காற்றுப் புக அடுக்கி

அதனடியில் ஓர் காகிதத்தை செருகிப் பற்ற வைத்துவிட்டால் அது எளிதாகப் பரவிவிடும். நானும் அண்ணனும் கிழிக்கும் பள்ளிக் குறிப்பேட்டுக் காகிதங்களையும் அந்தக் கூடைக்குள்தான் போட வேண்டும். கீழே எறிந்துவிட்டால் அம்மாவிடம் திட்டு வாங்கி மாளாது. காகிதம் எதுவும் இல்லையென்றால் எங்களுடைய குறிப்பேடுகளின் பின்பகுதியில் சில தாள்களை அம்மா கிழித்துக்கொள்வார். அது எங்களுக்குப் பெரும் தொந்தரவாகும். கிழித்த தாளோடு இணைந்திருக்கும் இன்னொரு தாள் எழுதப்பட்டதாக இருக்கும். அது தனியாகப் பிரிந்து வந்துவிடும். அதனால் அம்மாவோடு சண்டை போட வேண்டியிருக்கும். அதன் முடிவில் இப்படிச் சொல்வோம்: 'டீச்சரு அடிப்பாங்க. இன்னமே நான் பள்ளிக்கூடம் போகமாட்டன் போ.' பள்ளிக்கூடம் போகாமல் இருக்க வாய்க்கும் எந்தச் சந்தர்ப்பதையும் தவற விடமாட்டோம். சமாதானப்படுத்தி அனுப்பி வைப்பது அம்மாவுக்குப் பெரும்பாடு.

வருசக் கடைசியில் எங்கள் புத்தகங்களைப் பாதி விலைக்கு விற்றுவிடுவோம். நாங்கள் முடித்துச் செல்லும் வகுப்புக்கு வரும் மாணவர்கள் வாங்கிக்கொள்வார்கள். கிழிபடாமல் பைண்டிங்கோடு வைத்திருக்கும் புத்தகங்களுக்கு விலை கொடுக்கப் பலரும் தயாராக இருப்பார்கள். எழுதி முடித்த குறிப்பேடுகளின் அட்டைகளைக் கிழித்தெடுத்துவிட்டுத் தாள்களை மட்டும் டீக்கடையில் கொடுத்தால் சில வடைகள் கிடைக்கும். அம்மா அதற்குச் சம்மதிக்க மாட்டார். குறிப்பேடுகளை எல்லாம் சரடு போட்டுக் கட்டி வைத்துவிடுவார். இரண்டு மூன்று மாதங்களுக்குத் தீப் பற்ற வைக்கப் பிரச்சினையே இல்லை. அவற்றை வைத்து மழைக்காலத்தை ஓட்டிவிடலாம் என்பார். அப்போதெல்லாம் மழைக்காலத்தில் மழை பெய்யும்.

காகிதங்களின் மேல் அப்படிப் பிரியம் கொண்டிருந்த அம்மா காகிதத்தை வெறுக்கும் சூழலும் வந்தது. நான் எட்டாம் வகுப்பு படித்தபோது *ராணி, குமுதம், ஆனந்த விகடன்* ஆகிய இதழ்களை விலை கொடுத்துக் கடையில் வாங்கத் தொடங்கினோம். அது அம்மாவுக்குப் பிடிக்கவில்லை. வாராவாரம் வெட்டிச் செலவு என்பது அம்மாவின் அபிப்ராயம். அந்த இதழ்கள் கைக்கு வந்துவிட்டால் அவற்றைப் படித்து முடிக்கும்வரை எனக்கும் அண்ணனுக்கும் வேறு வேலை எதுவும் ஓடாது. சில சமயம் ஆளுக்கொன்று வாங்கிவிடுவதும் நடக்கும். காசு போவதில்லாமல் வேலையும் கெடுகிறது என்பதால் அம்மாவுக்கு அப்படி ஒரு வெறுப்பு. நடிகைகளின் கவர்ச்சிப் படங்கள் வேறு அவ்விதழ்களின் பக்கங்களில் வருவதுண்டு. அவற்றைப் பார்த்து 'இந்தப் புஸ்தவத்தத்தான் காசு போட்டு வாங்கிப்

படிக்கிறீங்களா?' என்பார். அதற்குப் பின் காகிதங்களைச் சேர்த்து வைப்பதை அம்மா விட்டுவிட்டார். அதுதான் எப்போது வேண்டுமானாலும் இந்த இதழ்களின் தாள்களைக் கிழித்துக்கொள்ளலாமே.

அம்மாவுக்கு இன்னொரு சோதனையும் வந்தது. ஒன்பதாம் வகுப்பு படிக்கும் காலத்தில் இலக்கிய நூல்கள் வாங்கத் தொடங்கினேன். அவற்றை விற்கும் கடைகள் எதுவும் இல்லை. பத்திரிகைகளில் வரும் விளம்பரங்களைக் கொண்டு வி.பி.பி. மூலமாக வரவழைத்தேன். தபால்காரர் வீட்டுக்கே கொண்டு வந்து நூல்கட்டைக் கொடுத்துவிட்டுக் கையில் காசு வாங்கிப் போவார். அவரிடம் சில ரூபாய்த் தாள்களை நான் கொடுப்பதை ஏதும் சொல்லாமலே பார்த்துக்கொண்டிருப்பார் அம்மா. அவர் முகத்தில் வெறுப்பும் கோபமும் கனன்று என்னை எரித்துவிடப் பார்க்கும். தபால்காரர் போனதும் தொடங்கும் அம்மாவின் வசை வெகுநேரம் தொடரும். கைக்கு வந்த நூலை வாசிக்கக்கூட விடாமல் அம்மாவின் வசை விரட்டும். எங்காவது காட்டுப்பக்கம் போய் உட்கார்ந்துகொள்வேன். வெகுநேரம் வர மாட்டேன். அம்மா அழைக்கும் குரல் கேட்டாலும் கேட்காதது போல இருந்துவிடுவேன். இருட்டிய பிறகே வருவேன்.

'ஒரு பொஸ்தவத்தக் கையில எடுத்துட்டா இவனுக்கு நெனப்பெல்லாம் போயிருது. நாளைக்குப் படிச்சுக் கலெக்டராயி எனக்குக் கொண்டாந்து கொட்டப் போறானா? ஆடுமாடு மேய்ச்சு, பாலையும் தண்ணியையும் கலந்தூத்தி ஒவ்வொரு காசா நான் சேக்கறன். இந்த நாயி எல்லாத்தயும் காயதத்துல கொண்டோயிக் கொட்டுது. எப்படித்தான் பொழச்சு மேடேறப் போறனோ.'

இப்படியே வாய் சலிக்காமல் அம்மா பேசிக் கொண்டேயிருப்பார். அப்போதெல்லாம் மாதம் ஒரு நூல் வரவழைத்துவிடுவேன். நூல் வந்த நாளில் தொடங்கும் வசை படிப்படியாகக் குறைந்து தேயும் சந்தர்ப்பத்தில் அடுத்த நூல் வந்துவிடும். மீண்டும் முதலிலிருந்து வசை ஆரம்பிக்கும். இதைத் தவிர்ப்பதற்காகத் தபால்காரரிடம் வீட்டுக்குக் கொண்டுவர வேண்டாம் எனச் சொல்லி வைத்து நானே அஞ்சலகம் போய் வாங்கிக்கொள்வேன். எனினும் வாசிக்கும்போது அம்மா கண்டுபிடித்துவிடுவார். நூல்களின் அட்டைகளை அம்மா நினைவு வைத்திருப்பதும் உண்டு.

அப்போது அரசு பொது நூலகத்தில் உறுப்பினராகவும் இருந்தேன். எனினும் எனக்குத் தேவையான நூல்களை அங்கிருந்து பெற முடியவில்லை. நூல்களைத் தேடிச் சோர்வுற வேண்டும்.

புதிய நூல்கள் வந்து சேரக் காலம் பிடிக்கும். அப்போது கவிதைகள் வாசிப்பதில் எனக்கு மிகுந்த ஈடுபாடு இருந்தது. பொது நூலகத்திற்கு நவீன கவிதை நூல்கள் வாங்கக் கூடாது என எழுதப்படாத தடை இருந்தது. மரபுக்கவிதை நூல்களில் பக்கங்கள் நிறைந்திருக்கும். நவீன கவிதை நூல்களில் பெருமளவு வெற்றிடம் இருக்கும். ஒரு பக்கத்தின் ஏதோ ஒரு மூலையில் மூன்று அடியோ நான்கு அடியோ மட்டும் அச்சிடப்பட்டிருக்கும். அச்சிடப்படாத வெற்றிடங்களைப் பெரிதும் கொண்ட நூல்களை ஏன் விலை கொடுத்து வாங்க வேண்டும்? இந்தக் கேள்வி அப்போதைய கல்வி அமைச்சருக்கு வந்திருக்கலாம்; பொறுப்பான அதிகாரிகளுக்கும் தோன்றியிருக்கலாம். நவீன கவிதையைக் கடுமையாக வெறுத்த பல்கலைக்கழக ஆசிரியர் எவரேனும் நூலகத்திற்கு நூல்கள் தேர்வு செய்யும் குழுவில் இருந்திருக்கலாம். ஆகவே கவிதை வாசிப்பில் ஆர்வமுடைய எனக்குப் பொது நூலகத்தில் தீனி கிடைக்கவில்லை. வேண்டும் நூலை விலை கொடுத்து வாங்கும் நிர்ப்பந்தம்.

என் நூல்களுக்கு வீட்டில் இடம் ஒதுக்குவதிலும் அம்மாவுக்குப் பிரச்சினை. எப்படியோ போராடி ஒரு மொடாவைக் கைப்பற்றி அதில் என் நூல்களைப் போட்டு வைத்தேன். அந்த மொடா கண்ணில் படும் போதெல்லாம் திட்டுவார் அம்மா. பின்னர் எனக்கு மரப்பெட்டி ஒன்று கிடைத்தது. வீட்டின் பகுதியை அது ஆக்கிரமித்துக் கொள்வதாகக் கூறித் திட்டுவார். நான் இல்லாத சமயத்தில் என் நூல்களை எல்லாம் தூக்கி எடைக்குப் போட்டுவிடுவாரோ என்று பயந்து கொண்டேயிருந்தேன். என்னிடம் அம்மாவுக்குப் பிடிக்காத ஒரே விஷயம் நூல்கள் வாங்குவதுதான். அதையொட்டியே எனக்கும் அம்மாவுக்கும் சண்டை வரும். 'பைத்தியகாரா. . . பைத்தியகாரா. . .' என்று அடிக்கடி சொல்வார். அம்மா எதிர்க்க எதிர்க்க நூல்கள் மேல் எனக்கு ஈர்ப்பு அதிகமாகிக் கொண்டேயிருந்தது. வீட்டை விட்டுக் கிளம்புகையில் 'ஊடு கூட்டறன், வழிக்கறன்னு என்னோட புத்தகங்கள எங்காச்சும் எடுத்துப் போட்டீன்னு வெச்சிக்க, அப்பறம் இந்த ஊட்டுப் பக்கமே வர மாட்டேன் பாத்துக்க' என்று அன்றாடம் மிரட்டிவிட்டே செல்வேன்.

இந்தப் புத்தக ஆசை என்னைப் படுத்திய பாடு கொஞ்ச மல்ல. எதற்கெடுத்தாலும் புத்தகம், புத்தகம் என்று திரிவது என் வாடிக்கை ஆயிற்று. என் அண்ணன் மகள் 1985ஆம் ஆண்டு பிறந்தாள். அவளுக்கு 'இளமதி' என்று நான்தான் பெயர் சூட்டினேன். என்றாலும் அதைவிடவும் நல்ல பெயர் கிடைக்குமா எனப் பார்ப்பதற்காக மணிமேகலைப்

பிரசுரத்திலிருந்து 'குழந்தைப் பெயர்கள்' என்னும் நூல் ஒன்றை வர வைத்தேன். குழந்தைக்குப் பெயர் வைக்கப் பணம் போட்டுப் புத்தகம் வாங்க வேண்டுமா என அம்மா கடுமையாகக் கோபித்துக்கொண்டார். அந்தச் சமயம் எங்கள் குடும்பச் சூழலும் சரியில்லாமல் இருந்தது. என் அப்பன் கடை வைத்திருந்த திரையரங்கம் மூடப்பட்டதால் வருமானமே இல்லை. அப்பனுக்கு உடல்நிலை சரியில்லாமல் வீட்டோடு கிடந்தார். இரண்டு எருமைகள் கொடுத்த பால் விற்பனை வழியாகக் கிடைத்த சிறுவருமானம்தான் குடும்பத்தைக் காப்பாற்றியது. இந்நிலையில் பெயர் சூட்டப் புத்தகம் என்பதை அம்மாவால் ஒத்துக்கொள்ளவே முடியவில்லை. 'காசோட அரும தெரியாத ஆடாதடா' என்று தொடங்கித் திட்டு வளர்ந்தது.

என் நூல்களை வைத்துக்கொள்ள மரப்பெட்டி, மர பீரோ என உருவாக்கி நானும் அம்மாவை உசுப்பேற்றிக் கொண்டேயிருந்தேன். என் மேற்படிப்பு தொடரத் தொடர அம்மாவின் வசைகள் அடங்கி முணுமுணுப்பாகக் குறைந்தன. எப்போது வீட்டுக்கு வந்தாலும் என் பை நிறையப் புத்தகங்கள் இருக்கும். என் பைப் புடைப்பையே கண் கொட்டாமல் பார்த்துவிட்டு மௌனமாவார். 'சோத்துக்குக் காசிருக்குதா?' என்று கிண்டலாகக் கேட்பார். புத்தகம் வாங்குவதை நேரடியாகக் கண்டிப்பதில்லை. மறைமுகமாக வெளிப்படுத்துவார். அது எனக்குப் பெரிய கஷ்டத்தைக் கொடுக்காது. சிரித்தபடி கடந்துவிடுவேன். அப்போது ஊரில் எனக்குப் 'படிக்கிற பையன்' என்னும் பிம்பம் உருவாகியிருந்தது. அதில் அம்மாவுக்குக் கொஞ்சம் பெருமையும் கிடைத்திருந்தது. ஆகவே என் புத்தகங்களைச் சகித்துக்கொண்டார்.

படிக்கும் காலத்தில் சில ஆண்டுகள் சென்னையில் வசித்தேன். அப்போதே எனக்குத் திருமணமும் ஆகியிருந்தது. சென்னையில் வாங்கிய புது நூல்கள், பழைய புத்தகக் கடையில் அள்ளிச் சேர்த்திருந்த நூல்கள், திருடிய நூல்கள் எனக் கணிசமான புத்தக உடைமையாளனாக மாறியிருந்தேன். 1996இல் எனக்கு அரசுப்பணி கிடைத்துக் குடும்பத்தோடு ஊருக்கு வந்தேன். கல்லூரிப் பேராசிரியர்; ஊரிலேயே முதல் அரசுப் பணியாளர். அம்மாவுக்குப் பெருமை. சென்னையிலிருந்து எடுத்து வரத்தக்க பொருட்கள் எங்களிடம் குறைவாகவே இருந்தன. பத்து அட்டைப் பெட்டிகளில் அனுப்பிய புத்தகங்களே வந்து சேர்ந்தன. ஏற்கனவே வீட்டில் இருந்தவை, சென்னையிலிருந்து இறக்குமதி செய்தவை எல்லாம் சேர்த்துக் கணிசமான நூல்கள் இருந்தன. சில ஆயிரம் புத்தகங்கள். எங்கள் வீடோ ஒரே ஒரு அறையும் ஒரு பட்டாசாளையும் மட்டும் கொண்டது.

புத்தகங்களுக்கு ஏது இடம்? எல்லாவற்றையும் வைத்துப் பராமரிக்கச் சுவரில் நீளமான கான்கிரீட் அலமாரிகள் சிலவற்றைக் கட்டினேன். அதற்கு அம்மா எந்த ஆட்சேபமும் தெரிவிக்கவில்லை. ஒருசமயத்தில் இப்படிச் சொன்னார்:

'உங்கப்பனுக்குக் குடிப் பித்து; பீடிப் பித்து. அந்தப் பித்துப் பிடிச்சு நம்மளக் கொடுமப்படுத்திட்டுப் போய்ச் சேந்துட்டான். உங்கண்ணனுக்கும் குடிப் பித்தும் பீடிப் பித்தும் புடிச்சு ஆட்டுது. பண்ணாத கொடுமயெல்லாம் பண்றான். இப்படி ஒவ்வொரு மனசனுக்கும் ஒவ்வொரு பித்து. பித்துப் பிடிக்காத மனுசன் உண்டா? உனக்கும் ஒரு பித்து; புஸ்தவப் பித்து. காசுக்குக் கேடே தவிர ஆருக்கும் எந்தக் கஷ்டத்தயும் தராத பித்துத்தான் இது. வாங்கி வாங்கி அடுக்கி வெச்சிக்க போ.'

❍

10

கடுங்காற்று பெருமழை

எங்களுடையது மானாவாரி விவசாயம். அதில் கால்நடைகளாகிய ஆடு மாடுகளே முக்கியமானவை. மாடுகள் ஏற்றம் இறைத்தல், ஏர் உழுதல், கதிரடித்தல் முதலிய வேலைகளுக்கு உதவுவன. சாணமாகிய எருவும் கிடைக்கும். விவசாய விளைச்சலை விடவும் பால் மூலமாகக் கூடுதலான வருவாய் தருவன அவை. ஆடுகள் போடும் புழுக்கையால் நிலம் பெரிதும் வளம் பெறும். இறைச்சிக்காக அவற்றை விற்பதால் கிடைக்கும் வருமானம் கணிசம். ஆகவே எங்கள் விவசாயம் முழுமையாக ஆடுமாடுகளைச் சார்ந்தே அமையும். சோளம் விதைப்போம். அதன் கதிர் முற்றும் முன்பே சோளத்தட்டையை அறுத்துவிடுவோம். சோளத்தை முற்ற விட்டால் தட்டையும் முற்றி அதன் தோல் ஈக்கியாகி மாட்டின் வாயைக் கிழிக்கும். தீவனமாகப் பயன்படாது. மாட்டுக்கு ஆண்டு முழுவதும் தீவனம் வேண்டும். அதுதான் எங்கள் தேவை. அதே போல நிலக்கடலை விதைப்போம். மழை சரியில்லாமலோ பட்டம் பொருந்தாமலோ விளைச்சல் இல்லை என்றாலும் பரவாயில்லை. கடலைக்கொடி நன்றாக இருந்துவிட்டால் போதும். அது ஆடுகளுக்கு ஆண்டுத் தீவனம். அறுவடை செய்து போர் போட்டுப் பாதுகாப்பாக வைத்துக்கொள்வது பெரிய வேலை.

ஆகவே எங்கள் வீட்டில் எப்போதும் சில மாடுகளும் பெரும்பட்டி ஆடுகளும் நிரந்தரமாக இருக்கும். நாள் முழுவதுமான வேலைகள் அவற்றைச் சார்ந்தவையே. அதுவும் செம்மறி

ஆடுகளைப் பகலெல்லாம் மேய்ச்சலுக்கு விட வேண்டும். ஓர் ஆள் ஆட்டின் பின்னாலேயே திரிந்து கொண்டிப்பது அவசியம். ஆடு வளர்ப்பது லேசான காரியமல்ல. இரவு பகல் எந்நேரமும் விழிப்புடன் இருந்தாக வேண்டும். சினையாடுகளைக் கண்காணிப்பது, இளங்குட்டிகளைப் பாதுகாப்பது, கிடாய்களின் தொந்தரவுகளைச் சமாளிப்பது எனப் பல வேலைகள். செம்மறிகள் வயிறு நிறையவில்லை என்றால் இடைவிடாமல் பரிதாபமாகக் கத்தி நம் தூக்கத்தைக் கெடுத்துவிடும். மேய்ச்சல் இருக்குமிடங்களுக்கு ஓட்டிச் செல்வோம். நன்றாக நீர் பருகச் செய்வோம். மேய்ச்சல் போதாதபோது போர் போட்டு வைத்திருக்கும் நிலக்கடலைக் கொடி, ஆமணக்கு இலைச் சருகு, காய்ந்த கொடிப்புறகள் ஆகியவற்றை அவற்றுக்குக் கொடுத்து வயிறு நிறைப்போம். ஆடு மாடு வளர்ப்போர் வெளியூர்ப் பயணம் போவதும் சில நாட்கள் தங்குவதும் சாத்தியமே இல்லை. அப்படிப் போக வேண்டுமானால் அதற்கென ஆள் ஏற்பாடு செய்ய வேண்டும். அந்த ஆள் நம்மைப் போல ஆட்டைப் பார்ப்பார்களா என்னும் ஐயமும் சேர்ந்து போன இடத்தில் இருப்புக் கொள்ளாமல் தவிக்க வைக்கும்.

என் அம்மாவுக்கு மனிதர்களை விடவும் ஆடுமாடுகளே நெருக்கம். ஒவ்வொன்றுக்கும் பெயர் வைத்துத்தான் அழைப்பார். ஒவ்வொரு ஆட்டின் குரலுக்குமான வித்தியாசம் அம்மாவுக்குத் தெரியும். அவை குரல் கொடுத்தால் அம்மா பதில் குரல் கொடுப்பார். அம்மாவின் குரலுக்கு அவை கட்டுப்படும். ஏதாவது ஒரு ஆட்டுக்குட்டி அம்மாவின் பின்னாலேயே திரிந்துகொண்டிருக்கும். வெள்ளாடுகள் நிறையக் குட்டிகள் போட்டுவிடும். அனைத்திற்கும் கொடுக்குமளவு தாய் ஆட்டில் பால் இருக்காது. அதனால் ஒன்றிரண்டு குட்டிகளுக்குப் புட்டிப்பால் கொடுப்போம். அப்படிக் குடிக்கும் குட்டிகள் நம் மேல் மிகப் பிரியமாக இருக்கும். சில சமயம் மாட்டுப்பால் அதிகமாக இருந்தால் சந்தைக்குப் போய்க் குட்டி ஒன்றை வாங்கி வந்து அம்மா வளர்ப்பார். புட்டிப்பால் மட்டுமே குடித்து வளரும் குட்டியாக அது இருக்கும். இத்தகைய குட்டிகள் எந்நேரமும் நம் பின்னாலேயே திரியும். அதை அம்மா மிகவும் விரும்புவார். ஆடு இல்லாமல் அம்மாவால் இருக்க முடியாது.

அம்மாவின் இறுதிக் காலத்தில் சில ஆண்டுகள் ஆடு வளர்க்க முடியவில்லை. அந்த வருத்தம் அம்மாவுக்கு இருந்தது. தனியாக இருக்கும் முதியோர்க்கு ஒரே ஒரு வெள்ளாடு இருந்தால் போதும்; அதுவே பெருந்துணையாகும். தன் வாழ்க்கைக் கதைகளைச் சொல்லிப் பழமை பாடு பேசலாம். முதியவரிடம் காது கொடுத்துக் கேட்க எந்த மனிதருக்கும்

நேரமும் இருப்பதில்லை; பொறுமையும் கிடையாது. ஆடுகளின் தலையைத் தொட்டுச் சிறுதடவல் கொடுத்தால் போதும். அவை அன்புக்குக் கட்டுப்படும். எத்தனை பேசினாலும் அயராமல் கேட்டுக்கொள்ளும். 'என்னயப் பெத்த மவராசன் கதயச் சொல்றன் கேளு. . .' என்றோ 'என்னயக் கட்டுன மசையன் கதையச் சொல்றன் கேட்டுக்காயா. . .' என்றோ 'நான் பெத்த மக்க கதயக் கேக்கறயா. . .' என்றோ தொடங்கிச் சொன்னால் ஆடுகள் தலையாட்டிக் கேட்கும். அவற்றின் முகத்தில் எப்போதும் ஒரு சோகம் அப்பியிருக்கும். கதை சொல்லும் நேரத்தில் அந்தச் சோகம் அம்மாவுக்காகவே படிந்திருப்பது போலிருக்கும். அவை அவ்வப்போது குரல் கொடுத்துப் பேச்சை ஆமோதிக்கும். இறுதிக் காலத்தில் அம்மாவுக்கு அப்படியான பேச்சுத்துணைக்கு ஆடு இல்லாதது பெருங்குறையாகப் போயிற்று. அது மட்டுமல்ல, 'ஒரு வெள்ளாட்டுக் குட்டி இருந்தாப் போதும் எம்பாடு கழிஞ்சிரும்' என்பார். அதாவது ஒரு வெள்ளாட்டுக் குட்டி தரும் வருமானம் தன்னுடைய சாப்பாட்டுச் செலவுக்குப் போதும் என்பது அம்மாவின் அபிப்ராயம்.

என் இளவயதில் ஏராளமான கவிதைகள் எழுதிக்கொண்டிருந்தேன். எல்லாம் வெற்றுக் கற்பனையும் பொய்ம்மையும் கலந்தவை. அப்படியான கவிதைகளே எனக்கு அப்போது படிக்கக் கிடைத்தன. அவற்றை முன்மாதிரியாகக் கொண்டு கவிதை என்னும் பெயரில் எழுதி எழுதிக் குவித்தேன். பள்ளி சார்பாகவும் கல்லூரி சார்பாகவும் கவிதைப் போட்டிகளில் பங்கேற்றேன். நகைச்சுவைத் துணுக்குகளையும் பிரச்சார மொழிகளையுமே கவிதை என்று நம்பியிருந்தேன். அலங்கார மொழியே கவிதை மொழி என்பது அப்போதைய புரிதல். இளங்கலை முதலாமாண்டு படிக்கும் காலத்தில் என் கவிதைப் போக்கை மாற்றும் திருப்புமுனையான சம்பவம் ஒன்று நடந்தது. அம்மாவும் ஆடுகளும் தொடர்புடைய சம்பவம்.

அது ஒரு கோடைகாலம். அப்போது எங்களுக்கு திரையரங்கில் சோடாக்கடை இருந்ததால் அப்பனும் அண்ணனும் இரவு இரண்டு மணி வாக்கில்தான் வீட்டுக்கு வருவார்கள். காட்டுக்குள் அருகருகே இருந்த மூன்று ஓலைக்கொட்டகைகள் எங்கள் வீடு. சுவர் வைத்தவை இரண்டு. சுவரில்லாமல் ஓலைத் தடுப்பு வைத்துக் கட்டியது ஒன்று. ஒன்றில் தாத்தாவும் பாட்டியும் வசித்தார்கள். வயதான காலமானதாலும் மின்சாரம் இல்லாததாலும் மாலையிலேயே சாப்பாட்டு வேலையை முடித்துக்கொண்டு இருவரும் கட்டிலைப் போட்டுப் படுத்துவிடுவார்கள். இன்னொரு கொட்டகை சமையலுக்கும் பாத்திரம் பண்டங்கள் வைக்கவும் பயன்படும். குளிர்காலத்தில் அம்மாவும் நானும் அதற்குள்

படுத்துத் தூங்குவோம். சுவரில்லாத இன்னொரு கொட்டகை ஆடு மாடுகளுக்கானது. தீவனம் போட்டு வைக்கவும் கன்று, குட்டிகளைக் கட்டவும் அதைப் பயன்படுத்துவோம். அது எங்களுக்குப் படுத்துத் தூங்கவும் பயன்படும். அன்றைக்கு அம்மாவும் நானும் மாட்டுக்கொட்டகையில் படுத்துத் தூங்கிக் கொண்டிருந்தோம்.

நன்றாகத் தூங்கிக்கொண்டிருந்த என்னை அம்மா 'பயா பயா' என்று உலுக்கி எழுப்பினார். 'என்னம்மா?' என்று சலிப்போடு புரண்டுகொண்டே கேட்டேன். 'எந்திரிச்சு வெளிய வாடா' என்றார் அம்மா. அப்படிச் சொன்னால் ஏதோ முக்கியமான விஷயம் என்று அர்த்தம். சட்டெனத் துள்ளி எழுந்து வெளியே வந்தேன். கோடைக்குக் கொஞ்சமும் சம்பந்தமில்லாத வகையில் குளிர்ந்த காற்று வீசியதை உணர்ந்தேன். புழுதியை வாரி இறைத்தபடி லேசான சத்தத்துடன் சுழன்றோடிற்று காற்று. அப்போதும் எனக்குத் தூக்கமே முக்கியமானதாகப் பட்டது. 'எதுக்கும்மா எழுப்புன?' என்றேன் கோபத்தோடு. 'பாரு, காத்து எப்பிடி கௌப்பிக்கிட்டு வருதுன்னு. மேல வானத்தப் பாத்தயா... ஏறிக்கிட்டு நிக்குது. காத்தும் மழையும் சேந்தடிக்கப் போவுது. பொச்சத் தொறந்துக்கிட்டுத் தூங்குனா எல்லாத்தயும் காத்து கொண்டுக்கிட்டுப் போயிரும். அப்பறம் அது போச்சு இது போச்சுன்னு வாயிலயும் வவுத்தலயும் அடிச்சுக்கிட்டு அழுவ வேண்டியதுதான்' என்றார் அம்மா. அதற்குப் பிறகே எனக்குச் சூழல் உறைத்தது. கோடை மழை ஒருபோதும் தனியாக வராது. கடுங்காற்றும் பெருமழையும் சேர்ந்தே வருபவை.

காற்று தூக்கிவிடாதவாறு கொட்டகைகளுக்குக் கயிறு போட்டுக் கட்டியிருப்போம். அவற்றை இழுத்து இறுக்கமாகக் கட்டினோம். வீட்டுக்கு வெளியில் இருந்த பொருட்களை எல்லாம் வீட்டுக்குள் எடுத்துப் போட்டோம். அப்போது எருமை வைத்திருந்தோம். சிறுகன்றுக்குட்டி ஒன்றிருந்தது. அதை ஓலைக்கொட்டகைக்குள் கொண்டு போய்க் கட்டினோம். காற்று புழுதியை வாரி முகத்தில் அடித்தது. நிமிர்ந்து பார்க்கவே முடியவில்லை. என் கையில் டார்ச் லைட் இருந்தது. கடலைக்கொடிப் போரும் சோளத்தட்டுப் போரும் கொஞ்ச தூரத்தில் காட்டுப் பாறை மேல் இருந்தன. அவற்றைச் சுற்றிலும் பெருங்கற்கள் வைத்து நாற்புறமும் கயிறு போட்டுக் கல்லில் இழுத்துக் கட்டியிருந்தோம். அவை சரியாக இருக்கின்றனவா என்று பார்த்தோம். போரின் அருகிலிருந்த முருங்கையின் கிளை ஒன்று காற்றுக்குத் தாங்காமல் ஒடிந்து விழுந்தது. அம்மாவுக்கு அது ஏதோ சூசகம் போலத் தோன்றிற்று. பனைகளில் ஓலைகள் உராய்ந்து பேயாட்டம் போட்டன. 'இன்னைக்குக் காத்தும்

மழையும் கலந்தடிச்சு எதையெல்லாம் தூக்கிக்கிட்டுப் போவப் போவுதோ தெரீல' என்றார் அம்மா.

காற்று வீசலுக்கு அஞ்சி ஆடுகள் ஒரே குரலில் கத்தும் சத்தம் கேட்டது. காட்டுக்குள் பட்டி போட்டிருந்தோம். இருவரும் அங்கே ஓடினோம். விசுவுகயிற்றால் இழுத்துக் கட்டியிருந்த படல்கள் அசைந்தன. கயிற்று முடிச்சைச் சரி பார்த்தோம். ஒருபக்கப் படலை அவிழ்த்துக்கொண்டு உள்ளே போனோம். பட்டிக்கு நடுவில் இருந்த குடிசைக்குள் ஆடுகள் ஒதுங்கி ஒன்றன் வயிற்றுக்குள் இன்னொன்று தலை மாட்டி நின்றன. செம்மறிகளை 'மந்தை' என்றும் 'மூடம்' என்றும் சொல்வது வழக்கம். ஒன்றன் பின்னாலேயே மற்றவை போகும் இயல்புடையன. முதலாம் ஆடு குழிக்குள் விழுந்தால் அதைப் பின்பற்றிப் பின்னால் வரும் ஆடுகளும் குழிக்குள் விழும் என்று சொல்வார்கள். செம்மறிகளோடு நெருங்கிப் பழகியவர்கள் நாங்கள். அவற்றைப் பற்றி மிக நன்றாகவே அறிவோம். ஆபத்துக்களை முன்னுணரும் குணமும் மிகுந்த ஒற்றுமை மனோபாவமும் கொண்டவை அவை. பெருங்காற்று வீசத் தொடங்கியதும் எல்லா ஆடுகளும் ஒரே இடத்திற்குள் அடங்கி ஒன்றை ஒன்று பிரிக்க முடியாதபடி பிணைந்து நின்ற காட்சி இன்றைக்கும் என் கண்ணில் இருக்கிறது. அம்மாவின் குரலைக் கேட்டதும் அவை பரிதாபமாகக் குரல் கொடுத்தன. காற்றில் குடிசையும் அசைந்தது.

ஆடுகளுக்கு உள்ளே புகுந்து நின்ற பூங்குட்டிகள் மூன்றைப் பிரித்தெடுத்து என்னிடம் கொடுத்தார் அம்மா. ஒன்றைத் தோள் மேல் போட்டுக்கொண்டு மற்ற இரண்டையும் கைகளில் வைத்தபடி படலைத் திறந்து வீட்டுக்கு ஓடினேன். குட்டிகள் கத்தின; கனத்தன. அப்படியே ஓடி வீட்டில் இருந்த பெரிய கூடையாகிய கொடாப்புக்குள் போட்டு அவற்றை அடைத்து வைத்தேன். திரும்பவும் பட்டிக்கு ஓடினேன். நான் போகப் போகவே காற்றோடு மழையும் சேர்ந்தது. மழையைச் சாட்டையாய்ச் சுழற்றி காற்று முதுகில் அடித்தது. முகத்தைக் காற்றுக்குக் கொடுக்காமல் குனிந்தபடியே திரும்பப் பட்டிக்கு ஓடினேன். காற்று அசைத்துத் தூக்க முயன்ற குடிசையின் சட்டத்தைப் பற்றிக் கீழே இழுத்தபடி அம்மா நின்றிருந்தார். அம்மாவுக்கும் காற்றுக்கும் இடையே பெரும்போராட்டம். ஆடுகள் மிகவும் நெருங்கி ஒரு குவியல் போல நின்றன. நானும் உள்ளே போய்க் குடிசையின் ஒருபுறச் சட்டத்தைப் பிடித்துத் தொங்கிக் கீழே இழுத்தேன். நானொரு பக்கம்; அம்மா ஒரு பக்கம். இருவரின் பலம் காற்றுக்கு முன்னால் நிற்க முடியுமா? இருவரையும் குடிசையோடு சேர்த்துக் காற்று ஓரடி உயரம்

தூக்கிப் பின் கீழே வைத்தது. அச்சமயம் படலின் ஒருபக்க விசுவுகயிறு அறுந்து படல் பிய்த்துக்கொள்ளத் துடித்து ஆடியது.

இனி ஒன்றும் செய்ய முடியாது என்று எங்களுக்குத் தெரிந்தது. அம்மா சொன்னார், 'படல் கவுத்து அவுத்து உட்ரு. ஆடுவ எந்தப் பக்கம் வேண்ணாலும் ஓடட்டும். மழ உட்டதுக்கப்பறம் தேடிப் புடிச்சுக்கலாம். வேற ஒன்னும் செய்ய முடியாது.' கயிற்றை அவிழ்த்துப் படலைத் திறந்து நான் வெளியே வந்தேன். அதன் பிறகே குடிசையை விட்டு அம்மா வெளியே வந்தார். அம்மா வெளியே வரவும் பெருங்காற்று கிளம்பிக் குடிசையை அந்தரத்தில் தூக்கிக்கொண்டு போகவும் சரியாக இருந்தது. குடிசை பேரிறகு கொண்ட பறவையைப் போல மேலேறிப் பறந்து பின் தூரமாகப் போய்க் கீழே விழும் காட்சியை மின்னல் வெளிச்சத்தில் இருவரும் பார்த்துப் பிரமித்தோம். குடிசை போனதும் ஆடுகள் அரண்டு இருளுக்குள் ஓடின. அம்மா என் கையைப் பற்றித் தன்னோடு பிணைத்துக்கொண்டார். காற்றையும் மழையையும் பிளந்து நடக்க வேண்டியிருந்தது. எப்படியோ வீடு வந்து சேர்ந்தோம். அதன் பிறகு ஒரு மணி நேரம் இடைவிடாத காற்றும் மழையும். எல்லாம் முடிந்த பிறகு வெளியே வந்தோம். ஆடுகளைத் திரட்டினோம். படல்களைப் பிணைத்தோம். எல்லாம் செய்தோம்.

அந்த இரவு அனுபவம் என் மனதில் மிகுந்த தாக்கத்தை உருவாக்கிற்று. அதை அப்படியே நீள் கவிதையாக எழுதினேன். மன உணர்வுகளை எல்லாம் கொட்டி எழுதிய கவிதை அது. பேரனுபவத்தைக் கவிதைக்குள் பிடித்துவிட்ட திருப்தி தோன்றியது. அக்கவிதையைப் பலமுறை வாசித்து வாசித்துச் சுவைத்தேன். அதுவரையான கவிதைகள் எல்லாம் வெற்றுச் சொற்கள் என்றும் அதுவே என் முதல் கவிதை என்றும் அறிந்தேன். அதிலிருந்து என் கவிதைப் போக்கில் அனுபவத்திற்கும் மன உணர்வுகளுக்கும் முதன்மை என்னும் நிலை உருவாயிற்று. அவ்வுண்மையை உணர வைத்தவர் என் அம்மா; கூடவே ஆடுகள்.

11

அவர்தான் என் சாமி

என் அப்புச்சி (அம்மாவின் அப்பா) தம் கடைசி காலத்தில் நான்காண்டுகள் எங்கள் பராமரிப்பில் இருந்தார். அவர் இளம் வயதிலேயே மனைவியை இழந்தவர். அந்தக் காலத்தில் மறுமணம் செய்துகொள்வது எளிதுதான். ஆனால் அவர் செய்துகொள்ளவில்லை. இரண்டு பெண் குழந்தைகள் இருந்ததால் அவர்கள் 'சித்தி கொடுமைக்கு' ஆளாகக் கூடாது எனக் கருதி மறுமணத்தைத் தவிர்த்திருக்கக் கூடும். தானிய மூட்டைகளைக் கொண்டு செல்லும் பாரவண்டி ஓட்டும் வேலையை அவர் செய்ததால் பல ஊர்களுக்கும் மாறி மாறிப் போய்க்கொண்டே இருக்க நேரும். ஆகவே ஒருவகைச் சுதந்திர மனநிலை கொண்டவராக இருந்திருக்கலாம். என்ன காரணமோ மறுமணம் செய்துகொள்ளவில்லை.

இரண்டு பெண்களுக்கும் திருமணம் செய்து கொடுத்ததும் அவர் மேலும் சுதந்திரமாகிவிட்டார். இருந்த கொஞ்சம் நிலம், சொந்த வீடு எல்லாம் போய்விட்டன. எனக்கு விவரம் தெரிந்த காலத்தில் அவரிடம் பாரவண்டியும் இல்லை; மாடுகளும் இல்லை. வாரச் சந்தையில் வெங்காய வியாபாரம் செய்துகொண்டிருந்தார். வாராவாரம் சந்தை நாளில் அவரைத் தேடிப் போவேன். ஒரு பையில் வெங்காயத்தை அள்ளிப் போட்டுத் தருவதோடு என் கையில் ஒரு ரூபாய் பணத்தையும் வைப்பார். ஒரு ரூபாய் என்பது அப்போது பெரிய தொகை. அவர் எங்கே தங்கியிருந்தார் என்னும் விவரம் யாருக்கும் தெரியாது. கேட்டால் ஒவ்வொரு முறையும்

ஒவ்வொரு இடம் சொல்வார். அவரைப் பார்ப்பதென்றால் ஒவ்வொரு நாளும் ஒவ்வொரு ஊர்ச் சந்தையில் பார்க்கலாம். வெகுகாலமாக அப்படித்தான் இருந்தார்.

பெருத்த வயிறும் பருத்த உடலுமாக இருப்பார். அவருக்கு நாங்கள் வைத்த பெயர் 'வவுத்துத் தாத்தா.' வருடத்திற்கு ஒருமுறை தேர்க்காசாக எங்களுக்கு இரண்டு ரூபாய் தருவார்; சில சமயம் ஐந்து ரூபாய் தருவார். சொத்தை அழித்ததோடு சம்பாதிக்கும் காசை எல்லாம் பெண் விஷயத்தில் செலவழிக்கிறார் என்று சொல்வார்கள். அங்கே ஒரு தொடுப்பு, இங்கே ஒரு வைப்பு என்றெல்லாம் பேசுவார்கள். அப்படி யாராவது பேசும்போது என் அம்மாவுக்குப் பெருத்த அவமானமாக இருக்கும். அதை முன்னிட்டு என் பெரியம்மாவுக்கும் அவருக்கும் பெருஞ்சண்டை. ஆகவே பெரியம்மாவோடு அப்புச்சிக்குப் பேச்சு வார்த்தை கிடையாது. போக்குவரத்தும் இல்லை. எங்கள் வீட்டுக்குத்தான் அவ்வப்போது வருவார்.

எனக்கும் என் அண்ணனுக்கும் அந்தப் பால்ய வயதில் பள்ளி விடுமுறைக் காலம் வந்தால் வருத்தம் சேர்ந்துவிடும். என் சித்தப்பா வீட்டுத் தங்கைகளுக்கு அம்மாயி, அப்புச்சி எல்லாம் இருந்தார்கள். கூடவே தாய்மாமன்களும் இருந்தார்கள். பள்ளி விடுமுறை நாட்களில் அவர்கள் அங்கே போய்ப் பல நாட்கள் தங்கி வருவார்கள். எங்கள் வளவில் நானும் அண்ணனும் தவிர சிறுவர்களே இருக்க மாட்டார்கள். அதுவல்லாமல் அவர்கள் வார விடுமுறை நாட்களிலும் மாமன் வீட்டுக்குப் போய் வருவார்கள். அம்மாயி செய்து கொடுத்த பலகாரம், அப்புச்சி கொடுத்த காசு, மாமன் வாங்கித் தந்த பொருட்கள், மாமன் பிள்ளைகளோடு விளையாடிய விளையாட்டுகள் என அவர்கள் சொல்லும் போது நாங்கள் பரிதாபமாக நிற்போம். அப்புச்சி வீடென்றால் எங்களுக்குச் சந்தைதான். தாய் மாமனோ இல்லை. அப்புறம் எங்கே போவது?

எங்களுக்கே அப்படி இருந்தால் அம்மாவின் நிலை பரிதாபம். ஓய்வு ஒழிச்சலுக்குப் போய் இருக்க ஓரிடமும் இல்லை. புருசனோடு சண்டை வந்துவிட்டால் கோபித்துக்கொண்டு அம்மா வீட்டுக்குப் போகும் வழக்கம் அப்போதெல்லாம் அதிகமாக இருந்தது. 'கோபித்துக்கொண்டு போதல்' என்றே சொல்லும் பேச்சு வழக்கும் உண்டு. கோபித்துக்கொண்டு அம்மா வீட்டுக்குப் போய்விட்டால் புருசனே போய்ச் சமாதானப்படுத்தி அழைத்து வர வேண்டும். இருவரில் ஒருவர் வீம்பு பிடித்தவராக இருப்பினும் இருவருமே வீம்பு பிடித்தவராக இருப்பினும் அம்மா வீட்டு வாசம் காலம் நீட்டிக்கும். பெரியவர்கள்

தலையிட்டுச் சமாதானம் செய்யும்படி ஆகும். என் அம்மாவுக்கும் அப்பனுக்கும் அடிக்கடி சண்டை வரும். அப்போதெல்லாம் 'பெத்தவ இருந்திருந்தா மடி தேடிப் போயிருப்பன்; உத்தவ இருந்திருந்தா ஊடு தேடிப் போயிருப்பன். ஆருமத்த அநாதி ஆயிட்டேன்; அடிச்சு ஒதச்சுக் கொன்னாலும் கேக்க எனக்கு நாதியில்ல கேட்டு வர ஆளுமில்ல' என்று வீட்டு வாசலில் மயிரை விரித்துப் போட்டுக்கொண்டு ஒப்பாரி வைப்பார் அம்மா. என் அப்பனுக்குச் சிரிப்பு வந்துவிடும். 'அதான் அந்த வவறங்கிட்டப் போய்ச் சொல்லேன். வவத்தப் புளுத்திக்கிட்டு வந்து கேக்கட்டும். பாத்துக்கறன்' என்பார்.

கைப்பையில் சில மாம்பழங்களோடு ஒரு சித்திரை மாதத்தில் அப்புச்சி எங்களைப் பார்க்க வந்தார். சோர்வும் தளர்ச்சியும் அவர் முகத்திலும் உடலிலும் இருந்தன. பல்லாண்டுகள் திக்கின்றி அலைந்த அயர்ச்சி தெரிந்தது. எப்போது வந்தாலும் மாலையே கிளம்பிவிடுவார். இரவுத் தங்கல் கிடையாது. அன்றைக்குத் தங்கினார். அவர் முகத்தை அப்பன் படித்திருக்கலாம். வாசல் கட்டிலில் உட்கார்ந்து இரவு உணவைச் சாப்பிட்ட போது அப்பன் சொன்னார், 'எதுக்கு மாமா அலஞ்சுக்கிட்டுக் கெடக்கறீங்க? எங்களோடவே இருந்துருங்க. ஒரு கை அரிசி சேத்துப் போட்டா உங்க பாடு தீந்திரும்.'

உடனே அம்மாவுக்குக் கோபம் வந்துவிட்டது. 'உனக்கு எதுனா அறிவு நெனவு இருக்குதா? நாலு சனம் காறித் துப்பாதா? மவ ஊட்டுல வந்து குந்தவெச்சுத் தின்னுக்கிட்டு இருக்க முடியுமா? அதெல்லாம் வேண்டாம். இத்தன நாளு சந்தசாரின்னு சுத்துனாப்பல சுத்திக்கிட்டுக் கெடக்கட்டும். எங்கயாச்சும் நாய் மாதிரி செத்துக் கெடந்தாப் போய்ப் பாத்துத் தூக்கிப் போட்டுட்டு வருவம். கண் காணாத எடத்துல செத்துப் போனா அநாதிப் பொணமுன்னு எடுத்துப் போட நாலு பேரு இல்லாதயா போயிருவாங்க?' என்று கத்தினார்.

அப்புச்சி ஒன்றும் பேசவில்லை. அப்பன் சொன்னார், 'ஊர்ல இருக்கறவன் ஆயரம் சொல்லுவான். அதயெல்லாம் கேட்டு நடக்க முடியுமா? மாமனுக்கு மகனிருந்தாச் செரின்னு உட்றலாம். இல்லயே. இப்ப நாந்தான் மகன். இன்னமே இங்கயே இருந்துக்குங்க மாமா. மகனூட்ல இருக்கறாப்பல இருங்க. பாத்துக்கலாம்.'

அம்மா ஒத்துக்கொள்ளவில்லை.

'செரி, மருமகனூட்ட வந்திருக்கறதுக்கு ஆயரக் கணக்குல மூட்ட கட்டிக் கொண்டாந்து குடுத்திருந்தா ஆவும். சம்பாரிச்ச

பணத்த முழுசையும் கொண்டாந்து குடுத்திட்டு அவரு காசுலதான் தின்னுக்கிட்டு இருக்கறாருன்னு சொல்லுவாங்க. இப்ப என்னத்த வெச்சிருக்கறாரு? எல்லாத்தயும் எவஎவகிட்டயோ கொண்டுக்கிட்டுப் போயிக் குடுத்திட்டு வெறுங்கையோட வந்து குந்தித் தின்னா சோறு செரிக்குமா? என்னமோ வந்தமா, ஒரு ராத்திரித் தங்குனமா, அதோட செரின்னு போயரோணும். பொழுது கெளம்பையில ஆளும் கெளம்பீரோனும் பாத்துக்க.'

அப்பனுக்கும் அம்மாவுக்கும் வாதம் முற்றிற்று.

'மாமன் கொண்டாந்து குடுத்துத்தான் நான் பொழைக்கறனா? எங்கையும் காலும் வலுவா இருந்தா இன்னம் எத்தனையோ சம்பாதிச்சிருவன். ஒரு பைசா எனக்கு அவரு குடுக்க வேண்டாம். காசு வாங்கிக்கிட்டுச் சோறு போட நானென்ன ஓட்டல் கடையா நடத்தறன். இன்னமே அவரு இங்கதான் இருப்பாரு பாத்துக்க. எத்தனையோ வருசமா சுத்தி அலஞ்ச சீவன். கடைசி காலத்துல ஒரெடமா இருக்கட்டும்.'

'அவரு இருந்தா நீயே சோறு வடிச்சுக் கொட்டு. நானெல்லாம் ஒருகை அரிசியும் சேத்துப் போட மாட்டன், ஒரு பிடி சோத்தையும் போட்டுக் குடுக்க மாட்டன். அந்த மானக் கொறச்சலு எனக்கு வேண்டாம்.'

'நீயென்ன போடறது? எஞ்சோத்த நான் குடுக்கறன். மாமன் இன்னையில இருந்தே இங்கதான் இருப்பாரு. வயசான மனசனத் தொரத்தி உடலாமுன்னு பாக்கறயா? அது எனக்குத்தான் மானக்கேடு. ஒரு சீவன வெச்சுப் பாக்க வக்கில்லீன்னு நாலு பேரு என்னயச் சொல்ல மாட்டாங்களா? எம் பங்குச் சோத்த அவருக்குப் போடு, அது போதும். எனக்கு இருந்தாத் திங்கறன். இல்லீனாப் பட்டினி கெடக்கறன்.'

'நாலு காசு சேத்து வெக்கத் துப்பில்லாத எவகிட்டயெல்லாம் கொண்டாயிக் குடுத்தாரோ அவெல்லாம் பாக்கட்டும். எனக்கென்ன தலையெழுத்தா?'

'நானும் பாத்துக்கிட்டே இருக்கறன். அப்பன்னுகூட இல்லாத மீறி மீறிப் பேசிக்கிட்டே இருக்கற? வாய் மேல ரண்டு போட்டுருவன் பாத்துக்க.'

அப்போதுதான் அப்புச்சி வாய் திறந்தார்.

'மாப்பிள்ள, உங்களுக்குள்ள சண்ட போட்டுக்காதீங்க. எனக்கென்ன விதிச்சிருக்குதோ அதும்படி நடக்கட்டும்.'

'அதென்ன விதிச்சிருக்குது? இந்த மாட்டுக்கொட்டாயில ஒருபக்கம் கட்டல் போட்டுத் தர்றன். நீங்க இருந்துக்கங்க.

எம் பேச்ச உங்க மகதான் மதிக்கறதில்ல. நீங்களாச்சும் மதிக்கறீங்களான்னு பாக்கறன்.'

அன்றிலிருந்தே அப்புச்சி எங்களோடு தங்கினார். மாட்டுக் கொட்டகையின் உள்பக்கம் சோடா மெஷின்கள் இருந்தன. முன்பகுதியில் வெள்ளாடுகளையும் மாட்டுக் கன்றுகளையும் கட்டியிருப்போம். வெயில் காலத்தில் வாசலில் படுப்போம். குளிர்காலத்தில் கொட்டகைக்குள் போய்விடுவோம். சின்ன ஓட்டு வீடு இருந்தது. அதற்குள் பொருட்கள் இருந்தன. அம்மாவும் அவ்வப்போது அவ்வீட்டுக்குள் படுத்துக்கொள்வார். இந்நிலையில் அப்புச்சிக்கு எங்கே இடம் ஒதுக்குவது? மழையில் நனையாமல் தீவனம் போட்டு வைக்கவும் விறகுகளை எடுத்து வைக்கவும் எனக் கொஞ்சம் இடம் விட்டுக் கொட்டகையின் பின்சுவரைக் கட்டியிருந்தோம். கொட்டகையைச் சுற்றிக்கொண்டு அந்தப் பகுதிக்குப் போக வேண்டும். அதில் ஒரு கட்டில் போடலாம். அவ்விடத்தை அப்புச்சிக்குக் கொடுத்தோம்.

அப்புச்சிக்குச் சோற்றுக்குறை இல்லை. நேரத்திற்குப் போட்டுக் கொடுத்துவிடுவார் அம்மா. அவர் சாப்பிட்டு முடிக்கும் வரை அம்மா மௌனமாகவே இருப்பார். அப்புச்சி கை கழுவிக் கொண்டு பெரிதாக ஏப்பம் விடுவார். 'சம்பாதிச்ச எல்லாத்தயும் முழுங்கி ஏப்பம் உட்டது பத்தாதா. இன்னம் ஏப்பம் கேக்குதா?' என்று அம்மா திட்டத் தொடங்குவார். அப்பனோ வேறு யாருமோ இருந்துவிட்டால் திட்டு அத்தனை சீக்கிரம் முடியாது.

'பொண்ணக் கூப்பிட்டுத் தன்னூட்ல வெச்சு ஆக்கிப் போடற அப்பன் அம்மாளக் கண்டிருக்கறம். இப்படிப் பொண்ணூட்ல வந்து குந்தித் திங்கற வெக்கங்கெட்ட சென்மத்த இங்கதான் பாக்கறம்.'

'குந்தித் திங்கறமே எதோ கையக் கால அசச்சு எதுனா ஒரு கைவேல செய்யலாமுன்னு இருக்காதா? திங்கறது, பேழ்றது, தூங்கறது இதுதான் வேல.'

'குடுத்த எடம் ஒருபக்கம். இப்ப வாங்கறது ஒருஎடம். இந்தக் கங்காட்சிய எங்காச்சும் கண்டிருப்பமா?'

'மனசன்னா சூடு சொரண வேணும். மருமவன் ஊட்ல வந்து உக்காந்துக்கிட்டுத் திங்கறமேன்னு ஒரு வெக்கம் வேணும். ஒன்னுமில்ல. ஊரெல்லாம் சுத்திக்கிட்டு என்ன மாதிரி மனசன் உண்டான்னு இருக்கற ஆள இப்பத்தான் பாக்கறன்.'

இவ்விதம் அம்மா பேசும் பேச்சுக்களுக்கு அளவு கிடையாது. அம்மா என்ன பேசினாலும் அப்புச்சி ஒன்றுமே சொல்லமாட்டார்.

மௌனம்தான் அவர் மொழி. 'என்னப்பா, உம்மவ இப்பிடிப் பேசறா?' என்று யாராவது கேட்டால் 'எம்மவதான பேசறா. போடறவ பேசறா. கேட்டுக்கிட்டுப் போவ வேண்டியதுதான்' என்பார். என் அப்பன் தன் மாமனாரை ஒருபோதும் மனம் சுழிக்கும்படி ஒற்றை வார்த்தை சொன்னதில்லை. அம்மா பேசும்போது 'போதும் போதும்' என்பார். அவ்வளவுதான்.

அப்புச்சிக்குப் பொழுது போகாது. ஊர்ச் சாலையில் இருந்த டீக் கடைக்குப் போய் அரைநாளைக் கழிப்பார். கிணற்றில் வெகுநேரம் குளிப்பார். ஆடு மாடுகள் மேயும் காட்டுப் பக்கம் போய்க் கொஞ்ச நேரம் இருப்பார். மற்றபடி மாட்டுக் கொட்டாய்க் கட்டில்தான் கதி. அவர் டீ குடிப்பார். வெற்றிலையும் புகையிலையும் போடுவார். என் அப்பன் டீக்கடையில் கணக்கு வைத்திருந்தார். அப்புச்சியின் கணக்கையும் அதில் சேர்த்துக் கொள்ளச் சொல்லிவிட்டார். அது போக ஒன்றிரண்டு ரூபாய்களை அப்புச்சிக்குக் கொடுப்பதும் உண்டு. அது அம்மாவுக்குத் தெரியாது. அந்தக் காலத்தில்தான் முதியோர் உதவித்தொகை வழங்கும் திட்டத்தை அரசு நடைமுறைப்படுத்தியது. ஆண் வாரிசு இல்லாத முதியவர்களுக்கு அந்தத் தொகை கிடைக்கும் என்று அப்போது பேச்சிருந்தது. அதற்கு மக்கள் வழக்கில் 'அநாதிப் பணம்' என்று பெயர். அதற்கு விண்ணப்பித்தார். அவருக்குத் தெரிந்த நகரத்து ஆட்களைப் போய்ப் பார்த்து எப்படியோ அந்தத் தொகையை வாங்கிவிட்டார். மாதம் இருபது ரூபாய் அப்போது வழங்கப்பட்டது. அஞ்சல்காரர் ஒரு ரூபாய் எடுத்துக்கொள்வார். பத்தொன்பது ரூபாய் கைக்கு வரும். அது அவரது மாதச் செலவுக்கு அதீதம். அம்மாவின் வசையில் கொஞ்சம் மாற்றம் வந்தது.

'இந்த நாசமாப் போனா பொவையில போடுலீன்னாச் சோறு எறங்காதா? ஒருநாளைக்கு மாடுகூட இப்பிடிப் போட்டுக் கொதப்பாது. எந்நேரமும் வாய் அச போட்டுக்கிட்டே இருக்குது.'

'அதான் காத்தால காத்தால நான் வெச்சு ஒருசொம்பு ஊத்தறனே, அது பத்தாதா? நாக்குக்குச் சொரக்குன்னு தெனமும் ரண்டு நேரமும் கட டீ வேணுமா? சம்பாரிச்சு நாலு செலவுக்குக் குடுத்துக் குடும்பத்தப் பாத்திருந்தா காசோட அரும தெரியும். பரதேசியாத் திரிஞ்சவனுக்கு என்ன தெரியும்?'

'பெத்த கடமைக்கு நான் சோறு போடறன். கவர்மெண்டு கிட்டப் போயி அநாதி நான்னு சொல்லிக் காசு வாங்கிக் கண்டதயும் கழிசலையும் திங்கறதுக்கு அந்த நாக்கப் புடுங்கிக் கிட்டுச் சாகலாம்.'

இப்படி எல்லாம் வசையின் வீச்சு பெருகியோடும். ஊரிலும் உறவிலும் எல்லோருக்கும் அம்மாவின் பேச்சு பரவி 'மருமவன் மசையன். ஒருவார்த்த பேசறதில்ல. மவதான் அவரப் பேச்சாப் பேசறா. என்னமோ பெத்த கொறைக்கு ஒன்னும் சொல்லாத பேச்சக் கேட்டுக்கிட்டு இருக்கறாரு, பாவம் அவரு' என்று சொன்னார்கள். அப்பனின் வாயிலிருந்து வரும் என்று ஊரார் எதிர்பார்த்த வார்த்தைகள் எல்லாம் என் அம்மாவின் வாயிலிருந்தே வந்தன. ஊரார் என்னவெல்லாம் சொல்லக் கூடுமோ அனைத்தும் அம்மாவின் வாயிலிருந்தே வந்தன. யாருக்கும் சிறுவாய்ப்பையும் அளிக்கவில்லை அம்மா. யார் என்ன சொன்னாலும் அம்மாவின் பேச்சு குறையவே இல்லை. அது நாளுக்கு நாள் பெருகிக் கொண்டேதான் போயிற்று. அம்மா பேசினால் அப்பனும் அப்புச்சியும் ஒருவரைப் பார்த்து ஒருவர் சிரித்துக் கொள்ளுமளவு அது சாதாரணமாயிற்று. ஆனால் அம்மா நிறுத்தவேயில்லை.

சில ஆண்டுகளுக்குப் பிறகு அப்பனுக்கு வயிற்றுப் புண்ணுக்கு அறுவை சிகிச்சை செய்ய வேண்டி வந்தது. மருத்துவ மனையில் சேர்ந்தார். அப்போதெல்லாம் அறுவை சிகிச்சை என்பது அபூர்வம். எங்கள் எல்லோருக்கும் பயமாக இருந்தது. டீக்கடையில் யாரோ அப்பனைப் பற்றி விசாரித்திருக்கிறார்கள். அப்புச்சி தன் பெருத்த உடலைத் தூக்கி எழுந்து கிழக்கு நோக்கிக் கும்பிட்டுச் சொன்னாராம்.

'அவரு எஞ்சாமீ. வேளைக்கு ஒரு கை அரிசி எனக்குப் போடற அவருதான் எஞ்சாமீ. ஒரு கொறையும் இல்லாத எந்திரிச்சு வந்தரோனும். எஞ்சாமிக்கு எதுனா ஒன்னுன்னா அப்பவே என்னுசுரையும் மாய்ச்சுக்குவன்.'

'அவர்தான் என் சாமி' என்னும் அப்புச்சியின் சொற்களும் கும்பிட்ட செயலும் ஊரெல்லாம் பரவி அம்மாவின் காதுக்கும் வந்து சேர்ந்தன. அன்றிலிருந்து அப்புச்சியைத் திட்டுவதை அப்படியே நிறுத்திவிட்டார் அம்மா. அப்பன் அறுவை சிகிச்சை முடிந்து சுகமாகிப் பிழைத்து வந்தார். அதன்பின் ஓராண்டு என் அப்புச்சியும் வாழ்ந்தார். இருக்கும்வரை என் அப்பனையே சாமியாகக் கும்பிட்டார் அப்புச்சி. ஆனால் அப்பனைச் சாமியாக்கியவர் என் அம்மாதான்.

12

ஒரே ஒரு போக்கிடம்

என் அம்மாவுக்கும் அப்பனுக்கும் மனப் பொருத்தம் அருமையாக அமைந்திருந்தது. அம்மா பெயர் பெருமாயி. அப்பன் பெயர் பெருமாள். இருவரும் புரட்டாசி மாதத்தில் பிறந்தவர்கள். ஆகவே இந்தப் பெயர்ப் பொருத்தம். அம்மாவைப் 'பிள்ள' என்று அப்பன் கூப்பிடுவார். பிறர் முன்னிலையில் 'பெருமா' என்று அழைப்பார். அப்பன் பெயரைச் சொல்லி அம்மா அழைக்க மாட்டார். என்னையும் அண்ணனையும் 'பயா' என்று அழைப்பது வழக்கம். பையன் என்பதன் பேச்சு வழக்கு அது. பெரிய பையன், சின்னப் பையன் என்று இருவரையும் வேறுபடுத்துவர். எங்களை அழைக்கும் 'பயா' என்னும் வார்த்தையே அப்பனை அழைக்கவும் அம்மாவுக்குப் பயன்படும். தூரத்தில் இருந்தால் சத்தமிட்டுக் கூப்பிட 'பயா பயோவ்' என்று அம்மா நீட்டிக் குரலெடுப்பார். அருகில் இருக்கையில் ஒருமையில் 'நீ' என்றுதான் பேசுவார். எங்கள் குடும்பங்களில் ஒருவருக்கொருவர் 'வாங்க போங்க' என்று மரியாதை கொடுத்துப் பேசும் வழக்கம் கிடையாது. கணவன் மனைவி ஒருவரை ஒருவர் 'வா, போ' என்று அழைப்பது போலவே பிள்ளைகளும் பெற்றோரை அழைப்போம். யாரிடமாவது அப்பனைக் குறிப்பிட்டுப் பேச வேண்டுமானால் 'எங்க பயமூட்டு அப்பன்' என்று அம்மா சொல்வார். அதாவது 'என் பையனுக்கு அப்பன்' என்று பொருள். வீட்டில் முதல் குழந்தை பெண்ணாக இருந்தால் 'பிள்ளையூட்டு அப்பன்' என்று சொல்வார்கள்.

ஒரு விஷயத்தைப் பற்றி இருவரும் பேசி விவாதித்து முடிவெடுப்பார்கள். மெல்லத்தான் தொடங்கும் பேச்சு. தொடர்ந்து பேசுகையில் வார்த்தை வேகமாக வரும். சண்டை போட்டுக்கொள்வது போலவும் தோன்றும். கருத்துக்களைப் பகிரும் முறையே அதுதான். இறுதியில் ஒருவகையான சமாதானத்திற்கு வருவார்கள். அவர்களுக்குள் என்ன பெரிய விவாதம்? நிலத்தில் இந்த வருசம் என்ன விதைக்கலாம், ஆட்டுக்குட்டியை எப்போது விற்கலாம், ஓலைக்கொட்டகைக்குப் புது ஓலை இந்த வருசம் போடலாமா என்பது போலத்தான் விஷயங்கள் இருக்கும். அப்பனுக்கு சவாலானவற்றைச் செய்து பார்ப்பதில் விருப்பம் அதிகம். அம்மாவுக்குப் புதியவற்றுக்குள் நுழைவதில் தயக்கம் மிகுதி. உள்ளதைக் காப்பாற்றிக் கொண்டால் போதும் என்பது எப்போதுமே அம்மாவின் நியதி. ஆனால் அப்பன் அப்படியல்ல. இன்னொரு அடி எடுத்து வைத்துப் பார்க்கலாம் என்று நினைப்பவர். அப்பனுடைய கருத்தை முதலில் அம்மா ஒத்துக்கொள்ள மாட்டார். பிறகு அப்பனோடு தொடர்ந்து செல்வார். இதுதான் அவர்கள் வழக்கம்.

இருவரும் கடும் உழைப்பாளிகள். கள்ளும் சாராயமும் சாதாரணமாகக் கிடைத்ததால் அப்பனுக்குச் சிறுவயதிலேயே குடிப்பழக்கம் ஏற்பட்டுவிட்டது. என் குடும்பத்தில் எல்லோருமே குடிப்பவர்கள்தான். ஆனால் அப்பன் வேறுமாதிரி. குடித்தால் குடியோடு சரி. வேறு எதையும் உண்ண மாட்டார். கள் குடித்துவிட்டு எதையும் உண்ணாமல் இருக்கலாம். ஒன்றும் பிரச்சினை ஆகாது. சாராயம் குடித்தால் வயிற்றுக்கு நன்றாகச் சாப்பிட வேண்டும். கள்ளின் இயல்பு குளுமை. சாராயம் நெருப்பு. எதைக் குடித்தாலும் சரி, சாப்பாடு எடுத்துக்கொள்ளாத காரணத்தால் இளம் வயதிலேயே அப்பனுக்கு வயிற்றுப்புண் வந்துவிட்டது. அளவற்றுக் குடிப்பதும் அவரது வழக்கம். பல நாட்கள் வீடு வந்து சேர மாட்டார். அம்மா தேடிப் போய்த்தான் கூட்டி வர வேண்டும். குடித்த இடத்திலேயே படுத்துக் கிடப்பதும் வரும் வழியில் தடுமாற்றத்தால் விழுந்து கிடப்பதும் அவர் வழக்கம். இரவில் குறிப்பிட்ட நேரம் வரைக்கும் பார்த்துவிட்டு வரவில்லை என்றால் அம்மா தேடிப் போவார். பெரும்பாலான நாட்கள் இதுதான் வழக்கம். எப்படியாவது கண்டுபிடித்து வீட்டுக்குக் கூட்டி வந்து அவரைச் சாப்பிட வைத்துத்தான் படுக்க வைப்பார் அம்மா. ஆனால் கோழி போலக் கொஞ்சமாகக் கொரித்துச் சாப்பிடுவார். வயிற்றுப்புண் காரணமாக வலி ஏற்பட்டு அவ்வப்போது துடிப்பார். நேரத்திற்குச் சாப்பிடுவதும் கிடையாது. அவரது குடிப்பழக்கம்தான் அம்மாவுக்குப் பெரும்துயர் தந்தது.

ஓரிரு வாய்ச் சாப்பாடும்கூட அவருக்குப் பிடித்தமானதாக இருக்க வேண்டும். நெல்லஞ்சோறும் துவரம் பருப்புக் குழம்பும் அவருக்குப் பிடித்தமானவை. தினந்தோறும் அவருக்குப் பருப்பு வேண்டும். வெறும் பருப்பு மட்டும் கடைந்தாலே போதும். பருப்போடு முருங்கைக் காயோ கத்தரிக்காயோ இருந்தால் இன்னும் விசேஷம். என் அண்ணனுக்கும் அப்பனின் ருசிதான். பாகற்காய்க் குழம்பு, வெண்டைக்காய்க் குழம்பு ஆகியவை அம்மா நன்றாகச் செய்வார். காய்க்குழம்போ கீரையோ செய்தால் நானும் அம்மாவும்தான் சாப்பிட வேண்டும். ஆகவே என்ன செய்தாலும் கொஞ்சம் பருப்பைக் கடைந்து வைத்துவிடுவது வழக்கம். கறிக்குழம்பும் அப்பனுக்கு விருப்பம். கோழியாக இருந்தாலும் ஆடாக இருந்தாலும் விரும்பிச் சாப்பிடுவார். அம்மா செய்யும் முறை அவருக்குப் பிடிக்கும்.

குடிப் பிரச்சினையால்தான் இருவருக்கும் சண்டை வரும். அவர் போதையில் இருக்கும்போது அம்மா எதுவும் பேச மாட்டார். சோடாக்கடை வேலைக்குப் போய்விட்டு வந்து இரவில் குடிக்கக் கிளம்புகையில் அம்மா சண்டைப் பேச்சைத் தொடங்குவார். அல்லது அவருக்குப் போதை தெளிந்து நல்ல நிலையில் இருக்கும் காலை நேரத்தில் பேசுவார். அவர் குடிப்பதை நிறுத்த முடியாது என்பது அம்மாவுக்குத் தெரிந்துதான் இருந்தது. என்றாலும் ஓரளவு கட்டுப்படுத்தலாம் என்று எண்ணம். மேலும் அப்பாவின் உடல்நிலையை நினைத்துப் பயம். அவருக்கு ஏதாவது ஆகிவிட்டால் என்ன செய்வது? எதிர்காலம் என்னவாகும்?

என் சிறுவயதில் அவர்களின் சண்டையைப் பார்த்து நானும் அண்ணனும் ஒன்றும் செய்ய முடியாமல் அழுதுகொண்டே நிற்போம். சண்டையைத் தவிர்க்கவே அப்பன் விரும்புவார். அதனால் அம்மா வீட்டுக்குள் இருக்கும் சமயமாகப் பார்த்துச் சொல்லாமல் கொள்ளாமல் கிளம்பிவிடுவார். அம்மா இருக்கும்போதும் வீட்டுக்குப் பின்புறம் சிறுநீர் கழிக்கப் போவது போலப் போக்குக் காட்டிப் போய்விடுவார். சிலநாள் வரும்போதே வழியில் குடித்துவிட்டு வருவார். அம்மாவை ஏமாற்ற அப்பனுக்கு எத்தனையோ வழிகள். இருவருக்கும் வரும் சண்டை சில நாட்கள் சாதாரணமான பேச்சோடு முடிந்துவிடும். 'குடிச்சுக் குடிச்சுக் குடும்பத்தக் கூடவெச்சுட்டுப் போயிரு' என்பதோடு அம்மாவின் பேச்சு முடிந்துவிடும். சில நாட்கள் வாய் வார்த்தை தடிக்கும். அப்படிப்பட்ட சமயத்தில் பேச்சை நீட்டிக்காமல் அப்பன் நழுவிச் செல்வார். சில நாட்கள் அப்பனை நழுவ விடாமல் கழுத்துத் துண்டை இறுக்கிப் பிடித்து அம்மா தகராறு செய்வார். அப்பன் வயிற்றுவலியால்

அதிகம் துடித்து அம்மாவுக்குப் பயம் அதிகரித்த நாட்களில் அப்படி நடக்கும். அப்போது கெஞ்சியும் கொஞ்சியும் நழுவிவிட முயல்வார். அம்மா கெடுபிடி காட்டினால் சண்டை வலுக்கும். மிகச் சில சமயம் அம்மாவை அடித்திருக்கிறார். அடித்தால் அம்மாவுக்கு ஆங்காரம் அதிகமாகும். பிடியை விட மாட்டார். என் தாத்தாவோ பாட்டியோ வந்துதான் விலக்கிவிட வேண்டும்.

அடி வாங்கிய நாளில் அம்மா கோபித்துக்கொண்டு எங்காவது போய்விடுவார். அம்மா வகைச் சொந்தமாக அப்புச்சி இருந்தார். அவரே வீடில்லாமல் அலைந்தார். அம்மாவின் அக்கா நகரத்தில் வசித்தார். அக்கா வீட்டுடனான உறவு கூடலும் ஊடலுமாக இருந்தது. பெண்கள் கோபித்துக்கொண்டால் பிறந்த வீட்டுக்குப் போய்விடும் வழக்கம் இருந்தது. அதைச் 'சீராடிக் கொண்டு போதல்' என்பர். சிலநாட்கள் விட்டுக் கணவன் போய் அழைத்து வரும்போது பிறந்த வீட்டிலிருந்து சீர் கொடுத்து அனுப்புவார்கள். அதனால் அப்படிப் பெயர் வந்திருக்கலாம். சீராடிக் கொண்டு போக அம்மாவுக்கு ஏது வீடு? எங்காவது காட்டுப் பகுதிக்குள் போய் யாருக்கும் தெரியாமல் படுத்துக்கொள்வார். சோளத்தட்டுப் போருக்கு அடியே போய்ப் படுத்துக்கொள்வார். தேடுவதற்கு அப்பன் போனதேயில்லை. நானும் அண்ணனும் பாட்டியின் துணையுடன் தேடிக் கண்டுபிடித்துக் கூட்டி வருவோம். 'எங்க போயிருவா? இங்கதான வந்தாவோனும்' என்பார் அப்பன் தைரியமாக. வந்த பிறகு அம்மா புலம்புவார். 'தாயிருந்தா தாய்மடியில தலவெச்சுப் படுக்கலாம். தந்தையிருந்தா தாக்கல் சொல்லி தங்கீட்டு வரலாம். தாயில்லாதவ நானு; தந்தையோ வீணு. கூடப் பொறந்த பொறப்பு ஒன்னு இருக்குது. அங்க போயி நின்னாக் கேவலம். அப்பறம் இந்த அஞ்சடுக்கு மாளிய விட்டாப் போக்கிடம் எனக்கேது?' என்பார் அம்மா.

வயிற்றுவலி வந்துவிட்டால் அப்பன் வயிற்றைப் பிசைந்து இருகையாலும் இறுக்கிப் பிடித்துக்கொள்வார். உடலைக் குறுக்கி அவர் குனிந்திருக்கும் தோற்றத்தைக் கண்டாலே வலியால் துடிக்கிறார் என்று தெரிந்துகொள்ளலாம். இரண்டு முறை அறுவை சிகிச்சை நடந்தது. அப்போதெல்லாம் அறுவை சிகிச்சை என்பது சாதாரண விஷயமல்ல. அரிதாகவே நடக்கும். அறுவை சிகிச்சை என்றால் எல்லோருக்கும் மரண பயம் வந்துவிடும். அந்தச் சமயங்களில் அம்மா பட்ட பாடு பெரிது. எப்படியாவது அவரைக் காப்பாற்றிவிட வேண்டும் என்று பெரிதும் முயன்றார். பொருளாதாரம் ஒருபக்கம் பிரச்சினை; மருத்துவ மனைக்கு அலைந்துகொண்டு விவசாய வேலைகளைப் பார்ப்பது இன்னொரு பிரச்சினை. தாத்தா பாட்டி உட்பட

நாங்கள் எல்லோருமே அப்போது பெரும் சிரமப்பட்டோம். அப்பனுடன் மருத்துவமனையில் பாட்டி தங்கியிருந்தார். அம்மா தினமும் சமையல் செய்து எடுத்துக்கொண்டு போய் வந்தார். கிட்டத்தட்ட ஒருமாதம் அளவுக்கு மருத்துவ மனையில் இருக்க நேர்ந்தது. இரண்டு அறுவை சிகிச்சையிலும் அப்பன் பிழைத்துவிட்டார். அறுவை சிகிச்சைக்குப் பிறகு கிட்டத்தட்ட ஒரு வருசம் அளவுக்குக் குடிக்காமல் இருந்தார். இரண்டு முறை; இரண்டு வருசம். அந்த இரண்டு வருசங்களும் அம்மா சந்தோசமாக வாழ்ந்த காலம். அவ்விதம் அம்மாவின் வாழ்வில் அவ்வப்போது சந்தோசமான காலங்கள் வந்ததுண்டு. அவற்றில் இந்த இரண்டு வருசங்களும் முக்கியமானவை.

முகத்தில் பூரிப்பும் வேலைகளில் பெரும் ஈடுபாடும் வாழ்வில் நம்பிக்கையும் கொண்டு அம்மா உலவிய காலம். ஒரு வருசத்துக்கு மேல் அப்பனால் தாக்குப் பிடிக்க முடியாது. கொஞ்சமாகக் கள் மட்டும் குடிக்கிறேன் என்று தொடங்குவார். அது கள்ளோடு நிற்காது. பழைய நிலை திரும்ப வந்துவிடும். அப்படியாகி மூன்றாம் முறை அறுவை சிகிச்சை செய்ய வேண்டியதாயிற்று. அப்போது அவரைக் காப்பாற்றுவது கடினம் என மருத்துவர் சொல்லிவிட்டார். வயிற்றுக்குள் எது போனாலும் துளிகூடச் செரிக்காமல் அப்படியே வெளியே வந்துவிடும் நிலை. குடல் முழுவதும் புண்ணாகி ஒன்றுக்கும் உதவாமல் போய்விட்டது. அந்த அறுவை சிகிச்சையில் அப்பன் பிழைக்கவில்லை. பெரிய துன்பத்தில் உழன்று செத்துப் போனார். அப்போது அவருக்கு நாற்பத்தாறு வயது என்பது என் பாட்டியின் கணக்கு. அம்மாவுக்கு நாற்பத்திரண்டு வயதிருக்கலாம். அப்பன் இறந்ததும் அம்மா அழுது கத்திக்கொண்டே சொன்ன வார்த்தை இது: 'எனக்கிருந்த ஒரே ஒரு போக்கிடமும் போயிருச்சே.'

○

13

இப்படிச் சொல்ல ஒரு வாய்

1986ஆம் ஆண்டு ஆகஸ்ட் மாதம் என் அப்பன் இறந்தார். அப்போது இளங்கலைப் பட்டம் முடித்து முதுகலை சேர்ந்திருந்தேன். சாதி வழக்கப்படி அப்பா இறந்தவுடன் அம்மாவுக்கு வெள்ளைச் சேலை கொடுத்தார்கள். கைம்பெண் அடையாளத்திற்கு வெள்ளைச் சேலை உடுத்தும் வழக்கம் எத்தனை காலமாக இருக்கிறதோ தெரியவில்லை. அப்போது எனக்கு இருபது வயது. வெளியுலக அறிவோ சமூகப் புரிதலோ ஏதுமற்ற கிராமத்துக்காரன். ஆகவே வெள்ளைச் சேலை வேண்டாம் என்னும் எண்ணமே எனக்குத் தோன்றவில்லை.

அதற்குப் பின் ஐந்தாறு ஆண்டுக்குள்ளாகச் சாதிக்குள்ளேயே மாற்றம் ஏற்பட்டது. நடுத்தர வயதும் அதற்கு மேலும் உள்ள பெண்களுக்கு வெள்ளைச் சேலைக்குப் பதிலாகக் காவி நிறச் சேலை கொடுக்கும் வழக்கம் வந்தது. இளவயதுப் பெண்களாக இருந்தால் 'சிவப்புச் சேலையே' இருக்கட்டும் என்று விட்டார்கள். இப்போது எவ்வயதுப் பெண்ணாக இருப்பினும் சிவப்புச் சேலைதான். வண்ணச் சேலையைக் குறிக்கும் பொதுச்சொல்லாகச் 'சிவப்புச் சேலை அல்லது 'சாயச்சேலை' என்று சொல்லும் வழக்கு உண்டு. சிவப்புச் சேலை கட்டுவது மட்டுமல்ல, இப்போது இளவயதுப் பெண்களுக்கு மறுமணம் செய்வதும் வழக்கமாகி இருக்கிறது. இது மிகப் பெரும் மாற்றம்.

கைம்பெண் என்பதை உடனடியாகப் பிறர்க்குத் தெரிவிக்கும் அடையாளமாக வெள்ளைச் சேலை

இருக்கிறது என்பதால் அம்மாவின் வெளியுலகம் சுருங்கிப் போயிற்று. அப்போது அம்மாவுக்கு நாற்பது, நாற்பத்திரண்டு வயதிருக்கும். காலை வேளையில் வெளியே போவதைத் தவிர்த்துக் கொள்வார். வீட்டில் இரண்டு எருமைகள் இருந்தன. அருகிலிருந்த வீட்டு வசதி வாரியக் குடியிருப்பில் சில வீடுகளுக்கு அன்றாடம் பால் கொடுக்கும் வேலை அம்மாவுக்கு. விடிகாலை ஐந்து மணிக்கெல்லாம் வீட்டை விட்டுக் கிளம்பிப் பால் ஊற்றிவிட்டு இருள் பிரியும் முன் வீட்டுக்குத் திரும்பிவிடுவார். அம்மா திரும்பும் போதுதான் மற்ற பால்காரிகள் கிளம்புவார்கள். அதிகாலை நேரத்தில் நல்ல காரியத்திற்குப் புறப்பட்டுப் போகிறவர்கள் சகுனம் பார்ப்பார்கள். அவர்கள் கண்ணில் பட்டுச் சகுனத்தடையாக இருக்க வேண்டாம் என்பதால் இந்த வழக்கம். காதில் படும்படியே 'எதிர்ல முண்டச்சி வந்துட்டா. வாங்க போலாம்' என்று சிலர் சொல்லிவிடுவார்கள். கனவில் வெள்ளைச் சேலைக்காரி வந்தால் மாரியம்மனாகிய தெய்வம் வந்ததாக மகிழ்வார்கள். நேரில் வந்தால் மட்டும் ஆகாது.

அதே போல விசேஷங்களுக்கும் கட்டாயம் போக வேண்டும் என்றால்தான் போவார். போக நேரும் இடங்களிலும் எப்போதும் கூட்டத்திற்குப் பின்னால் நின்றுவிட்டு வருவது வழக்கம். அப்பன் இருந்த போதும் சரி, இறப்புக்குப் பிறகும் சரி, குடும்பத்தை நிர்வகிக்கும் பொறுப்பை அம்மாவே செய்ததால் தனக்குரிய முக்கியத்துவம் கிடைக்கவில்லை என்னும் மனக்குறை அம்மாவுக்கு இருக்கவில்லை. பொருளாதாரப் பிரச்சினை வரும்போது மட்டும் 'அந்தக் குடிகார நாயி உசுரோட இருந்திருந்தா எனக்கு எதுக்கு இந்தக் கஷ்டம் வருது' என்று புலம்புவார். அத்துடன் சரி.

வெள்ளைச் சேலை கட்டுவதில் அம்மாவுக்கு இருந்த முக்கியமான பிரச்சினை அதைப் பராமரிப்பதுதான். அச்சேலையோடு காடு கரைகளில் வேலை செய்வதும் எருமைகள், ஆடுகளுடன் திரிவதும் கஷ்டம். எருமையிடம் பால் பீய்ச்சும் போது அது வாலைச் சுழற்றி வீசும். சாணமும் மல்லும் கலந்த குழம்பு சேலையில் அடிக்கும். வெள்ளைச் சேலையில் படியும் கறைகள் பளிச்சிட்டுத் தெரியும். அவற்றைப் போக்குவது சாதாரணமல்ல. இப்போது போலக் 'கறை நல்லது' என்று சொல்லும் வாஷிங் பவுடர்கள் வராத காலம். வெள்ளைச் சேலை உடுத்த ஆரம்பித்த காலத்தில் பெரிதும் சிரமப்பட்ட அம்மா தன் அனுபவத்திலும் பிறருடன் கலந்து பேசியதிலும் பராமரிப்பு உத்திகளைக் கற்றுக் கொண்டார்.

அம்மாவிடம் மூன்று வகைகள் உண்டு. விசேஷம், சந்தை, திருவிழா முதலியவற்றிற்காக வெளியே போகும் போது

கட்டுவதற்குத் தனிவகை. அது பளிச்சென்று தூவெள்ளையாக இருக்கும் துணிவகை. பால் வியாபாரம் போன்ற வேலைகளுக்காக ஒன்றிரண்டு கல் தொலைவு மட்டும் போக நேர்கையில் கட்டுவதற்குத் தனிவகை. அது விசைத்தறிகளில் நெய்யப்படும் காடாத் துணி வகையாக இருக்கும். வீட்டில் இருக்கும் போதும் காட்டு வேலைகள் செய்யும் போதும் கட்டுவதற்குத் தனிவகை. இது பெரும்பாலும் குறைந்த விலைக்கு எடுக்கப்படும் வேட்டியாகவோ துண்டுத் துணியாகவோ இருக்கும். இடுப்பில் கட்டுவதற்கு ஒன்றும் மேலே போட்டுக் கொள்வதற்கு ஒன்றுமாக இரண்டு துண்டங்களைப் பயன்படுத்துவார்.

வண்ணச் சேலைகளை உடுத்த முடியாத ஏக்கத்தையும் ஆதங்கத்தையும் அம்மா வெளிப்படுத்திக் கொள்ள மாட்டார். வீட்டுக்குத் துணி எடுக்கும் பேச்சு வரும்போது 'எனக்கென்ன, வண்ண வண்ணமா எடுத்து உடுத்தறனா? எதோ ஒரு வெள்ளைய எடுத்துக்குவம். அதிக வெல வேண்டாம். என்னைக்கோ ஒருநா கட்டற வெள்ளயில என்ன வித்தியாசம் தெரியப் போவுது' என்று சொல்வார். அதையும் சிரித்துக்கொண்டே சொல்வார். என்றாலும் எனக்கு மனம் தாங்காது.

இந்தத் துணிகளைப் பராமரிக்க அம்மா படும் கஷ்டங்களையும் மனநிலையையும் பார்த்து 'போதும்மா, இத்தன நாள் கட்டியிருந்திட்ட. . . இன்னமே சாயச் சீல கட்டிக்கோ' என்று ஒருமுறை சொன்னேன். என்ன சொல்வார் என ஆழம் பார்க்க நான் கேட்கிறேனோ எனக் கருதிய அம்மா என் முகத்தையே சிறிது நேரம் பார்த்தார். நான் சிரித்துக்கொண்டே 'நெஜமேதான் சொல்றம்மா' என்றேன். என் சொற்களில் நம்பிக்கை கொண்ட அம்மா 'வெள்ளச்சீல குடுத்தன்னிக்கே இப்பிடிச் சொல்ல ஒரு வாய் இருந்திருந்தாக் கட்டியிருக்கலாம். இத்தன வருசம் கட்டியிருந்திட்டு இப்ப மாத்துனா நாலு பேரு நாலு விதமாப் பேசுவாங்க' என்றார்.

அம்மாவின் மனதுக்குள் ஆழ்ந்திருந்த துயரம் வெளிப்பட்ட அந்தச் சொற்களை எதிர்கொள்ளும் துணிவு எனக்கில்லை. தலைகுனிந்து கொண்டேன். இன்னும் கொஞ்ச காலம் அப்பன் இருந்திருக்கலாம் அல்லது அவர் இறக்கும் போது எனக்கேனும் கொஞ்சம் புரிதல் வந்திருக்கலாம். 'அப்ப எனக்கு விவரமில்லாத போச்சும்மா. இப்பக் கட்டிக்கோ. யாரோ நாலு பேரு சொல்வாங்கன்னு பாக்க வேண்டாம்மா. பத்து நாளைக்குப் பேசுவாங்களா. . . பேசட்டும். ஒரு மாசம் பேசுவாங்களா. . . பேசட்டும். அப்பறம் பேச ஊருக்கு வேற எதுனா கெடச்சிரும்மா' என்று சொன்னேன்.

அம்மா ஒத்துக்கொள்ளவில்லை. 'இத்தன காலம் கட்டியிருந்திட்டன். இப்பப் பழகிருச்சு. இன்னமே மாத்த வேண்டாம் போ' என்று சொல்லிவிட்டார். பின்னரும் பல சந்தர்ப்பங்களில் சொல்லியிருக்கிறேன். அம்மா உடன்படவில்லை. அம்மாவுக்குச் சேலை எடுக்க நேரும் சந்தர்ப்பங்களில் எல்லாம் 'செவப்புச் சீல எடுக்கட்டுமாம்மா?' என்று கேட்டிருக்கிறேன். அதை 'ப்ச்' என்னும் ஒற்றை ஒலியில் கடந்துவிடுவார். வாழ்வின் பல சந்தர்ப்பங்களில் என் அறிவின்மையை நொந்து கொண்டிருக்கிறேன். சிலவற்றைப் பின்னர் அறிவினால் சரி செய்திருக்கிறேன். ஆனால் ஒருபோதும் என் அறிவினால் சரி செய்ய முடியாததாக இந்த வெள்ளைச் சேலை விஷயம் அமைந்துவிட்டது.

எனினும் அம்மா எங்கள் குடும்ப நிகழ்வு எதிலும் பின் தங்கி நின்றது கிடையாது. நான், அண்ணன், அண்ணி, என் மனைவி, பேரப் பிள்ளைகள் ஆகிய அனைவருக்கும் அம்மாவின் மேல் பெரும் மரியாதையும் அன்பும் இருந்தன. அம்மாவின் ஆளுமையில் கட்டுண்டு கிடந்தவர்கள் நாங்கள். ஆகவே அம்மா முன்னால் வந்து நிற்பதையே விரும்பினோம். அதில் எங்கள் யாருக்கும் எந்தப் பிரச்சினையும் இல்லை. அம்மா அப்படி ஒதுங்காமல் எல்லாவற்றிலும் முன்வந்து நிற்கக் காரணம் ஒரு சம்பவம்.

அப்பன் இறந்ததற்கு அடுத்த வருச ஆடி மாதம். அது சோளம் விதைக்கும் பருவம். அப்பன் இருந்தபோது அப்பனும் விதைப்பார்; அம்மாவும் விதைப்பார். பொட்டுக்கூடையில் சோளத்தைப் போட்டு ஒரு கையில் பிடித்துக்கொண்டு நடந்தபடியே இன்னொரு கையால் சோளத்தை அள்ளிக் கூடையில் படும்படி விசிற வேண்டும். கூடையில் பட்டு இரையும் சோளம் மண்ணில் போய் விழும். மண்ணில் சொட்டை இல்லாமல் சோளம் விழ வேண்டும். முளைக்கும் போது அடர்த்தியாகவும் இருக்கக் கூடாது; புழக்கமாகவும் போய்விடக் கூடாது. அது நிதானமாகவும் பொறுமையாகவும் கற்றுக்கொள்ள வேண்டிய கலை. முதல் விதைப்பைப் பெண் குழந்தை கையால் நிகழ்த்துவது ஒரு சடங்கு. குழந்தை கிடைக்காவிட்டாலும் பரவாயில்லை, யாராவது ஒரு பெண் கையால் விதைப்பது வழக்கம். ஆனால் கைம்பெண் கையால் மட்டும் விதைக்கக் கூடாது. ஆகவே அம்மா விதைப்பதற்கு ஆள் பிடிக்க முயன்றார்.

அது விதைப்புச் சமயம் என்பதால் ஆள் கிடைக்கவில்லை. அவரவர் நிலத்தில் விதைப்பு, உழவு என்று வேலையாக இருந்தார்கள். டிராக்டர் எந்த நேரம் வரும் என்பதைச்

சரியாகச் சொல்ல முடியாது. பருவத்தில் டிராக்டருக்கு மிகவும் கிராக்கி. ஓரிடத்தில் உழவோட்டினால் அருகில் இருக்கும் காட்டுக்காரர்கள் பிடித்துக் கொள்வார்கள். காட்டுக்குள் டிராக்டர் வரும் முன்னால் விதைத்து வைக்கக் கூடாது. விதைப்பும் உழவும் ஒரே சமயத்தில் நடக்க வேண்டும். டிராக்டர் வரும்முன் விதைத்தால் எறும்புகள், பறவைகள் எனக் காட்டுக்குள் புகுந்தால் கஷ்டம். ஈரம் காய்ந்துவிட்டால் சோளம் முளைக்காது. அம்மாவும் நானும் அங்கும் இங்கும் போய் யார் யாரையோ கூப்பிட்டுப் பார்த்தோம். எல்லோருக்கும் வேலை இருந்தது. அல்லது அந்தச் சமயத்தில் மிகவும் பிகு பண்ணிக் கொண்டார்கள்.

டிராக்டர் எந்த நேரத்திலும் வந்துவிடும் என்றெண்ணிச் சாக்கோடு சோளத்தையும் விதைக்கூடையையும் கொண்டு போய்க் காட்டுக்குள் வைத்துக் காத்திருந்தோம். விதைக்க ஆள் யாரையும் பிடிக்க முடியவில்லை. என்னை அன்றைக்குத் திட்டியது போல எப்போதும் அம்மா திட்டியதில்லை. 'ரண்டு பசவளப் பெத்து வெச்சிருந்து எதுக்காவுது? ஒன்னு கடை கடைன்னு அங்கயே கெடக்குது. இன்னொன்னு படிக்கறன் படிக்கறன்னு புத்தகத்த விரிச்சு வெச்சுக்கிட்டு எப்பவும் உக்கோந்துக்குது. குடியானவப் பசவளுக்கு சோளம் வெதக்கத் தெரியலன்னு சொன்னாக் கேவலமில்ல' என்பதுதான் ஓரளவு நயமான வசை. டிராக்டர் வந்துவிட்டது. விதைக்க ஆள் இல்லை. பருவத்தில் டிராக்டருக்கு ஏகக் கிராக்கி. அதனால் ஆள் பிடித்து வரும் வரைக்கும் காத்திருக்காது. டிராக்டர்காரன் அவசரப்படுத்துகிறான்.

பொட்டுக்கூடையில் அள்ளி என் கையில் திணித்து 'வெதைடா போடா' என்று தள்ளினார் அம்மா. எனக்குத் தயக்கமாக இருந்தது. ஆனாலும் அம்மாவின் வேகத்தையும் கோபத்தையும் கண்டு விதைக்க ஆரம்பித்தேன். கையில் குத்துக் குத்தாக அள்ளி அப்படியே இறைத்தேன். 'இப்படி வெதைடா. . . அப்படி வெதைடா' என்று அம்மா கத்திப் பார்த்தார். பதற்றத்தில் எனக்கு ஏதும் புரியவில்லை. சோளம் எப்படி எப்படியோ மண்ணில் விழுந்தது. ஒருகட்டத்தில் பொறுக்க முடியாத அம்மா 'குடுடா' என என்னிடம் இருந்து கூடையைப் பிடுங்கிக் கீழே வைத்தார். 'அம்மா கரியகாளித் தாயே. . . என் கையில வந்திருந்து காப்பாத்த வேணுமாயா' என்று கும்பிட்டுவிட்டுக் கூடையை எடுத்து விதைக்க ஆரம்பித்தார். நான் சோளம் தீரத் தீர அள்ளிக் கொண்டு போய்க் கொட்டினேன். மூன்று ஏக்கருக்கும் அம்மாதான் விதைத்தார்.

டிராக்டர்காரர் மூலமாக அம்மா விதைத்த செய்தி ஊருக்குப் பரவிற்று. அடுத்த சில நாட்கள் யார் யாரோ வந்து விசாரித்தார்கள். பெண்கள் துக்கம் கேட்பது போல வீட்டுக்கே வந்தார்கள். 'என்ன இருந்தாலும் நீ வெதப்புக்குப் போலாமா? பயிர் மொளைக்குமா? மொளைச்சாலும் வீடு வந்து சேருமா?' என்று எத்தனையோ கேள்விகள். அம்மா ஒவ்வொருவருக்கும் ஒவ்வொரு வகையாகப் பதில் சொன்னார். 'மொளச்சா மொளைக்குது. மொட்டையாப் போனாப் போவுது போ' என்று சிலரை விரட்டினார். 'என்னமோ ஆளு கெடைக்காத கொறைக்கு வெதச்சிட்டன்' என்று சிலரிடம் சமாதானம் சொன்னார். 'நான் மூளியாக் கெடந்தாலும் காடு மூளியாக் கெடக்கக் கூடாதுன்னு வெதச்சிட்டன்.' இப்படியாகப் பலவிதப் பதில்கள்.

அந்த வருசம் நல்ல மழை பெய்தது. அம்மாவின் விதைப்பில் ஒற்றைச் சோளமும் வீண் போகவில்லை. அம்மாவின் மொழியில் சொன்னால் 'பயிர் அப்படியே தமத்தமன்னு மொளைச்சு வந்திருச்சு. ஒரு சொட்டையில்ல, சொத்தையில்ல. குளிர வளந்து நிக்குது' என்றுதான் சொல்ல வேண்டும். அறுவடை வரைக்கும் எந்தப் பிரச்சினையும் இல்லை. வெள்ளாமை வீடு வந்து சேர்ந்த பின்னால் அம்மா சொன்னார், 'முண்டச்சி வெதச்சாலும் மொளைக்கும்னு அந்தக் கரியகாளித் தாயி காட்டிட்டா. அது போதும்.'

○

14

உழுதவன் கணக்கு

அதை ஒரு பந்தயம் என்றும் சொல்லலாம்; பரிசோதனை முயற்சி என்றும் வைத்துக்கொள்ளலாம்.

எங்களுக்கு இருந்த மானாவாரி நிலத்தைப் பற்றிய கவலையும் பேச்சும்தான் அம்மாவுக்கு. அதில் இதைச் செய்ய வேண்டும்; அதைச் செய்ய வேண்டும் எனத் திட்டங்கள். ஆனால் நானும் அண்ணனும் எதுவுமே செய்வதில்லை எனவும் ஊரில் இருப்பவர்கள் எல்லாம் எப்படி எப்படி விவசாயம் செய்கிறார்கள் எனவும் புலம்பல். ‘விவசாயத்துல என்னம்மா வருது? போட்ட பணம்கூடக் கெடைக்காது’ என்பேன் நான். ‘குடியானவனாப் பொறந்துட்டுக் காட்டக் கொறையாப் போட்டு வெப்பாங்களாடா? என்ன வருதுன்னு ஒரு வார்த்த நம்ம வாயில வரலாமாடா? நீ திங்கற சோறு, போடற சொக்கா எல்லாம் எங்கிருந்து வந்துது? மண்ணக் கௌறுன காசுலதான படிக்கற, அந்தப் படிப்பு இதத்தான் உனக்குச் சொல்லிக் குடுக்குதா? பாடுபட்டா அந்தப் பூமாதேவி அள்ளிக் குடுப்பா. ஏமாத்த மாட்டா. பாடுபடாத வெச்சுப் பாத்துக்கிட்டே இருந்தா தவடைலதான் குடுப்பா’ என்று பேசி வறுத்தெடுப்பார் அம்மா.

அது 1987ஆம் ஆண்டு. நான் முதுகலை முதலாமாண்டு படித்துக்கொண்டிருந்தேன். தேர்வுக் காலப் படிப்பு விடுமுறையில் வீட்டுக்கு வந்திருந்தேன். மார்ச் மாதத்தின் பின்பகுதி. தமிழ் மாதம் பங்குனி. பங்குனி மாதத்தில் வழக்கமாக மழை பெய்யாது. அந்த வருசம் அதிசயமாக

ஒருநாள் இரவில் பேய்மழை பெய்தது. காடெல்லாம் நீர் தேங்கி நின்றது. வெயிலின் தாக்கம் முற்றிலுமாகக் குறைந்து சூழல் குளிர்ந்திருந்தது. காட்டைக் காலையில் பார்த்து வந்த அம்மா புலம்பத் தொடங்கிவிட்டார்.

'பங்குனி மாசத்துல மழ பெஞ்சிருக்குது. காடெல்லாம் தண்ணி தேங்கி நிக்கறதப் பாத்தா ஆசயா இருக்குது. இன்னம் நாலு நாளுல அள்ளிக் குடிச்சிருவா. அதுக்குள்ள வெதச்சரோனும். இது எள்ளு வெதக்கிறதுக்கு நல்ல பட்டம். நான் பொம்பள ஒருத்தி என்ன செய்வன்? ரண்டு பசவ இருந்து எதுக்காவுது? ஒத்தாசைக்கு ஒருத்தனும் இல்ல.'

அம்மாவின் புலம்பல் தாளாமல் 'எள்ளு வெதச்சாலும் கொள்ளு வெதச்சாலும் கைக்காசுக்குத்தான் நஷ்டம். என்னமோ அதிசயமா மழ பேஞ்சிருச்சு. இதுக்கு மேலயும் பெய்யுமுன்னு எப்பிடி நம்பறது? வெதச்சு மழ பெய்யலீன்னா போட்ட முட்டுவழியும் போயிரும்' என்றேன்.

'உன்னோட வாயில நல்ல வார்த்த வருதா? வெதக்கறவனுக்கு மொதல்ல நம்பிக்க வேணும். ஒரு வருசம் செரியா வராதகூடத்தான் போவும். அதுக்காவப் பயந்துக்கிட்டு வெதக்காத இருக்க முடியுமா?' என்று அம்மா திட்டினார்.

பேச்சுப் பொறுக்க முடியாமல் 'செரி, போவுது. உன்னோட ஆசைய ஏன் கெடுப்பானேன். என்னம்மா செய்யணும் சொல்லு' என்றேன்.

'எளச்சவன் எள்ளு வெதப்பான், கொழுத்தவன் கொள்ளு வெதப்பான்னு செலவாந்தரம் சொல்லுது. எள்ளு வெதச்சுக் கெட்டுப் போறவங்க கெடையாது.'

'பங்குனியில பாத்து வெதக்கோணும் அப்படின்னு செலவாந்தரம் சொல்லுதே. அதுக்கு என்ன பண்றது?'

'பங்குனியில மழ பெய்யுதான்னு பாத்து வெதக்கோணும்னு அதுக்கு அர்த்தம்டா.'

'செரீம்மா. எள்ளு வெதச்சு ஏழடுக்கு மாடி கட்டீரலாம். கவலப்படாத.'

'இது நல்ல பட்டம். என் பேச்சு பலிக்கும் பாரு. நாலு காசக் கையில கெடைக்கும்.'

இப்படியே எங்கள் பேச்சு விரிந்து ஒரு சவால் போல மாறிவிட்டது. கஷ்டப்பட்டாலும் ஒன்றும் கிடைக்காது என்று நானும் எல்லாம் கிடைக்கும் என அம்மாவும் சொல்லக்

கடைசியாக ஒரு முடிவுக்கு வந்தோம். ஏர் உழுவதிலிருந்து தொடங்கி ஒவ்வொன்றுக்கும் ஆகும் செலவையும் வேலை செய்வதற்கான கூலியையும் கணக்குப் போட்டு நான் எழுதி வைப்பது, அறுவடைக்குப் பிறகு கணக்குப் பார்த்து யார் சொல்வது பலித்திருக்கிறது எனப் பார்ப்பது என்பதுதான் அந்த முடிவு. எப்படியோ விதைத்தால் போதும் அம்மாவுக்கு.

ஒரு ஏக்கர் நிலத்தில் எள் விதைத்தோம். டிராக்டர் கூட்டி வந்து இரண்டு உழவு போட்டோம். மிகவும் சிறிய தானியம் எள் என்பதால் அதை நேரடியாக விதைக்க முடியாது. விதைத்தால் குத்துக்குத்தாக விழுந்து ஏராளமான செடிகள் முளைத்துவிடும். விதை எள்ளும் அதிகம் தேவைப்படும். ஆகவே எள்ளின் அளவுக்குத் தகுந்தாற் போல மணலையும் கலந்து விதைக்க வேண்டும். நன்றாக ஈரம் இருக்கும்போதே விதைத்தோம். அன்றைக்கு இரவே ஒரு குறிப்பேட்டில் டிராக்டர் செலவு, விதை எள்ளின் விலை, நானும் அம்மாவும் விதைத்த வேலைக்குக் கூலி என வரிசை போட்டு எழுதி வைத்தேன். அம்மா சொன்னது போல எள் மிகவும் அருமையாக முளைத்து வந்துவிட்டது. பங்குனிப் பட்டம் எள்ளுக்கு அத்தனை பொருத்தம் என நான் உணர்ந்தது அப்போதுதான். காலை நேர வெயிலில் எள்ளுச் செடிகளைப் பார்க்க ஆசையாக இருக்கும். கரும்பச்சை இலைகள் அசைந்து அழைக்கும். பார்க்கப் பார்க்கத் தீரா இன்பம். அம்மா சொன்னார், 'காடெல்லாம் எள்ளுச் செடி தமத்தமன்னு மொளச்சு நிக்குது.'

மணல் கலந்து விதைத்தாலும் எள்ளுச் செடிகள் அடர்ந்து முளைத்திருந்தன. அத்தனை அடர்த்தியாக இருந்தால் காய்ப்பு சரியாக இருக்காது. ஒவ்வொரு செடியும் கிளை விட்டுக் காற்றிலாடி மேலேறி வளர இடம் வேண்டும். ஆகவே செடிகள் நன்றாக முளைத்து முழம் நீளம் வளர்ந்ததும் ஓர் உழவு போட வேண்டும். மரபான விவசாய முறைகளுக்கு நவீன இயந்திரங்கள் பொருந்திப் போகாத சந்தர்ப்பங்கள் இன்னும் இருக்கின்றன. அதை எள்ளுச் செடிக்கு உழவு போடும்போது உணர்ந்தேன். அந்த உழவை டிராக்டர் விட்டு ஓட்ட முடியாது. டிராக்டரின் டயர்கள் ஏறினால் செடிகள் அவ்வளவுதான். அந்த உழவைப் போடுவதற்கு ஏற்ற கலப்பை டிராக்டரில் கிடையாது. மாடு கட்டி ஏர் உழும் ஆளைத் தேடிப் பிடித்துக் கூட்டி வந்து உழவு போட்டோம். செடிகளைக் களைத்து அளவாக்குதல் அந்த உழவின் பயன். மாடு கட்டி உழும் ஏர் ஒன்றிரண்டே இருந்த காரணத்தால் டிராக்டர் உழவுக்கு ஆகும் செலவைவிட அதிகமாயிற்று. அந்த உழவு போடுவதில் எனக்கு விருப்பமில்லை. வீண் செலவு என்றும் நாமே தேவையில்லாத செடிகளைப்

பிடுங்கி விடலாம் என்றும் அம்மாவிடம் சொன்னேன். அம்மா கேட்கவில்லை. உழவு போட்டால் தேவையில்லாத செடிகளைக் களைத்துவிடுவதோடு வளரும் செடிகள் நன்றாக வேர் விட மண்ணை இளக்கிக் கொடுக்கவும் முடியும் என்றார் அம்மா. அவ்வேலையைச் செய்த கையோடு அதற்கான செலவையும் குறித்து வைத்துக்கொண்டேன்.

இடையே கொஞ்ச நாள் மழையில்லை. செடிகள் வாடி வதங்கின. வருத்தமாக இருந்தாலும் அம்மாவை நான் ஜெயித்துவிடுவேன் என்று ஒருபக்கம் அற்ப மகிழ்ச்சியாக இருந்தது. ஆனால் மீண்டும் மழை பெய்து என் மகிழ்ச்சியைக் கெடுத்தது. வாடியிருந்த செடிகள் புத்துணர்ச்சியுடன் மேலெழுந்து வந்தன. உடன் புற்களும் முளைத்துக் காடு நிறைந்தது. நானும் அம்மாவும் களை வெட்டினோம். கத்தையாகச் சேர்ந்த புற்கள் சில நாட்கள் மாடுகளுக்குத் தீனியாயின. களை வெட்டும் போதே பறித்த பண்ணைக் கீரை, குமுட்டிக் கீரைகள் ஒவ்வொரு நாள் குழம்புக்கு ஆகின. நானும் அம்மாவும் களை வெட்டிய நாட்களைக் கணக்கிட்டு அதற்கான கூலியைச் செலவுக்கணக்கில் குறித்துக்கொண்டேன். நான் கணக்கெழுதும் போதெல்லாம் அம்மா சிரித்தார்; அவ்வளவுதான். வேறொன்றும் சொல்லவில்லை.

செடிகள் பூத்துப் பொலிந்தன. ஒவ்வொன்றும் பல திரிகளோடு சுடர் விட்டு எரியும் குத்துவிளக்கைப் போலத் தோன்றியது. செடிகள் இடுப்புயரம் வளர்ந்துவிட்டன. மீண்டும் ஒருமுறை கொத்து இல்லாமல் கையால் களை பிடுங்கிவிட்டோம். அதற்கான கூலிக் கணக்கையும் எழுதி வைத்துக்கொண்டேன். அம்மாவின் எதிர்பார்ப்பின்படி அவ்வவ்போது மழை பெய்து என் எண்ணத்தில் மண்ணள்ளிப் போட்டது. பூ பிஞ்சாகிக் காயாகி முதிர்ந்து நின்றதும் அறுவடைத் தருணம் வந்தது. லேசான மழை பெய்யுமா என்று எதிர்பார்த்திருந்தோம். எள்ளுச் செடி அறுவடை என்பது செடிகளை வேரோடு பிடுங்கி எடுப்பதுதான். மழை ஈரம் இருப்பின் பிடுங்குவது எளிது. ஈரம் இல்லாவிட்டால் கருக்கரிவாள் கொண்டு செடிகளை அறுத்தெடுக்க வேண்டும். அது கஷ்டமான வேலை. சில நாட்கள் பொறுத்துப் பெய்த மழைக்கு அடுத்த நாள் அறுவடையைத் தொடங்கினோம். ஓர் ஏக்கர் முழுவதையும் பிடுங்கி முடிக்க நானும் அம்மாவும் இரண்டு நாட்கள் எடுத்துக்கொண்டோம். பிடுங்கியவற்றைக் கத்தையாகக் கட்டிக்கொண்டு போய் அருகிலிருந்த பாறைக் களத்தில் அடுக்கிச் சேர்த்தோம். மூன்று நான்கு குவியலாக அடுக்கி அவற்றின் மேல் கற்களையும் வைத்தோம். ஒருவாரம் அது அப்படியே இருந்து காய வேண்டும். இலைகள் உதிர்ந்து

கோல்களும் காய்களும் மட்டும் இருக்கும் தருணத்தில் பிரித்தெடுத்துக் காய வைத்து ஒவ்வொரு செடியாகக் கையில் எடுத்துப் பாறையில் அடித்து எள்ளை உதிர்க்க வேண்டும். பெருவேலை. எல்லாம் செய்தோம். செய்த வேலைகளுக்கான கூலியைக் கணக்கிட்டு எழுதி வைத்துக்கொண்டேன்.

எள்ளைக் கோணிப்பைகளிலும் கூடைகளிலும் அள்ளிக் கொண்டு வந்து வீடு சேர்த்தோம். எள்ளை அம்மா விற்க விரும்பவில்லை. எண்ணெய் ஆட்டும் செக்கிற்குக் கூடை நிறையக் கொண்டு போய் ஒருநாள் எண்ணெய் ஆட்டி வந்தார். புது எண்ணெய் வீடெல்லாம் மணந்தது. கடலை எண்ணெய்யும் விளக்கெண்ணெய்யும்தான் நாங்கள் சமையலுக்குப் பயன்படுத்துவோம். இப்போது நல்லெண்ணெய் மணக்க மணக்கச் சமையல். கருப்பட்டி போட்ட எள்ளு மாவு ஒருநாள் இடித்துக் கொடுத்தார். எள்ளு மாவின் ருசி நாக்கிலேயே வைத்திருக்கச் செய்யும். மாவை விழுங்கவே மனம் வராது. ஒருநாள் உளுந்துக்களி செய்து அதில் நல்லெண்ணெய் விட்டுப் பிசைந்து கொடுத்தார். நெஞ்செலும்புகளுக்கு அது நல்லது என்றார். இன்னும் எள் மீதமிருந்தது. எள்ளை அம்மா விற்பனை செய்யவே இல்லை. எல்லாமே செலவுக் கணக்கு மட்டும்தானா? வரவு என்று ஒன்றுமே இல்லையா?

செலவுக் கணக்கை அவ்வப்போது எடுத்துப் பார்ப்பதும் கணக்குப் பார்க்கலாமா என்று அம்மாவிடம் கேட்பதுமாக இருந்தேன். 'பொறு பொறு' என்றார். ஊரிலேயே ஒன்றிரண்டு பேர் வந்து எள்ளைப் படிக்கணக்கில் வாங்கிச் சென்றனர். சந்தை விலை விவரத்தை விசாரித்து அவர்களிடம் பணம் பெற்றுக்கொண்டார். அது ஒன்றுதான் பணவரவு. ஒருவழியாக அம்மாவுக்குக் கணக்குப் பார்க்க மனம் வந்தது. நான் மகிழ்ச்சியோடு கணக்கை வாசித்து விளக்கம் சொன்னேன். ஏருக்குக் கொடுத்த கூலிதான் பணச்செலவு. மீதமெல்லாம் அம்மாவுடையதும் என்னுடையதுமான உழைப்புக் கூலி. வரவுப் பக்கத்தில் சில படி எள்ளை ஊராருக்கு விற்றது மட்டுமே கணக்கில் இருந்தது.

அம்மா சொன்னார், 'வரவுல நான் சொல்றதெல்லாம் சேத்துக்க.' 'சரி' என்று சிரித்தேன். அம்மா தொடங்கினார். 'எருமைக்கிப் புல்லு ஒரு பத்துக்கத்த போட்டுக்க. எச்சாவே இருக்கும். ஆனா பத்து போடு, போதும்.' அதற்கு என்ன விலை போடுவது? 'வெலைய அப்பறம் பாத்துக்கலாம். சொல்றத வரவுல வெய்யி' என்றார் அம்மா.

‘எள்ளுக்கோலு தண்ணி காய வைக்க ஒரு வருசத்துக்கு ஆவும். அதயும் எழுதிக்க.’

‘நல்லெண்ணெய் ஏழு படின்னு எழுதிக்க.’

‘எள்ளு மாவு பத்துப் பெரிய உருண்டைன்னு எழுதிக்க.’

‘மிச்சமிருக்கற எள்ளு இன்னொருக்கா எண்ணெய் ஆட்டிக்கலாம். அது ஒரு ஏழு படின்னு எழுதிக்க.’

‘அப்பறம் வெதக்காத சும்மா போட்டிருந்தா நானும் நீயும் என்ன பண்ணீருப்பம்? தின்னுட்டுத் தின்னுட்டு ஊட்டுல படுத்துத் தூங்கிருப்பம். எள்ளுக்காடுதான் நமக்கு வேல குடுத்திருக்குது. ரண்டு பேரு வேலைக்கும் போட்டிருக்கற கூலியச் செலவுல எழுதி வெச்சிருக்கற. அது தப்பு. இப்ப மாத்தி அத வரவுல எழுதிக்க பாக்கலாம்.’

அம்மாவைப் பார்த்துச் சொன்னேன், ‘இதெல்லாம் ஒத்துக்க முடியாது போம்மா.’

‘எருமைக்குக் காசு குடுத்துப் புல்லு வாங்கியிருந்தா ரண்டு மடங்கு செலவாயிருக்கும். இப்பப் பத்துக் கத்தைன்னு எழுதுனீல்ல. அத அப்படியே இருபது கத்தைன்னு எழுதுனாத்தான் கணக்குச் செரி வரும்.’

‘ம்கூம். நீ சொல்றதெல்லாம் சரியில்லம்மா.’

‘அட... எதுடா செரியில்ல? உழுதவன் கணக்குப் பாத்தா உழுக்கோல்கூட மிஞ்சாதுன்னு செலவாந்தரம் சொல்லியிருக்குது. அதுக்கு என்ன அர்த்தம்? உழுதவன் கணக்குப் பாக்கக் கூடாது. கணக்குப் பாத்தா நாஞ் சொல்றதுக்கெல்லாம் என்ன வெல வெச்சுக் கணக்குப் போடுவ? காட்டுப்பக்கம் போயி நின்னுக்கிட்டுக் காத்தால காத்தால சுத்திச் சுத்தி வந்தயே. அதயெல்லாம் கணக்கு சேத்தா என்னன்னு சொல்றது?’ என்றார் அம்மா.

‘என்னய ஏமாத்தற நீ. நான் ஒத்துக்க மாட்டன் போம்மா’ என்றேன்.

‘செரி, அப்படீன்னா பண்ணக்கீரைக்கும் களிக்கும் அப்படி ருசின்னும் உருட்டி உருட்டித் தின்னீல்ல? குமிட்டி மணக்குதுன்னு கையில ஊத்தி ஊத்திக் குடிச்சயே? அதுக்கெல்லாம் கணக்குப் போடு... இல்லீன்னா அதயெல்லாம் கக்கு.’

‘போம்மா... என்னயவிட உனக்குக் கணக்குத் தெரீமா?’

'காட்டு வேலைக்குக் கணக்குப் பாத்தா இப்பிடித்தான். எள்ளுப் பூ பூத்திருந்தப்பக் காடே வெள்ள வெளேர்னு மலர்ந்து கெடந்துதே... அதப் பாத்ததுக்குக் காசு போடு பாப்பம்.'

'இங்க பாரும்மா ... கையிலிருந்து குடுத்த காசும் கைக்கு வந்த காசுந்தான் கணக்கு. அதுக்குள்ள நின்னு பேசு' என்றேன். என் இயலாமையை மறைத்து வார்த்தைகளை வன்மையாகச் சொன்னேன்.

'கணக்கெழுதுன அந்த நோட்டக் குடு' என்று வாங்கினார். எழுதியிருந்த தாளைச் சரக்கென்று கிழித்தெடுத்தார். அருகில் எரிந்துகொண்டிருந்த அடுப்புக்குள் திணித்தார். தாளில் பற்றிய தீ மேலேறி எரிந்தது.

◯

15

அம்மாவின் சாதனை

அப்பன் இருந்தபோதும் இறந்த பிறகும் வீட்டுக் கணக்குவழக்கு எல்லாமே அம்மாதான். அம்மாவின் கணக்கில் எப்போதுமே வரவுதான் இருக்கும். செலவுப் பக்கம் வெகுகுறைவு. எதற்கானாலும் அம்மாவிடம் இருந்து பணம் பெறுவது கடினம். காரணம் நியாயம் என்று உணர்ந்த பிறகே அவரிடம் இருந்து பணம் பெயரும். வருமானத்திற்கு ஏற்பச் சீட்டுக் கட்டுவார். ஆண்கள் சீட்டு நடத்துவர்; அவர்களே பங்கேற்பர். அவர்களுக்கு மத்தியில் அம்மா தைரியமாகப் போய் நிற்பார். சீட்டு ஏலம் கூறுவது, தொகையைத் தள்ளிச் சீட்டு எடுப்பது முதலியவற்றில் ஆண்களே அசந்து போகும் அளவுக்குத் துல்லியமாகக் கணக்குப் போட்டுச் சொல்வார். சீட்டு நுட்பம் புரியாதவர்களுக்கும் அம்மா கணக்குப் போட்டுச் சொல்வதுண்டு. இப்போது இத்தனாவது சீட்டு ஏலம், இவ்வளவு தொகை தள்ளி எடுத்தால் கைக்கு இவ்வளவு வரும், இந்தத் தொகைக்கு இன்னும் மீதமிருக்கும் மாதங்களுக்கு இரண்டு ரூபாய் வட்டிக் கணக்குப் போட்டால் இத்தனை ரூபாய், ஒரு ரூபாய் வட்டிக் கணக்குப் போட்டால் இத்தனை ரூபாய், ஆக இப்படித் தொகையைத் தள்ளி எடுப்பது லாபமாகுமா நட்டமாகுமா – என்றெல்லாம் விரிவாகக் கணக்குச் சொல்வார். சீட்டு நடத்துபவருக்குக்கூட இந்த அளவு நுட்பம் தெரியுமா என்பது சந்தேகம்தான். இப்படிக் கொஞ்சம் கொஞ்சமாகச் சேர்த்து அந்த மூலதனத்தில் எதையாவது உருவாக்குவது அம்மாவின் இயல்பு.

அப்பன் உயிரோடு இருந்த காலத்தில் மூன்று தவணைகளில் இரண்டு, இரண்டு, ஒன்று என ஐந்து ஏக்கர் நிலம் வாங்கினார்கள். அது முழுக்க அம்மாவின் சேமிப்புத் திறனால் நடந்தது. அப்பன் உழைப்பாரே தவிர வருமானத்தைச் சேமிப்பதில் கவனம் கொள்ள மாட்டார். ஒரு குறிப்பிட்ட அளவு தொகை சேமிப்புக்கு வந்துவிட்டால் அதை எதிலாவது முதலீடு செய்ய வேண்டும் என்பது அம்மாவின் திட்டம். அப்படித்தான் நிலம் வாங்கினார்கள். அப்பனின் இறப்புக்குப் பிறகு வருமானமில்லை. அம்மாவின் உழைப்பு என் கல்வி, அண்ணன் குடும்பம் ஆகியவற்றைக் கவனிக்கவே சரியாக இருந்தது. பெரிய காரியங்கள் செய்ய வருமானம் போதவில்லை. இருந்ததை வைத்துப் பிழைத்திருந்தால்கூட அம்மாவுக்கு நிம்மதியாக இருந்திருக்கும். எங்களுக்கு அந்தப் புத்தியும் இல்லை.

அம்மாவின் வாழ்நாளில் எங்கள் சொத்துக்கள் இரண்டை விற்க நேர்ந்தது. அது அம்மாவுக்கு மிகுந்த மன உளைச்சலைக் கொடுத்தது. எங்கள் தாத்தாவின் அப்பா காலத்தில் கட்டப்பட்ட வீடு ஒன்று பூர்விகச் சொத்தாக எங்களுக்குப் பிரிந்து வந்தது. அவ்வீடு கட்டப்பட்டது என் முன்னோர்களின் பேருழைப்பின் மூலமாகவே. அதற்குப் பெரிய கதையே சொல்வார்கள். அந்தக் காலத்தில் வீடுகள் எல்லாம் மண்ணால் கட்டப்பட்டன. சில வீடுகள் மண்ணும் கருங்கற்களும் கலந்து கட்டப்பட்டிருக்கும். செங்கல்லால் கட்டுவது பணக்காரர்களால்தான் முடியும். அப்படியிருக்கச் சாதாரண விவசாயக் குடும்பம் ஒன்று செங்கல்லால் வீடு கட்டியது பெரிய விஷயம். அந்த வீடு கட்டுவதற்காக எங்கள் சொந்த நிலத்திலேயே செங்கல் சூளை அமைத்தார்களாம். சொந்த நிலத்துச் செம்மண்ணையே செங்கல்லுக்குப் பயன்படுத்தினார்கள். செங்கல் அறுக்க மண்ணெடுத்த நிலத்திற்குக் ‘குழியணப்பு’ என்றே பெயர் இருந்தது. சுற்றிலும் இருக்கும் நிலங்களை விடவும் அது குழியாக இருக்கும். செங்கல்லுக்கு மண்ணெடுத்த காரணத்தால் ஏற்பட்ட பள்ளம். கல்லறுத்துக் காய வைத்துச் சூளை ஏற்றி வேக வைத்துச் செங்கல் தயாரிக்கக் குடும்பமே வேலை செய்ததாம். ஆனால் அந்த வீட்டில் அதிக நாட்கள் யாரும் குடியிருக்கவில்லை. நிலத்திலேயே குடியிருந்த காரணத்தால் அவ்வீட்டைத் தானியக் கிடங்காகவே பயன்படுத்தி வந்தார்கள்.

ஒருசமயத்தில் எங்களுக்கென அது வந்து சேர்ந்தது. எங்கள் குடும்பம்தான் அவ்வீட்டில் சில வருசங்கள் வசித்தது. நல்ல அழகான வீடு. தரையிலிருந்து ஐந்து படிகள் ஏற வேண்டும். பலகைக்கல் படிகள். பெரிய திண்ணை. சாய்திண்ணை ஒன்றும்

இருந்தது. தாழ்வாரம் என்று அழைக்கப்படும் சமையலறை பெரிதாக இருந்தது. அதுவல்லாமல் பெரிய அறை ஒன்று. திருமணத்தின் போது அம்மாவுக்குச் சீராகக் கொடுக்கப்பட்ட பதினொரு வரிசை அடுக்கு மொடாக்களும் எங்களது துணிமணிகள் உள்ளிட்டவையும் அந்த அறைக்குள்தான் இருக்கும். அப்பனும் அம்மாவும் தனிக்குடும்பமாகி வேறவைப்புச் சடங்கு நடந்தபோது அந்த வீட்டை ஒதுக்கினார்கள். அம்மா குடும்பம் தொடங்கிய வீடு. அந்த வீட்டில் வசித்த போதுதான் அம்மாவுக்கு மூன்று பிரசவங்கள் நடந்தன. அவ்வீடு பழைய காலத்துக் கைஓடு வேயப்பட்டிருந்தது. அதை மாற்றிச் சீமை ஓடு போட்டதும் என் பெற்றோர்தான். வீட்டுக்கு முன்னால் குளியலறை ஒன்றைக் கட்டியதும் அவர்கள். அவ்வீட்டின் ஒவ்வொரு அங்குலமும் அம்மாவுக்கு நினைவில் இருக்கும். நான் ஓடியாடித் திரிந்த காலத்திலேயே அவ்வீட்டை விட்டு நிலத்திற்குள் குடியேறிவிட்டோம். வீடு எங்களிடமே இருந்தது. பிறகு என் பதின்வயதில் சில ஆண்டுகள் அவ்வீட்டில் வசித்தோம். ஆகவே என் நினைவுகளிலும் அவ்வீட்டுக்கு முக்கியமான இடம் உண்டு.

காலம் எங்கள் குடும்பத்தைப் பல இடங்களுக்கு விரட்டிய போதும் அவ்வீட்டைப் பாதுகாத்து வைத்திருந்தோம். ஆனால் கடனால் கஷ்டப்பட நேர்ந்த ஒரு சமயத்தில் அதிலிருந்து விடுபட ஏதாவது ஒரு சொத்தை விற்றுத்தானாக வேண்டும் என்னும் நிலைமை. இனிமேல் அவ்வீட்டில் போய் யாரும் குடியிருக்கப் போவதில்லை என முடிவு செய்து அதில் வாடகைக்குக் குடியிருந்தவர்களுக்கே விற்றோம். அம்மாவின் வாழ்நாளெல்லாம் மனதை உறுத்திக்கொண்டே இருந்த விஷயம் அந்த விற்பனை. தன் காலத்தில் தன் கண்ணுக்கெதிரிலேயே பூர்விகச் சொத்தை விற்க நேர்ந்ததை அவரால் செரித்துக்கொள்ள முடியவில்லை. 'உங்கப்பன் இருந்திருந்தா விக்க உட்ருப்பாரா? நமக்கு இந்த நெலம வந்திருக்குமா?' என்று புலம்புவார்.

அது மட்டுமல்ல, என் அப்பன் வாங்கியிருந்த நிலத்தில் இரண்டு ஏக்கரை விற்கும்படியாகவும் ஒரு சூழல் வந்தது. அந்நிலத்தில் இருந்த ஓலைக்கொட்டகை ஒன்றில் பதினைந்து ஆண்டுகள் வசித்திருந்தோம். அப்புச்சி, தாத்தா, பாட்டி, அப்பன் ஆகிய நால்வரும் நாங்கள் அங்கே வசித்த போதே இறந்தார்கள். அண்ணன் குடும்பம் திருமணத்திற்குப் பிறகு மாமியார் வீட்டோடு போய் வசித்தது. நான் கல்வியின் பொருட்டு வெளியூர்களில் இருந்தேன். அம்மா மட்டும் தன்னந்தனியாக ஓலைக்கொட்டகையில் சில ஆண்டுகள் வசித்தார். அதை

விற்பதற்கு அம்மாவுக்கு மனமே இல்லை. கடன் பிரச்சினையால் என் அண்ணன் தற்கொலை செய்துகொண்ட சமயத்தில் கடனை அடைக்க எங்களுக்கு எந்த வழியுமில்லை. எதையாவது விற்றுத்தான் மீள முடியும் என்னும் நிலை. அதை உணர்ந்த அம்மா வேறு வழியில்லாமல் ஒத்துக்கொண்டார். என் அப்பனை நினைத்து 'அவரு வாங்குனாரு, நாம விக்கறம்' என்று பலமுறை சொன்னார். நாங்கள் விற்றபோது நிலத்தின் விலைமதிப்பு மிகவும் குறைவாக இருந்தது. விற்ற ஒரு வருசத்திற்குள் நிலமதிப்பு பல மடங்கு கூடிவிட்டது. 'எப்படியாச்சும் பல்லக் கடிச்சுக்கிட்டு அந்தக் காட்ட வெச்சிருந்திருக்கணும்' என்பார். அந்த வழியாகப் போகும் போதெல்லாம் நினைவு தடுமாறிக் கண்ணீர் விடுவார். 'போவுது உடும்மா. இருக்கறதப் பாரு' என்று ஆறுதல் சொல்வேன்.

இரண்டு சொத்துக்களை விற்க நேர்ந்தாலும் தன் சொந்தச் சம்பாத்தியத்தில் வாங்கிய ஒரு சொத்து அம்மாவுக்குச் சாதனையாக இருந்தது. அதைப் பற்றிய பெருமிதமும் அம்மாவுக்கு இருந்தது. இன்னொரு பங்குதாரரோடு இணைந்திருந்த எங்கள் நிலத்தைப் பாகம் பிரித்துக் கறார் செய்த சமயத்தில் எங்கள் வீட்டுக்கு வாசல் இல்லாமல் போய்விட்டது. வெறும் நான்கே அடி தூரம்தான் வாசல். உள்ளேயிருந்து வெளியே வந்து நேராகச் செல்ல முடியாது. பக்கவாட்டில் திரும்பி வீட்டுக்குப் பின்பக்கமாகப் போய்த்தான் பொதுவழிக்குச் செல்ல வேண்டும். ஒரு சூழலில் நாங்கள் அப்படியான பிரிவினைக்கு ஒத்துக்கொள்ள வேண்டியதாகிவிட்டது. வாசல் இல்லாத வீடா என்று அம்மாவுக்குப் பெரும்துயரம். முன்னால் இருந்த நிலத்தை மனை பிரித்து விற்றார்கள். அப்போது எங்கள் வீட்டுக்கு முன்னால் நீள்வடிவில் எண்ணூறு சதுர அடி மனை பிரிக்கப்பட்டது. அதை வாங்கினால் வீட்டுக்கு வாசல் கிடைத்துவிடும். மனைப் பகுதியில் போட்டிருந்த முப்பதடித் தடத்திலும் போகலாம். அதை வாங்குவதற்கு அம்மா முயன்றார். எப்படியாவது நாங்கள் வாங்குவோம் என்று தெரிந்து மிக அதிக விலை சொன்னார்கள். தொகையைப் புரட்டுவது கஷ்டம் என்பது ஒருபுறமிருக்க, அநியாயத் தொகை கொடுத்து வாங்குவதில் அம்மாவுக்கு விருப்பமில்லை.

பேச்சு பயனளிக்கவில்லை. சரி, வால் போல நீண்டிருக்கும் எண்ணூறு சதுர அடியை யார் வாங்குகிறார்களோ அவர்களுக்கு என் வீட்டையும் கொடுத்து விடுகிறேன், சேர்த்து வாங்கிக்கொள்ளச் சொல்லுங்கள் என்று அம்மா சொல்லிவிட்டார். 'அது எங்க போயிரும்? எப்பன்னாலும் வந்துதான ஆவோனும்' என்று

அடிக்கடி சொல்வார். மனைகளை எல்லாம் அவர்கள் விற்றார்கள். உள்பக்கமாக இருந்த சில மனைகளும் இந்த எண்ணூறு சதுர அடியும் மட்டும் விற்காமல் இருந்தன. சில ஆண்டுகள் அப்படியே போயிற்று. எண்ணூறு சதுர அடியில் அம்மா புழங்க ஆரம்பித்துவிட்டார். எப்போதோ ஒருநாளைக்கு வரும் அம்மனைக்காரர்கள் 'என்னம்மா எங்க மனைக்குள்ள பொழங்கறீங்க?' என்று கேட்டால் 'ரண்டு பாத்திரத்த இங்க போட்டு வௌக்கி எடுக்கறன். அவ்வளவுதான். வேண்ணா வேலி போட்டு வெச்சுக்கங்க' என்பார்.

பின்னர் கூட்டாளிகளுக்கு இடையே பிரிவினை ஏற்பட்டது. இந்த எண்ணூறு சதுர அடியும் சில மனைகளும் ஒருவர் வசம் வந்தன. அவருக்குப் பணமுடை. அவரே அம்மாவிடம் வந்து 'இந்த மனைய வெச்சுக்கம்மா' என்று சொன்னார். விலை பேசி அந்த மனையை அம்மா வாங்கினார். அப்போது பெரும் பண நெருக்கடி. வீட்டுக்கு வருமானம் என்று எதுவும் இல்லை. அம்மா இரண்டு எருமைகள் வைத்திருந்தார். ஒரு எருமை கன்று ஈன்று கறவையாக இருக்கும்போது இன்னொன்று கறவை முடிந்து சினையாக இருக்கும். ஒரு எருமைப்பால் விற்பனையில் எங்கள் குடும்பம் நடந்தது. நான் படித்துக் கொண்டிருந்தேன். அண்ணன் உருப்படியான வேலை எதுவும் செய்யாமல் இருந்தான். அண்ணனுக்கு இரண்டு குழந்தைகள். இரண்டு எருமைகளோடு சில வெள்ளாடுகளும் இருந்தன. இந்த நெருக்கடியில் அம்மா எப்படித்தான் சேமித்து வைத்தாரோ தெரியவில்லை. எருமைப்பால் விற்பனைப் பணம் வீட்டுச் செலவுக்கு என்றும் வெள்ளாட்டுக் குட்டிகளின் விற்பனைப் பணம் சேமிப்புக்கு என்றும் அம்மா ஒதுக்கியிருந்திருக்கக் கூடும். கேட்டால் 'நடுராத்திரியில எந்திரிச்சு ஆருக்கும் தெரியாத நோட்டு அச்சடிக்கறன்' என்றார். சிலசமயம் 'வாசல்ல இருக்குதே அந்த வாதானாராம் மரத்துல ஏறி உலுக்குனாப் பணம் கொட்டுது' என்பார். ஒருசமயம் 'உங்கொப்பன் அடுப்புத்திட்டுக்குள்ள பொதச்சு வெச்சிருந்த பணம்டா இது' என்று சிரித்தார். எப்படியோ பணம் சேமித்து அந்த எண்ணூறு சதுர அடியை வாங்கிவிட்டார்.

வீட்டுக்கு வாசல் கிடைத்தது அம்மாவுக்குப் பெருமகிழ்ச்சி. அம்மா கீழே விழுந்து மருத்துவத்திற்குப் பல ஆயிரங்கள் செலவாயிற்று. அதுவும் அவருடைய சேமிப்புத்தான். அதன் பிறகு வாங்கிய மனை. அம்மாவின் வாழ்க்கையில் அது ஒரு சாதனை. அதைப் பற்றிப் பேசினால் மிகுந்த உற்சாகமாவார். தன் சம்பாத்தியத்தில் வாங்கிய சொத்து என்பதுடன் வீட்டுக்கு

வாசலை உருவாக்கிவிட்டதும் காரணம். எனக்கும் என் அண்ணனுக்கும் நிலப் பிரிவினை நடந்தபோது அவ்வீடு எனக்கு வந்தது. என்னோடு ஏதேனும் பிணக்கு ஏற்படும்போது சொல்வார், 'கீழ உழுந்து படுத்த படுக்கையாக இருந்துக்கிட்டு உன்னோட ஊட்டுக்கு வாசல் வாங்குனண்டா.' எனக்குச் சிரிப்பு வந்துவிடும். 'ஆமாம்மா. நான் இல்லைன்னா சொன்னன்' என்பேன். 'அது நெனப்புல இருந்தாச் செரி' என்பார். இப்போதும் வீட்டு வாசலை மிதிக்குந்தோறும் அம்மாவின் நினைப்பும் அதை அவர் வாங்கிய சாதனையும் என் மனதில் வரத் தவறுவதில்லை.

O

16

நெடும்பயணம்

வெளியூர்ப் பயணம் அம்மாவின் வாழ்க்கை யில் அரிது. எங்கள் ஊரைச் சுற்றியுள்ள கிராமங்கள், அருகில் உள்ள நகரம் ஆகியவையே அவர் சென்றவை. பழனிமலைக்குச் செல்வது என்பது எங்களூரில் பெரும்பயணம் போவதாகும். நானறிய அம்மா மூன்று அல்லது நான்கு முறை பழனிக்குச் சென்றிருக்கிறார். எனக்குப் பழனியில் மொட்டை போடுவதாக வேண்டுதல் இருந்தது. நான் பிறக்கும் வரை மாதாமாதம் பழனி போய்வந்த அப்பனும் நான் பிறந்த பிறகு தைப்பூசத்திற்குப் போவது, பங்குனி உத்திரத் திருவிழாவுக்குப் போவது எனத் தன் பயணத்தைச் சுருக்கிக் கொண்டார். மொட்டை அடிப்பது என்றால் குடும்பத்தோடு போயாக வேண்டும். அதற்கு வேளை வரவில்லை.

பழனிக்குப் போய் முடி இறக்கி வரலாம் என வளர விடுவதும் பின் போக முடியவில்லை என ஊரிலேயே வேண்டுதல் வைத்திருந்த வேறு தெய்வங்களுக்கு முடியிறக்கி விடுவதுமாகச் சில வருசங்கள் கழிந்தன. அப்படி எனக்கு அடித்த மொட்டைகள் பல. தலையில் பேன் பிடித்துப் பெருங்கஷ்டப்படுவேன். உடனே அப்போது எந்தத் திருவிழா வருகிறதோ அந்தக் கோயிலுக்குக் கூட்டிப் போய் மொட்டை அடித்துவிடுவார்கள். மாரியம்மன், காளியம்மன், செல்லியம்மன் எனப் பெண் தெய்வங்களுக்குப் பலமுறை காணிக்கை செலுத்தியிருக்கிறேன். முனியப்பனுக்கும் பெருமாளுக்கும் முருகனுக்கும் சிலமுறை.

அப்போதெல்லாம் எனக்கு முடி வளர்ந்து சடை பின்னிவிட வேண்டியிருக்கும். சித்தப்பாக்களின் பெண்களாகிய என் தங்கைகள் சிலர் என் வயதொத்தவர்களாக இருந்ததால் அவர்களைப் போலவே எனக்கும் சடை பின்னி முகத்திற்குப் பவுடர் பூசிப் பொட்டு வைப்பார் அம்மா. அதை நானும் மிகவும் விரும்புவேன். தங்கை ஒருத்தி அழகாகச் சடை பின்னிக் கொண்டு வந்தால் உடனே நானும் ஓடி வந்து அம்மாவைச் சடை பின்னிவிடச் சொல்லி அடம் பிடிப்பேன். நடுத்தலையில் ஒற்றைச் சடை போட்டு சுற்றிலும் வகிடு பிரிப்பார். எப்போதாவதுதான் ஒற்றைச் சடை. எனக்கு இரட்டைச் சடையே பெரிதும் பிடிக்கும். ஆகவே பெரும்பாலும் இரட்டைச் சடைதான். பெண்கள் பின்னிக் கொள்வதைப் போலவே இரட்டைச் சடை பின்னி ரிப்பன் வைத்துக் கட்டி அதைப் பூப்போலப் பிரித்துவிடுவார்.

இரண்டு சடைகளையும் கொம்புகளாகப் பாவித்து அவற்றை அசைத்துக்கொண்டு வெள்ளாட்டுக் குட்டியாகி அம்மாவை முட்டுவதற்குப் போவேன். இரண்டு கைகளாலும் தடுத்து 'ஐயோ... இந்த மொரட்டுக் கெடா என்னய முட்ட வருதப்போ... ஆராச்சும் புடிக்க வாங்களே' என்று அம்மா சிரித்தபடியே கத்துவார். இதற்குச் 'சடை விளையாட்டு' என்று பெயர் வைத்திருந்தோம். அம்மா வேலை மும்மரத்தில் இருக்கும்போதும் சிலசமயம் எனக்கு இந்த விளையாட்டில் ஆர்வம் வந்துவிடும். அப்போது முட்டப் போனால் கோபமாகி 'உனக்கு மொட்டையடிச்சு உட்டாத்தான் புத்தி வரும்' என்று திட்டுவார். எனக்கு மொட்டைத்தலை பிடிக்காது. அந்தக் காலத்தில் சிறுவர்களிடையே 'மொட்டை விளையாட்டு' என்று ஒன்றுண்டு. ஏமாந்த நேரத்தில் ஒருவரின் மொட்டைத் தலையைத் தொட்டுவிட்டோ தடவிவிட்டோ சற்று தூரத்தில் ஓடிப்போய் நின்றுகொண்டு

மொட்டையா
மோளூருச் சொட்டையா
பூப் பறிக்க வாரயா
நான் மாட்டேன் சாமீ
நரியக் கண்டாப் பயந்துக்குவன்

என்று பாட்டுப் பாடிக் கேலி செய்வதுதான் அந்த விளையாட்டு. சிறுமியாக இருந்தால் 'மொட்டச்சி, மோளூரு சொட்டச்சி' என்று பாட்டு வடிவம் மாறும். அந்த விளையாட்டுக்கு என் தலை கிடைத்துவிடும் என்பதால் 'மொட்டை அடித்துவிடலாம்' என்று அம்மா சொன்னால் எனக்குக் கோபமும் அழுகையும் வரும். நான் அழுதால் அம்மாவுக்கு வேலைகள் மறந்து

என்மேல் இளக்கம் வந்துவிடும். 'அடேங்கப்பா. . . மொரட்டுக் கெடா என்னயக் குத்தக் கொம்பு ரண்டையும் தூக்கிக்கிட்டு ஓடியாருது. ஆராச்சும் வாங்களே. . .' என்று கதறுவது போலக் குரல் கொடுப்பார். உடனே அழுகை மாறி வெள்ளாட்டுக் கிடாவாகிவிடுவேன். என் சடைகளைக் கொம்புகளாக்கி எங்கள் வீட்டு வெள்ளாட்டுக் குட்டிகளைச் சண்டைக்கு அழைத்து அவற்றோடு விளையாடுவதும் எனது வாடிக்கை. அப்போதெல்லாம் ஒரு வெள்ளாட்டுக் குட்டியாகவே மாறிவிடுவேன். அவை தரையில் இருந்து எழும்பி அந்தரத்தில் குதிப்பதும் சிறுசிறு பள்ளங்களில் தாவுவதும் துள்ளாட்டம் போட்டபடியே ஓடுவதும் மிகவும் பிடிக்கும். வெள்ளாட்டுக் குட்டியாகவே பிறந்திருக்கலாம் என்னும் ஏக்கம் வெகுநாள் எனக்கிருந்தது.

1960களில்தான் கிராமங்களுக்கு முகப்பவுடர் அறிமுக மாயிற்று. பெண் பெரியவளானால் சீருக்கு வரும் தட்டங்களில் தவறாமல் பவுடர் டப்பி ஒன்றும் இருக்கும். ஒரு வீட்டில் பவுடர் டப்பா இருப்பது என்பது கௌரவமான விஷயம். எங்கள் வீட்டிலும் அது இருந்தது. சடை பின்னி முடித்ததும் அம்மா எனக்கும் பவுடர் அடித்துப் பொட்டு வைத்துவிடுவார். முகம் சாம்பல் பூசியது போல நிறந்திருப்பது பேரழகு. கன்னத்தில் திருஷ்டி மையை வட்டமாக வைத்துவிடுவார் அம்மா. வட்டம் நேர்த்தியாக இருக்க வேண்டும் என்பேன். வட்டத்தைச் சரிசெய்து கொண்டே 'இது வட்டமா இருக்கக் கூடாதுடா கண்ணு' என்பார். கண்களுக்கும் மை தீட்டச் சொல்லி அடம் பிடிப்பேன். சிலசமயம் அதையும் சந்தோசமாகவே செய்துவிடுவார். தனக்குப் பெண் குழந்தை இல்லாத குறையைத் தீர்த்துக்கொள்ளவும் அம்மாவுக்கு அது உதவியிருக்கக் கூடும். வீட்டில் வாசல் கூட்டவும் வட்டில் சொம்பு துலக்கவும் ஒரு பெண் குழந்தை இருக்க வேண்டும் என்பது அக்காலத்து மக்களின் விருப்பம்.

பள்ளிக்கூடத்தில் என்னைச் சேர்த்தபோது அப்படியான சடையோடுதான் இருந்தேன். அங்கே பையன்கள் எல்லோரும் என் சடையைப் பிடித்து இழுப்பதும் 'இவன் பொம்பளைடா' என்று கேலி செய்வதும் நடக்கும். இடைவேளை நேரத்தில் சிறுநீர் கழிக்க வெளியே மைதானத்திற்குப் போகும்போது பெரிய பையன்கள் என் சடையைப் பிடித்து இழுப்பதும் ரிப்பனை உருவிவிடுவதுமாகத் தொந்தரவு செய்தார்கள். அழுதுகொண்டே வகுப்புக்குப் போவேன். பத்மா டீச்சர் என்பவர் எனக்கு முதல் வகுப்பு ஆசிரியராக இருந்தார். அவருக்கு எங்கள் ஊரில் சொந்தக்காரர்கள் இருந்ததால் அம்மாவை நன்றாக

அறிவார். ஆகவே பரிவோடு என்னை அழைத்து அழுகையைத் துடைத்துவிட்டு ரிப்பனை நன்றாகக் கட்டிவிடுவார். இந்தப் பிரச்சினையால் ஒவ்வொரு நாளும் பள்ளிக்கூடம் போக நான் முரண்டு பிடித்தேன். பெரிய பையன்களின் தொந்தரவால் என் அழுகை கூடிப்போன ஒருநாளில் அப்போது ஐந்தாம் வகுப்புப் படித்துக்கொண்டிருந்த என் அண்ணனை அழைத்து 'இவனுக்கு மொட்டையடிங்க, இல்லீனா கெராப்பு வெட்டி உட்ருங்க. உங்கம்மாகிட்ட நான் சொன்னன்னு சொல்லு' என்று டீச்சர் சொல்லிவிட்டார்.

வேறு வழியில்லாமல் பழனிக்குக் குடும்பத்தோடு சென்றோம். அந்த ஒருநாள் ஆடு மாடுகளை எல்லாம் பாட்டியைப் பார்த்துக்கொள்ளச் சொல்லி ஏற்பாடு செய்தோம். விடிகாலையில் புறப்பட்டுப் பழனிக்குப் போனோம். ஈரோடு போய் அங்கிருந்து காங்கயம், தாராபுரம் வழியாகப் பழனிக்குப் போக வேண்டும். அந்தப் பகுதியெல்லாம் மானாவாரி விவசாய நிலங்கள். அப்போதெல்லாம் பழனிக்குக் குறைவான பேருந்துகளே இருக்கும். இடம் பிடிப்பது கஷ்டம். ஈரோடு பேருந்து நிலையத்தில் பழனிப் பேருந்துக்கு என்று கூட்டம் காத்து நிற்கும். எந்த நாள் என்றாலும் கூட்டம்தான். அதுதான் எனக்கும் சரி, அம்மாவுக்கும் சரி முதல் பழனிப் பயணம். அதன்பின் அப்பனுடன் நான் பலமுறை போயிருக்கிறேன். அம்மா இரண்டு மூன்று முறை வந்திருப்பார். அம்மா சொல்வார், 'நம்மூருதான் காஞ்சு கெடக்குதுன்னா, பழனிக்குப் போற வழியெல்லாம் இன்னம் மோசமாக் கெடக்குது போ.' எனக்கும் அண்ணனுக்கும் மொட்டை அடித்தார்கள். ஒற்றைப் படையில்தான் முடி கொடுக்க வேண்டும் என்பதால் அம்மா பூமுடி கொடுத்தார். மலையேறும் போது யானை செல்லும் வழியிலும் இறங்கும் போது படியிலுமாக எங்களை அப்பன் அழைத்துச் சென்றார். 'நம்மூரு மலைக்கு இந்த மல சின்னதுதான். ஆனா ரண்டு வழி இருக்குது. நம்மூரு மலைக்கு இப்படி ஒரு வழி வெச்சா நல்லா இருக்கும்' என்று அம்மா சொன்னார். அத்துடன் இந்த மொட்டைப் பிரச்சினை முடிவுக்கு வந்தது.

அதை விட்டால் எங்கள் ஊரிலிருந்து இருபது கிலோ மீட்டர் தொலைவில் இருந்த ஈரோட்டுக்கு அம்மா பலமுறை போயிருக்கிறார். திருமண நிகழ்வுக்கு ஈரோடு சென்று துணி எடுப்பது எங்கள் ஊர் வழக்கம். உறவினர் திருமண நிகழ்வுகளுக்குத் துணி எடுக்கும் அழைப்புக்காகவும் அப்பனுக்கு அறுவை சிகிச்சை நடந்த மூன்று முறையும் எனப் பலமுறை ஈரோட்டுப் பயணம் போயிருக்கிறார். ஒவ்வொரு முறை

போய்வரும் போதும் வழியில் குறுக்கிடும் காவிரி பற்றித்தான் அம்மாவின் பேச்சு இருக்கும். 'என்ன நம்மூரு ஓடையில போற மாதிரிதான் தண்ணி போவுது', 'அடேங்கப்பா ரண்டு கரையும் மேவிக்கிட்டுத் தண்ணி போவுது', 'டிச்சுத் தண்ணியத்தான் ஆத்துத் தண்ணின்னு உடறான். அத நாம அள்ளி அள்ளிக் குடிக்கறம்' என இப்படி ஏதாவது ஒன்றைச் சொல்வார். ஈரோடு செல்லும் வழியில் பள்ளிபாளையம் கடந்ததும் காவிரி ஆற்றுப்பாலம். பேருந்திலிருந்து ஆற்றை எட்டிப் பார்ப்பது அம்மாவுக்குப் பிடித்தமானது.

திருச்சி மாவட்டம், துறையூர் அருகேயுள்ள பச்சப் பெருமாள்பட்டியில் அம்மாவின் பெரியப்பா குடும்பத்தினர் உள்ளனர். நாமக்கல் வழியாகப் பச்சப்பெருமாள்பட்டி போக வேண்டும். அங்கே நடந்த சில திருமண நிகழ்வுகளுக்கும் இறப்புகளுக்கும் அம்மா போயிருக்கிறார். என் அண்ணன் திருமணத்திற்கு அழைப்பு விடுக்க அங்கே நானும் அம்மாவும்தான் போய் வந்தோம். நாங்கள் நாமக்கல்லுக்குக் குடிபெயர்ந்த பிறகு பலமுறை நாமக்கல்லுக்கு வந்திருக்கிறார். அம்மாவே பேருந்தேறி வந்துவிடுவார். திரும்பிப் போவதும் அவருக்கு ஒன்றும் பிரச்சினையில்லை. நாமக்கல் பேருந்து நிலையத்தில் இறங்கி இரண்டு கிலோ மீட்டர் தொலைவுள்ள எங்கள் வீட்டுக்கு நடந்தே வருவார். நகரப் பேருந்தில் ஏற மாட்டார். 'இந்தத் தூரத்த நடக்க முடியாதா? இதுக்கு ரண்டு ருவா குடுக்கோனுமா? பஸ்ஸுக்கு நின்னு ஏறி எறங்கிப் படற பாட்டுக்கு நடந்தா நாலே எட்டுல வந்திரலாம்' என்பார். உடல் முடியாமல் போனபோது யாராவது கூட்டி வந்து பேருந்து ஏற்றிவிடுவார்கள். நாமக்கல் பேருந்து நிலையத்திற்கு நான் போய் அழைத்து வருவேன்.

இவ்வளவுதான் அம்மாவின் பயணங்கள். இவற்றைப் பயணம் என்று சொல்வதுகூடப் பெரிய வார்த்தைதான். நான் சென்னையில் பயின்ற காலத்திலும் திருமணம் செய்துகொண்டு அங்கேயே குடும்பம் நடத்திய காலத்திலும் அம்மாவைப் பலமுறை சென்னைக்கு அழைத்திருக்கிறேன். வந்ததில்லை. அம்மாவுக்குக் கடல் பார்க்க ஆசை இருந்தது. சென்னைக்குக் கூட்டிப் போய்க் கடலைக் காட்ட வேண்டும் என்று நினைத்ததுண்டு. பலமுறை அழைத்தும் இருக்கிறேன். எப்போதும் அம்மா வெள்ளாடுகளையும் எருமைகளையும் காரணம் காட்டிவிடுவார். உடல்நிலை முடியவில்லை என்பதும் பிறகு காரணமாயிற்று. 'கடலப் பாத்துத்தான் எனக்கு வவுறு நெறையுதா?' என்பது அவர் வசனம்.

என் மாமனார் ஊர் வேலூர் மாவட்டம், ராணிப்பேட்டை. நான் சென்னையில் படிக்கும் காலத்தில் கல்யாணம் செய்துகொண்டதால் அம்மாவைப் பொருத்தவரைக்கும் என் மாமனார் ஊர் சென்னைதான். யாராவது கேட்டால் ‘அவன் மெட்ராஸ்ல கல்யாணம் பண்ணிக்கிட்டான்’ என்றுதான் சொல்வார். திருமணத்தின் போது பெண் வீட்டைப் பார்க்க அழைத்தேன். வர மறுத்துவிட்டார். என் உறவினர்கள் சிலரை மட்டுமே அழைத்துப் போனேன். திருமணத்திற்கும் அம்மா வரவில்லை. அப்போதிருந்த சூழலில் மாமனார் வீட்டாரை எங்கள் ஊருக்கு அழைக்க இயலவில்லை. அவர்கள் ஒருவருமே வராமல் பெண்ணை மணம் முடித்து என்னுடன் அனுப்பி வைத்தார்கள். கிட்டத்தட்டப் பத்து ஆண்டுகளுக்குப் பிறகு என் மாமியார் எங்கள் ஊருக்கு வந்து சில நாட்கள் தங்கியிருந்தார். என் மாமனார் எங்கள் ஊருக்கு வரவேயில்லை. தம் மகளைக் கட்டிக் கொடுத்த ஊரையும் மருமகன் வீட்டுச் சூழலையும் அவர் பார்க்கவேயில்லை. அவர் வர விரும்பினார். அழைத்து வரச் சூழல் கனிந்தபோது அவருக்கு உடல்நிலை சரியில்லாமல் போய்விட்டது. ஆனால் அவரை முன்னிட்டு என் அம்மாவுக்கு ஒரு பயணம் அமைந்தது.

அம்மா கடலைக்கொடி போர் மேலிருந்து கீழே விழுந்து படுத்த படுக்கையாகக் கிடந்தபோது அவருடன் ஒருமாதம் முழுமையாக நான் மருத்துவமனையில் இருந்து கவனித்துக்கொண்டேன். பின் வீட்டுக்குக் கூட்டி வந்த பிறகும் உடனிருந்து மேலும் சில மாதங்கள் கவனித்துக்கொள்ள வேண்டியிருந்தது. என் அண்ணன் வீடு கொஞ்ச தூரம். அம்மா அங்கே போயிருக்க விரும்பவில்லை. அண்ணன் மகளும் மகனும் பள்ளியில் படித்துக் கொண்டிருந்தார்கள். அதனால் அண்ணியால் வந்து பார்த்துப் போவது சிரமம். ஆகவே என் மனைவி உடனிருந்து அம்மாவைக் கவனித்துக்கொண்டார். அப்போது என் மகள் ஒருவயதுக் குழந்தை. மனைவி இரண்டாம் முறையாகக் கருவுற்றிருந்தார். இந்நிலையில் அம்மாவுடன் தங்கியதும் கவனித்துக்கொண்டதும் அம்மாவுக்குப் பெரும் மனநிறைவைக் கொடுத்தன.

மெட்ராஸில் கல்யாணம் பண்ணிக்கொண்டவன் இனிமேல் எங்கே வரப் போகிறான், அவ்வளவுதான் மகன் என்று எண்ணியிருந்த அம்மாவுக்கு நாங்கள் இவ்விதம் கவனித்துக்கொண்ட முறை நம்பிக்கையைக் கொடுத்தது. ஊராரும் உற்றாரும் ‘அவன் இன்னமே மாமனார் ஊட்டுப் பக்கமே போயிருவான். படிச்ச பையன் இங்க வந்து நம்மளோட

இருப்பானா?' என்று சொல்லிச் சொல்லி அம்மாவுக்குப் பயத்தை ஏற்படுத்தி இருந்தனர். அதற்கு மாறாக நடந்ததால் அம்மா மனம் நெகிழ்ந்து போயிருந்தார். பின்னர் எனக்கு அரசுப்பணி கிடைத்து ஊருக்கே வந்து சொந்த வீட்டில் அம்மாவோடே சில ஆண்டுகள் வசித்தோம். திருமணத்தால் மகன் தூரமாகப் போய்விடவில்லை என்னும் நம்பிக்கை அம்மாவுக்கு வலுவாயிற்று. இவற்றின் காரணமாகவோ என்னவோ, என் மாமனார் உடல்நிலை முடியாமல் மிகவும் சிரமமாக இருந்த சமயத்தில் 'நான் வந்து அவர ஒருதடவ பாத்துட்டு வர்றன். கூட்டிக்கிட்டுப் போங்க' என்று அவராகவே கேட்டார். அது எங்களுக்கும் பெருமகிழ்ச்சி கொடுத்தது.

விடுமுறை நாளொன்றில் குழந்தைகளைக் கவனித்துக்கொண்டு நான் ஊரில் இருந்தேன். அம்மாவை அழைத்துக்கொண்டு என் மனைவி ராணிப்பேட்டைக்குப் போய்வந்தார். அதுதான் அம்மா செய்த நெடும்பயணம். எங்கள் ஊரிலிருந்து ஈரோட்டுக்குப் பேருந்தில் வந்து அங்கிருந்து ரயிலேறிக் காட்பாடி சென்று ரயிலிறங்கிப் பேருந்து பிடித்து ராணிப்பேட்டைக்குச் சென்ற நீண்ட பயணம் அது. கிட்டத்தட்ட ஏழு முதல் எட்டு மணி நேரப் பயணம். அதிக நேரம் உட்கார்ந்திருக்க அவர் உடல்நிலை ஒத்துழைக்காத போதும் போனார். ரயில் என்பதால் சமாளிக்க முடிந்தது. அப்போதெல்லாம் முன்பதிவு செய்வது பெருங்கஷ்டம். ரயில் நிலையத்திற்குப் போய்க் குறிப்பிட்ட நேரத்தில் வரிசையில் நின்று பதிவு செய்ய வேண்டும். எங்கள் ஊரிலிருந்து ஈரோட்டுக்குப் போய்ப் பதிவு செய்துவர அரை நாள் தேவை. ஆகவே முன்பதிவு செய்யாமல் பகல் நேர ரயிலில் செல்வதை வழக்கமாக வைத்திருந்தோம். அம்மாவை அழைத்துச் சென்றபோதும் அப்படித்தான்.

முன்பதிவில்லாப் பெட்டியில் ஏறியதும் உட்கார இடம் கிடைக்கவில்லையாம். உடல்நிலை சரியில்லாமல் அம்மா எப்படி நின்றுகொண்டு வருவார் என்று என் மனைவி கலங்கியிருக்கிறார். 'ஒன்னும் கஷ்டமில்ல, நின்னுக்கறன்' என்று சொல்லி அவர் நின்றுகொண்டே வந்திருக்கிறார். முன்பதிவில்லாப் பெட்டியில் இறுக்கத்தோடு உட்கார்ந்திருப்பவர்கள் ரயில் கிளம்பிக் கொஞ்ச தூரம் போனதும் மனம் இளகுவார்கள். நான்கு பேர் உட்காரும் இருக்கையில் ஐந்து பேர், ஆறு பேர் வரைக்கும் உட்காரலாம். அதற்கு ஒத்துழைப்பார்கள். அப்படித்தான் கொஞ்ச நேரத்தில் உட்கார இடம் கிடைத்ததாம். ரயிலில் மக்கள் நடந்துகொள்வதை எல்லாம் பார்த்து ரசித்தபடியே வந்தாராம். அப்போது பயணி

ஒருவர் ஏதோ உரையாடலின் நடுவே ஒரு பழமொழியைச் சொன்னாராம். ‘ஆயிப்பாளையத்தான் ஊட்டுக்குப் போயிப் பாத்தாத் தெரியும்; அங்க ரண்டு நாளூ இருந்து பாத்தாத் தெரியும்’ என்பது அப்பழமொழி.

உறவினர் ஒருவர் தாம் இப்படிப்பட்டவர் அப்படிப்பட்டவர் என்று பெருமை பீற்றித் திரியலாம். அதையெல்லாம் அப்படியே நம்பக் கூடாது. அவர் எப்படிப்பட்டவர் என்பதை அறிய அவர்கள் வீட்டிற்கு நேரில் போய்ப் பார்க்க வேண்டும். அது மட்டும் போதாது. அவர்கள் வீட்டில் இரண்டு நாள் தங்கிப் பார்க்க வேண்டும். அப்போதுதான் அவர்களைப் பற்றி முழுமையாகத் தெரியும். இதைத்தான் அந்தப் பழமொழி சொல்கிறது. அதைக் கேட்டதும் அம்மாவுக்குச் சிரிப்பை அடக்க முடியவில்லையாம். என் மனைவிக்கு அப்பழமொழியின் அர்த்தம் புரியவில்லை. அதனால் அம்மாவின் சிரிப்புக்குக் காரணமும் தெரியவில்லை. முதல்முறை சம்பந்தி வீட்டுக்கு அம்மா செல்லும் சந்தர்ப்பம் அது. சம்பந்தி வீடு எப்படி இருக்கும் என்பதைப் பற்றிச் சில எண்ணங்கள் இருந்திருக்கலாம். அதற்கேற்ற வகையில் கேலியாக ஒருவர் வாயிலிருந்து அந்தப் பழமொழி வந்ததும் அம்மாவுக்குச் சிரிப்பை அடக்க முடியவில்லை.

பழமொழியின்படியே அவர் போனது மட்டுமல்ல, அங்கே இரண்டு நாள் தங்கிப் பார்த்துவிட்டே வந்தார். அம்மாவுக்குத் தூங்கக் கட்டிலும் மெத்தையும் தயார் செய்து கொடுத்திருக்கிறார்கள். என் மாமனாரைத் தவிர மற்றவர்கள் எல்லாம் கீழே படுத்துக்கொள்வது அம்மாவுக்கு ஆச்சரியமான காட்சியாக இருந்திருக்கிறது. எங்கள் ஊரில் எல்லோருக்கும் கயிற்றுக் கட்டில் இருக்கும். கீழே படுப்பது அரிது. மறுநாள் காலையில் இட்லியும் கறிக்குழம்பும் செய்திருக்கிறார்கள். அம்மா அதை ‘நன்றாக இருக்கிறது’ என்று சொல்லிச் சாப்பிட்டிருக்கிறார். ‘வரக் கொத்தமல்லி போட்டு அரச்சு நாம ஊத்துவம். அது இல்ல. மத்தபடி நல்லாத்தான் இருந்தது’ என்பது அம்மாவின் வாக்குமூலம்.

சம்பந்தியையும் சம்பந்தி வீட்டையும் பார்த்ததும் நலம் விசாரித்ததும் அவருக்கு நிறைவாக இருந்தன. எங்கள் திருமணத்திற்கு வர மறுத்தது, குழந்தை பிறந்த போதும் பார்க்க வராமல் இருந்தது உள்ளிட்ட மறுப்புகள் எல்லாம் அவருக்கு ஏதோ ஒரு சங்கடத்தை உருவாக்கியிருந்தன; தவறு என்னும் எண்ணமும் இருந்தது. எனினும் நான் ஒருபோதும் கட்டாயப்படுத்தி அம்மாவை அழைத்ததில்லை. தன் சங்கடத்திற்கு, தவறுக்குப் பிராயச்சித்தம் செய்வது போல

அந்தப் பயணத்தை அம்மா மேற்கொண்டார் என்றுதான் நினைக்கிறேன்.

எந்தத் தயக்கமும் இல்லாமல் சம்பந்தி வீட்டாருடன் பேசி மகிழ்ந்தும் தங்கியிருந்தும் உறவை மேம்படுத்திக்கொண்டார். என் மாமனாருக்கும் அது பெரிய சந்தோசமாக அமைந்தது. அந்தப் பயணம் எங்கள் திருமணத்தை அம்மா அங்கீகரித்துக் கொண்டார் என்பதற்குச் சான்றாகவும் ஆனது. இருபுறமும் அப்பயணம் பேசுபொருளாகச் சில மாதங்கள் இருந்தன. ஒருநாள் அங்கே தங்கியிருந்துவிட்டு மறுநாள் இருவரும் கிளம்பி வந்தார்கள். வாழ்நாளில் அம்மா முதன்முதலாக ரயிலேறியதும் அப்போதுதான். ஒருபயணம் உள்ளடக்கியிருக்கும் விஷயங்கள் இப்படி ஏராளம்.

◯

17

கைத்தடி

விவசாய வேலைகளில் ஈடுபடுபவர்கள் பலரையும் கவனித்திருக்கிறேன். பெரும்பாலானோர்க்கு ஆயுள் குறைவு. அரை நூற்றாண்டைக் கடந்துவிட்டால் மனச்சோர்வுக்கு ஆளாகிவிடுகிறார்கள். முக்கியமாகப் பிள்ளைகள் தலையெடுத்ததும் தம் முக்கியத்துவம் குறைந்துவிட்டதாக உணர்வதால் மனம் சோர்ந்து அதனால் உடலும் சோர்ந்து ஆயுளையும் குறைத்துக்கொள்கிறார்கள். இன்னொரு பிரச்சினை, எந்நேரமும் வேலை செய்துகொண்டே இருப்பதால் ஏற்படும் மனச்சிக்கல். என் அம்மாவுக்கு முதல் பிரச்சினை ஏற்பட வாய்ப்பில்லை. நிலம், வீடு எல்லாம் அம்மாவின் பொறுப்பிலேயே இருந்தன. நானும் அண்ணனும் வெவ்வேறு வேலைகளுக்குச் சென்றுவிட்டதால் அம்மாவிடம் இருந்து உடைமை எதையும் பறிக்கவில்லை. நிலத்தை உழுவது, விதைப்பது, அறுப்பது எல்லாம் அம்மாவின் பொறுப்பிலேயே இருந்தன. வேலைச் சமயத்திற்கு நாங்கள் கொஞ்சம் உதவுவதோடு சரி. என்ன செலவு, எவ்வளவு வரவு எதையும் நாங்கள் கேட்டதில்லை. அம்மாவே தானாகச் சொல்வார். அதையும் பெரிதாகக் காது கொடுத்துக் கேட்டதில்லை. எங்கள் வரவு செலவுக் கணக்கும்கூட அம்மாவின் பொறுப்பிலும் பார்வையிலுமே பல வருசங்கள் இருந்தன. அம்மாவின் முக்கியத்துவத்தைக் குறைக்கும் நடவடிக்கை எதிலும் நாங்கள் ஈடுபடவில்லை. மாறாகக் கூட்டுவதையே செய்தோம். அதில் திருப்தியாகவே இருந்தார்.

இரண்டாவது பிரச்சினைதான் அவரைப் பெரிதும் அலைக்கழித்தது. கீழே விழுந்த பிறகு பழைய மாதிரி வேலைகளில் ஈடுபட முடியவில்லை. அதற்குச் சில ஆண்டுகளுக்குப் பிறகு பார்கின்சன்ஸ் நோய் பீடித்துக் கொண்டது. அதனால் அவரது வேலைத்திறன் வெகுவாகக் குறைந்துவிட்டது. 'தன்னால் பழைய மாதிரி வேலை செய்ய முடியாது' என்பதை அம்மாவால் ஏற்றுக்கொள்ளவே முடியவில்லை. மீண்டும் மீண்டும் தனது பழைய நிலையை அடைவதற்கு முயன்றுகொண்டே இருந்தார். அது முடியவில்லை என்பது அவருக்குப் பெருவருத்தமாக இருந்தது மட்டுமல்ல, மனப்பிரச்சினையாகவும் மாறிப் போயிற்று. ஒரு உதாரணம் சொல்கிறேன்.

நிலக்கடலை வெட்டி எடுக்கும் பருவம் அது. அம்மாவைப் பார்க்கப் பகல் நேரத்தில் போனேன். வீட்டில் அம்மா இல்லை. அந்நேரத்தில் அருகிலும் யாரும் இல்லை. சரி, காட்டுப்பக்கம் போயிருப்பார் என்று தேடிப் போனேன். வழியில் ஒருவர் எதிர்ப்பட்டார். அவரிடம் அம்மாவைப் பார்த்தீர்களா என்று கேட்டேன். 'உங்கம்மாவுக்கு என்னப்பா? கொமரிவளோட போட்டி போட்டுக்கிட்டு கடலக்காய் வெட்டிப் பறிச்சிக்கிட்டு இருக்குது, போய்ப் பாரு' என்றார். எனக்கு அதிர்ச்சியாக இருந்தது. போய்ப் பார்த்தேன். அப்போதுதான் களைக்கொத்தால் வெட்டிப் போட்ட ஒரு குட்டான் கடலைச்செடிகளுக்கு முன்னால் உட்கார்ந்து காய் பறித்துக்கொண்டிருந்தார். வெயிலுக்கு மண்டைக்கட்டுக் கட்டிக்கொண்டு மேலெல்லாம் செம்புழுதியோடு தெரிந்தார். 'என்னம்மா இது?' என்றேன். என் கேள்வியும் முக பாவனையும் கண்டு 'ஒடம்பு நல்லாத்தான் இருக்குதுடா. அதான் சும்மா இருக்கறதுக்குக் கொஞ்ச நேரம் பறிக்கலாமுன்னு வந்தன். முடியலீன்னா வந்திருவன்' என்று சமாதானம் சொன்னார். கோபத்தின் காரணமாக நான் எதுவும் பேசவில்லை. என் பின்னாலேயே வீட்டுக்கு வந்தார். கைகால்களில் தொடர் வலி ஏற்பட்டு அதற்கு மாத்திரை சாப்பிட ஆரம்பித்திருந்த சமயம். மென்மையான வேலைகளை மட்டும் செய்தால் போதும் என்று மருத்துவர் சொல்லியிருந்தார். கொஞ்சம் உடல்நலம் தேறினால் இப்படி ஏதாவது ஒரு வேலையில் ஈடுபட்டு உடல்நிலையைக் கெடுத்துக்கொள்வது வழக்கமாயிற்று.

வேலை செய்ய முடியவில்லை என்பதை ஏற்றுக்கொள்ள இயலாதது மட்டுமல்ல, வேலையைத் தவிர வேறு எதுவும் தெரியாது என்பதுதான். வேறு எதிலும் ஆர்வமும் கிடையாது. நகரத்தில் இருக்கும் முதியவர்களுக்கு வெவ்வேறு விஷயங்களில்

தம்மை ஈடுபடுத்திக்கொள்ள முடிகிறது. அம்மாவை அப்படி நகர்த்திப் பார்த்தேன். நமது கிராமங்களிலும் சரி, நகரங்களிலும் சரி பொழுதுபோக்கு அம்சங்கள் வெகுகுறைவு. திரைப்படங்களைத் தவிர்த்து நாம் போகப் பொது இடங்களே இல்லை. பூங்காக்கள் கிடையாது; விளையாட்டுத் திடல்கள் இல்லை. இசை நிகழ்ச்சியோ பேச்சரங்கங்களோ நடப்பது அரிது. இவையெல்லாமும் திருவிழா நேரங்களில் மட்டுமே நடக்கின்றன. மேலும் அம்மாவுக்கு இவை எவற்றிலும் ஈடுபாடில்லை. கொஞ்ச காலம் திரைப்படம் பார்த்திருக்கிறார். தொலைக்காட்சித் தொடர்களில் சில காலம் ஈடுபட்டிருக்கிறார். ஆனால் அவை அம்மாவின் மன இயல்புக்கு ஒத்து வரவில்லை.

எதிலாவது ஒன்றில் ஈடுபடுத்துவோம் என்றெண்ணி வாரம் ஒருமுறையோ இரண்டு முறையோ கோயிலுக்குப் போய்வரச் சொன்னேன். ஊரில் மாரியம்மன் கோயில் உண்டு. கோயிலுக்கு அருகிலேயே மனிதர்கள் உட்காரும் திண்டுகளும் இருந்தன. எப்படியும் கோயிலில் நான்கைந்து பேரைப் பார்க்கலாம். அதிக தூரம் இல்லை. தாராளமாகப் போய் வரலாம். நாமக்கல்லில் எங்கள் வீட்டுக்குப் பக்கத்திலேயே சில சின்னக் கோயில்கள் இருந்தன. அரை பர்லாங் நடந்தால் தினசரி பூசைகளும் அன்னதானங்களும் நடைபெறும் பெரிய கோயில் ஒன்றும் இருந்தது. தனியாகப் போக வேண்டாம், கோயிலுக்கு நானும் வருகிறேன் என்றும் சொல்லிப் பார்த்தேன். போய்ப் பழகிவிட்டால் அப்புறம் துணை தேவைப்படாது. அல்லது வேறு துணைகள் கிடைத்துவிடும் என நினைத்தேன்.

அம்மாவுக்குக் கடவுள் நம்பிக்கை உண்டு. ஆனால் கோயிலுக்குப் போகும் வழக்கமில்லை. திருவிழா நாளில் எல்லோருடனும் சேர்ந்து போய்ப் பொங்கல் வைப்பதுண்டு; கிடா வெட்டுவதும் உண்டு; கோழியும் அறுப்போம். மற்ற நாட்களில் கோயிலுக்குப் போகும் வழக்கமில்லை. கோயில் என்பது கடவுளை வணங்குவதற்கான இடம் மட்டுமல்ல. அது பலரைக் காணவும் நட்புப் பூணவும் பேசவும் பழகவுமான பொதுவெளியாக இருக்கிறது. செலவில்லாமல் நேரத்தைப் போக்க நல்ல இடம்தான். அம்மாவிடம் சொல்லிப் பார்த்தேன். 'ஆமா, கோயிலுக்குப் போயி இந்த வயசுல எனக்கு அதக் குடு இதக் குடுன்னு வரம் கேக்கறனா?' என்றார். 'தின்னு கொழுத்துச் சும்மா ஊட்டுல உக்காந்திருக்கறவளுங்க வேற வேலையில்லாத கோயிலுக்கு வருவாங்க. அவளுங்ககிட்டப் போயி வெட்டி ஞாயம் பேசச் சொல்றியா?' என்றும் சொன்னார். இப்படித்தான் பதில்கள் வரும். ஒருமுறை 'இங்க மட்டும் என்னம்மா வேல இருக்குது?' என்று சொல்லிவிட்டேன். 'சும்மா இருந்துக்கிட்டுத்

திங்கறன்னு சொல்றயாடா?' என்று கோபித்துக்கொண்டார். அதற்கு மேல் அந்த முயற்சியைக் கைவிட்டேன்.

வயதுக்கு ஏற்றபடியும் உடல்நிலைக்குத் தகுந்த வகையிலும் தமது அன்றாடத்தை அமைத்துக்கொள்ள வேண்டும் என்னும் மனநிலை அம்மாவுக்கு வரவேயில்லை. அவர் தளர்ந்த காலத்தில் பேரன் பேத்திகள் உடனிருந்திருந்தால் இன்னும் தெம்பாக இருந்திருப்பாரோ என்று எனக்குத் தோன்றுவதும் உண்டு. பேரன் பேத்திகள் எல்லாம் அப்போது வளர்ந்து பள்ளி, கல்லூரிகளில் படித்துக் கொண்டிருந்தனர். அவர்களால் பாட்டியுடன் இருந்து நேரம் செலவழிக்க இயலவில்லை. ஆனால் வீட்டில் இருக்கும்போது பாட்டியுடன் அவர்களால் முடிந்த நேரத்தைச் செலவிட்டனர். பழையபடி வேலை செய்ய வைக்க எங்களால் எப்படி முடியும்? அம்மாவின் அப்போதைய மனநிலைக்கு இன்னொரு உதாரணமும் நினைவு வருகிறது.

2010ஆம் ஆண்டு எழுத்தாளர் உறைவிட முகாம் ஒன்றுக்காகத் தென்கொரியா சென்றேன். அதுதான் என் முதல் வெளிநாட்டுப் பயணம். திரும்பும்போது உறவினர்களுக்கும் நண்பர்களுக்கும் ஏதாவது பொருட்கள் வாங்கிவர வேண்டும் என்னும் நிர்ப்பந்தம் இருந்தது. எனக்கு எப்போதுமே பொருட்கள் மீது ஈடுபாடு கிடையாது. ஒன்றை வாங்குவதற்கு முன் பலமுறை யோசிப்பேன். அது அவசியமானதுதானா என்னும் கேள்வி துளைக்கும். அவசியம் என்று முடிவான பிறகும் இடைவெளி விடுவேன். அப்பொருள் இல்லாமல் செயல்பட முடிகிறதா எனப் பார்ப்பேன். இல்லை, அது அவசியம்தான் என்னும் எண்ணம் வலுப்பட்ட பிறகே வாங்குவேன். பொருட்களைத் தேர்வு செய்வதிலும் எனக்குத் தேர்ச்சி கிடையாது. யாருக்கு எது தேவைப்படும் அல்லது யார் எதை விரும்புவார்கள் என்பதை யோசித்து யோசித்துப் பலவிதமாகக் குழம்பிப் போனேன். ஒரு பொருளை அந்நாட்டில் வாங்குவதற்கும் நம் நாட்டில் வாங்குவதற்கும் விலை உள்ளிட்ட வேறுபாடுகளையும் மிகவும் யோசித்தேன். இந்நிலையில் எனக்கு உதவியாக அனுப்பப்பட்ட தென்கொரியப் பெண் ஒருவரின் உதவியுடன் ஏதேதோ பொருட்களை வாங்கினேன். அம்மாவுக்கு எதை வாங்குவது என்பதொன்றும் பிடிபடவில்லை.

என் வாழ்நாளில் சொல்லிக் கொள்ளும்படியாக அம்மாவுக்கு எதையுமே வாங்கிக் கொடுத்ததில்லை. இயல்பில் அம்மாவுக்கு எதுவும் தேவைப்படவில்லை. வாங்கிக் கொடுக்கும் நிலைக்கு நான் வந்தபோது அம்மா விதவைக்கோலத்தில் இருந்தார். வெள்ளைப் புடவை கட்டுபவருக்குத் துணிமணிகள்

வாங்கிக் கொடுக்க இயலவில்லை. கை, கழுத்து, காது எதிலும் ஒன்றும் அணியாத அம்மாவுக்கு நகை வகைகளும் பயனில்லை. பாத்திரங்களோ வீட்டுப் பொருட்களோ அதிகம் வாங்கிக் கொடுத்ததில்லை. அப்படியே வாங்கிக் கொடுத்திருப்பினும் அதில் பெருமையாகச் சொல்லிக்கொள்ள ஒன்றும் இல்லை. அடிப்படையில் மனிதர்களுக்குத் தேவைகள் குறைவுதான். நுகர்வுக் கலாச்சாரம் பரவிய பிறகுதான் ஏதேதோ தேவைப்படுகிறது. நுகர்வு அறியாத காலத்துப் பிரதிநிதி அம்மா. ஆகவே அவருக்கு வாங்க ஏதேதோ யோசித்தும் ஒன்றும் தோன்றவில்லை. சரி, வாங்கியிருப்பவற்றில் எதையாவது கொடுத்துவிடலாம் என்னும் எண்ணத்தோடு நாமக்கல் வந்து சேர்ந்தேன். அப்போது அம்மா ஊரில் இருந்தார்.

அம்மாவைப் பார்ப்பதற்கு ஊருக்குப் போவதற்கு முன்னாக சர்வோதய சங்கக் கடைக்கு ஒருமுறை போக நேர்ந்தது. அங்கே அழகான கைத்தடிகள் விற்பனைக்கு இருந்தன. அம்மா அப்போது நடப்பதற்குச் சிரமப்பட்டார். காட்டுக்குள் செல்லும் சில சமயங்களில் கைக்குக் கிடைக்கும் குச்சிகளை ஊன்றிக்கொண்டு நடப்பார். அது நினைவுக்கு வந்தது. பழைய திரைப்படங்களில் பணக்காரர்களின் அடையாளமாகக் கைத்தடி வருவது உண்டு. எஸ்.வி.ரங்காராவ் நிறையப் படங்களில் கைத்தடியை ஊன்றிக்கொண்டோ சுழற்றியபடியோ வருவார். மேல் பகுதி பிடிக்க வசதியான வளைவுடன் அக்கைத்தடிகள் இருக்கும். அப்படியான கைத்தடியைக் கண்டதும், சரி, இதை வாங்கிக் கொடுக்கலாம் என முடிவு செய்தேன். நுனியில் அழகான வளைவுடன் நெகுநெகுப்பாக இருந்த அக்கைத்தடியில் பலவித வேலைப்பாடுகளும் செய்யப்பட்டிருந்தன. அதை வாங்கிக் கொண்டுபோய் அம்மாவுக்குக் கொடுத்தேன்.

அம்மாவின் முகத்தில் எந்த உணர்ச்சியும் இல்லை. 'கெழவி ஆயிட்டன். இன்னமே தடி போட்டு நடக்கச் சொல்லி இத வாங்கியாந்துட்டயா?' என்றார். கைத்தடியை வெறுப்போடு பார்த்தார். அவ்வெறுப்பின் துளிகள் என் மேலும் தெறித்தன. 'ஏம்மா புடிக்கலியா?' என்றேன். 'புடிக்குது புடிக்குது. இத ஊனிக்கிட்டுப் போயித்தான் காட்டுல கள வெட்டறன் நான்' என்றார். காட்டில் போய்க் களை வெட்டும் பலத்தை அம்மாவுக்குக் கொடுக்க என்னால் ஆகுமா? ஒன்றும் சொல்லவில்லை. கைத்தடியை வாங்கிக் கொடுத்திருக்கக் கூடாதுதான். முதுமையைச் சுட்டும் எந்தச் செயலும் இயலாமையை உணர்த்துவதாக மாறிவிடுகிறது. கைத்தடி என்பது இயலாமையின் அடையாளம். வெளிநாடு சென்று

வந்த மகனிடம் அம்மா இதை எதிர்பார்த்திருக்க மாட்டார். வேறு எதைத்தான் எதிர்பார்த்தார்?

கைத்தடியைப் பற்றிப் பின்னர் நான் எதுவுமே கேட்கவில்லை. அம்மாவாகவே 'தடி கொஞ்சம் ஒயரம் பையா' என்றார். ஊன்றி நடந்து பார்த்திருக்கிறார் என்று தெரிந்தது. 'அடியில வேண்ணா கொஞ்சம் வெட்டீர்லாம்' என்று சொன்னேன். அம்மா வெகுகுள்ளம். தோளும் தலையும் ஒட்டிக்கொண்டு இருப்பது போலத் தோன்றும். கொஞ்சம் நீள்கழுத்து இருந்திருந்தால் உயரம் கூடியிருக்குமோ என்னவோ. கீழே விழுந்த பிறகு இன்னும் குள்ளமாகத் தெரிந்தார். தீவனப் போரின் மேலிருந்து விழுந்த போது தலை போய்ப் பாறையில் முட்டி அழுந்திக் கழுத்து மேலும் குறுகிப் போயிற்று. ஆனால் அம்மாவின் கையில் கைத்தடியை நான் பார்க்கவேயில்லை. என்ன செய்தார், எங்கே வைத்தார் என்பதொன்றும் தெரியவில்லை. எங்காவது தூக்கி எறிந்துவிட்டாரோ என்றும் தோன்றியது. ஆனால் எந்தப் பொருளையும் அவ்விதம் செய்யக் கூடியவர் அல்ல. பிறகொரு நாள் எதேச்சையாகக் கண்டுபிடித்தேன். பழைய பொருட்களை எல்லாம் போட்டு வைக்கும் ஓலைக் கொட்டகைக்குள் எதையோ தேடிக் கொண்டிருக்கையில் ஒரு கோணத்தில் பார்வை பட்டபோது கூரைக்குள் செருகி வைத்திருந்த கைத்தடி மின்னல் போலக் கண்ணுக்குப் பட்டது.

18

மரங்கள் தந்த வாழ்வு

அம்மாவின் கைகளில் எப்போதும் பண மிருக்கும். தமது எந்தத் தேவைக்கும் யாரையும் எதிர்பார்த்து இருந்ததில்லை. உடல்நிலை முடியாமல் போனபோது ஆடுமாடுகளை எல்லாம் விற்றுவிட்டு வீட்டோடு இருந்தார். நான் குடும்பத்தோடு நாமக்கல் வந்துவிட்டதால் நிலத்திற்குள் நாங்கள் குடியிருந்த இரண்டு அறைகள் கொண்ட சற்றே பெரிய வீடு சும்மா இருந்தது. அதில் அம்மாவை இருக்கும்படி சொன்னோம். ஆனால் அம்மா தனக்கு அத்தனை பெரிய வீடு தேவையில்லை என்று சொல்லி அதை வாடகைக்கு விட்டுவிட்டார். வீட்டுக்குப் பின்புறமாக என் புத்தகங்களை அடுக்கி வைத்திருந்த சிறு அறை ஒன்று இருந்தது. பத்துக்குப் பத்து அளவில் அமைந்து ஓடு வேய்ந்த அறை. அதுவே தனக்குப் போதும் என்று சொல்லிவிட்டார்.

செலவுகளுக்கு என்று பணம் கொடுத்தால் வாங்கிக்கொள்ள மாட்டார். 'எனக்கு என்ன செலவிருக்குது?' என்பதுதான் அம்மாவின் பதில். அண்ணன் பிள்ளைகளோ என் பிள்ளைகளோ அவரைப் பார்க்கப் போனால் கையில் பத்தோ இருபதோ கொடுத்து அனுப்புவார். வீட்டு வாடகை நூறோ நூற்றைம்பதோ வரும். ஒருவரே என்றாலும் அந்தத் தொகை எப்படிப் போதும்? அவ்வப்போது அம்மாவைப் பார்க்கும் போகும்போது காய்கறிகள், மளிகைப் பொருட்கள் என்று வாங்கிச் செல்வதை வழக்கமாக வைத்திருந்தேன். அதற்குக் கோபித்துக்கொள்வார். 'இதெல்லாம் எனக்கெதுக்கு? நான் இதையெல்லாம் என்ன பண்ணப் போறன்?

எதுக்குக் காச வீணாக்கற? எனக்கு வேணும்னா கேக்கறன்' என்பார். ஆகவே ஏதாவது தேவையா என்று கேட்டுத் தேவை என்று சொன்னால் மட்டுமே வாங்கிப் போவது என்றாயிற்று. 'செலவுக்கு என்னம்மா பண்ணுவ?' என்று கேட்ட போது எதிரில் இருந்த மரங்களைக் காட்டி 'இதுவ குடுக்கும்டா' என்றார். ஆம், சில மரங்கள் கொடுத்த வருமானமே அம்மாவுக்குப் போதுமானதாக இருந்தது.

திருமணமாகும் வரை அம்மாவுக்கு விவசாய வேலைகள் தெரியாது. பிறகுதான் எல்லாவற்றையும் கற்றுக்கொண்டார். ஒரு செடியை வைத்து வளர்ப்பது அத்தனை பாங்காக இருக்கும். சட்டி பானை கழுவுமிடத்தில் எப்போதும் ஒரு மிளகாய்ச் செடி நிற்கும். ஒரே ஒரு செடி ஆண்டு முழுவதற்கும் தேவையான மிளகாயை அம்மாவுக்குக் கொடுத்துவிடும். அச்செடி இரண்டு மூன்று ஆண்டுகளுக்குக்கூட வாழும். அடி பெருத்து மேலே பச்சைக் குடை போல விரிந்து நிற்கும் அச்செடியைப் பார்க்கவே மனதுக்கு இதமாக இருக்கும். பச்சை மிளகாய் பறித்துக்கொள்வதோடு பழுக்க விட்டுக் காய வைத்து வரமிளகாய் ஆக்கிப் பத்திரப்படுத்துவார். மிளகு தக்காளிச் செடி ஒன்றோ இரண்டோ இருந்தால் போதும். பத்து நாட்களுக்கு ஒருமுறை பொரியல் செய்யலாம். இப்படி அம்மா இயற்கையைப் பயன்கொள்ளும் முறை சுவாரசியமானது.

நாமக்கல்லில் நாங்கள் குடியிருக்கும் வீட்டைச் சுற்றிச் சில மரங்களை வைத்துக் காப்பாற்றியவர் அம்மாதான். சுவரை ஒட்டி வீதியோரமாகக் கறிவேப்பிலை செடி வைத்தும் முருங்கை நட்டும் அவற்றை வளர்த்து மொட்டை மாடிக்கு ஏற்றி அங்கிருந்து பறித்துப் பயன்கொள்ள வைத்தார். எங்கள் வீட்டுக்கு முன்புறம் அம்மா வைத்த மருதாணி இன்று மரமாகி சுவரோடு ஒட்டிக் கிளையேறி நிற்கிறது. வாசலில் தோரணமாய்த் தொங்கும் அதன் பூக்கள் தரும் மணத்தை நுகரும் போதெல்லாம் அம்மாவின் நினைவில் திளைக்கிறேன். ஒவ்வொன்றையும் நட்டு வளர்க்க அம்மா எடுத்துக்கொண்ட அக்கறைகள் காட்சிகளாய் என்னுள் இருக்கின்றன.

அப்படித்தான் ஊரில் எங்கள் வீட்டைச் சுற்றிலும் அங்கே இருந்த நிலத்திலும் சில மரங்களை அம்மா வளர்த்திருந்தார். கறிவேப்பிலை மரம் ஒன்று, முருங்கை ஒன்று, கொலுமிச்சை ஒன்று, தென்னை இரண்டு, கொய்யா ஒன்று, சிறுநெல்லி ஒன்று, மா இரண்டு, மாதுளை இரண்டு, புளி இரண்டு – மொத்தம் பதின்மூன்று மரங்கள். புளிய மரம் இரண்டும் கொஞ்சம் வித்தியாசமானவை. புளி காய்ந்தாலும் கீழே

விழாது. தடி கொண்டு அடித்துத்தான் விழ வைக்க வேண்டும். 'நரம்புப் புளி' என்று அம்மா பெயர் சூட்டியிருந்தார். காய்ந்த புளியை ஒவ்வொன்றாக அடித்து வீழ்த்திக் கொட்டை நீக்கி வைத்திருப்பார். தனக்குப் போக எங்களுக்கும் அண்ணன் வீட்டுக்கும் வருசத்துக்குப் போதுமான அளவு கொடுப்பார். புளி விற்பனைக்குப் போகாது. புளி அல்லாது மொத்தம் பதினொரு மரங்கள்தான் அம்மாவுக்கு வருமானம் கொடுத்தன.

எங்கள் பகுதி நீர்வளம் அற்றது. ஆகவே கறிவேப்பிலை மரத்தை அதிகமாகக் காண முடியாது. வைத்துக் காப்பாற்றுவதும் கடினம். எங்காவது ஒரு கறிவேப்பிலை இருந்தால் அது அதிசயம். வீட்டில் ஒரு குழந்தை மட்டும் இருந்தால் அதைக் 'கறிவேப்பிலைக் கொழுந்து' என்று சொல்வது வழக்கம். கறிவேப்பிலை மரத்தின் அடியில் ஒரு பானையை வைத்திருந்தார் அம்மா. குழாயில் தண்ணீர் வரும்போது அப்பானையில் நிரப்பிவிடுவார். அவ்வப்போது கை கால் கழுவ அப்பானை நீரைப் பயன்படுத்துவோம். கழுவும் நீர் கறிவேப்பிலைக்குப் போதும். தென்னைகளின் அடியிலும் ஒவ்வொரு பானை இருக்கும். அங்கேதான் அம்மா பாத்திரங்கள் கழுவுவார். தென்னைக்கும் நீர் பாய்ச்ச வேண்டியதில்லை. தன் சிறிய அறைக்கு முன்னால் கொய்யாவையும் நெல்லியையும் வைத்திருந்தார். அவை வாசலுக்கு நிழலாகவும் இருந்தன. அவற்றிற்கு அவ்வப்போது கொஞ்சமாக நீர் வார்க்க வேண்டும்.

மாதுளை இரண்டும் வீட்டுக்கும் தடத்துக்குமான விளிம்பில் புதர்ச்செடிகளைப் போல நின்றிருந்தன. என் மனைவி சிறு பாலித்தீன் பைக்குள் விதை போட்டு முளைக்க வைத்து எடுத்து நட்டவை அவை. மாதுளை பூப்பூத்துப் பிஞ்சு வைத்ததும் எங்கிருந்தோ புழுக்கள் வந்து துளை போட்டு உள்ளே நுழைந்துவிடும். முதலில் அம்மா பிஞ்சுகளுக்குச் சாம்பல் பூசிப் பார்த்தார். சாம்பலையும் தின்று செரிக்கும் வல்லமை கொண்ட புழுக்கள். பின் ஏதோ ஒரு சமயத்தில் வீட்டில் கிடந்த பாலித்தீன் பை ஒன்றை எடுத்துப் பிஞ்சு ஒன்றுக்குச் சுற்றிச் சிறு நூலால் கட்டிவிட்டார். பாலித்தீன் பையைத் துளைக்கும் ஆற்றல் புழுக்களுக்கு இல்லை. புழுக்களைத் தடுக்கப் பாலித்தீன் பையே மாமருந்தாயிற்று. அதன்பின் பிஞ்சு வருவதைப் பார்த்துக் கொண்டேயிருந்து புழுவுக்கு முன் அம்மா பாய்ந்து பாலித்தீன் பையைக் கட்டிப் பிஞ்சைக் காப்பாற்றிவிடுவார். மாதுளையில் பாலித்தீன் பைகள் காய்த்துத் தொங்குவதாகத் தோன்றும். அவ்வப்போது பையைப் பிரித்துக் காயின் மேல் காற்றுப் பட வைத்துப் பின்னர் கட்டி விடுவது வழக்கம். நன்கு பழுத்து உதிரும் நிலையில் செடிக்கு வலிக்காமல் மாதுளையைப்

பறிப்பார். எங்களுக்குப் போக மீத மாதுளையைத்தான் அம்மா விற்பார். மாதுளை கணிசமான விலை தரும்.

மருதாணிக்கும் முருங்கைக்கும் எப்போதாவது பெய்யும் மழையே போதும். மருதாணிக்கு விலை மதிப்பில்லை. வேறு ஏதாவது வாங்க வருவோர் ஆசைப்பட்டால் பறித்துக்கொள்ள அனுமதித்துவிடுவார். முருங்கை எப்போதும் எதையாவது கொடுத்துக்கொண்டே இருக்கும் மரம். முருங்கைக்கீரை ஆண்டு முழுதும் கிடைக்கும். தருணத்தில் காய்கள் சடைத்துத் தொங்கும். மரக்கிளை ஒடிந்துவிடாமல் காய்களைப் பறிக்கும் வித்தை அம்மாவுக்குக் கை வந்திருந்தது. வேறு யாரையும் பறிக்க விட மாட்டார். பாரம் தாங்காமல் காற்றில் கிளை முறிந்துவிடும். தன் கையே ஒடிந்துவிட்டது போல வருந்துவார். இயலாக் குழந்தைக்குத் தர வேண்டிய கூடுதல் கவனிப்பை முருங்கைக்குக் கொடுக்க வேண்டும். அம்மா அப்படித்தான் அதைக் கவனித்துக்கொண்டார். மா இரண்டும் வீட்டிலிருந்து தள்ளிக் காட்டுக்குள் இருந்தன. அவற்றிற்கு நீர் பாய்ச்ச நீளமான ஹோஸ் பைப்பை வைத்திருந்தார்.

மரங்கள் தரும் எதையும் அம்மா வீணாக்க மாட்டார். கடைப் பக்கம் போவதென்றால் வெறுங்கையோடு போவதில்லை. இரண்டு மூன்று கட்டு கறிவேப்பிலைக் கொத்துக்கள், முருங்கைக் கீரை, காய்கள் என்று எதையாவது பைக்குள் போட்டு எடுத்துச் செல்வார். வழியில் இருக்கும் வீடுகளிலேயே அவை விற்பனையாகிவிடும். கொய்யாவுக்கும் நெல்லிக்கும் சிறுவர்கள் வீடு தேடி வருவர். அம்மாவால் எட்டிப் பறிக்க முடியாது. வருவோரையே பறித்துக்கொள்ளச் சொல்லிவிட்டுக் கொடுக்கும் காசை வாங்கிக்கொள்வார். மா காய்க்கும் காலத்தில் பகலெல்லாம் காவல் இருப்பார். மாவின் பக்கம் ஏதேனும் நிழல் தெரிந்தாலும் 'யாரது' என்று சத்தம் போடுவார்.

அம்மாவின் கண்களை மீறிச் சிறுபிஞ்சும் வெளியே போக முடியாது. மா காய்க்கும் காலத்தில் நாமக்கல் வரச் சொல்லி நாங்கள் எவ்வளவு கூப்பிட்டாலும் வர மாட்டார். வந்தாலும் மாலையில் கிளம்பி வந்து அதிகாலையில் திரும்பிவிடுவார். நாங்கள் அங்கே போகும்போது 'இரு வர்றன்' என்று சொல்லி மரத்தடிக்குப் போவார். திரும்பும் போது கையில் இரண்டு மூன்று மாம்பழங்கள் இருக்கும். மரத்திலேயே பழுத்தவை. மரத்திடம் கேட்டு வாங்கிக் கொண்டு வந்தது போல 'நீ வருவீன்னு உட்டு வெச்சிருந்தன்' என்று சொல்லி நீட்டுவார். நல்ல கனிந்த கொய்யா, பழுத்த நெல்லி என ஒவ்வொன்றும் பதமாக எங்களுக்குக் கிடைக்கும். மரங்களின் ஒவ்வொரு அங்குலத்தையும் அம்மா அறிந்து வைத்திருப்பார்.

தோன்றாத்துணை

நாமக்கல்லுக்கு வந்துவிட்டுத் திரும்பும்போது அங்கேயிருக்கும் முருங்கையிலிருந்து கீரையும் காயும் பறித்தெடுத்துக்கொண்டு போவார். வழியில் விற்பனை செய்துவிடுவார். அம்மாவைப் பொருத்தவரை எதையும் வீணாக்குவதில்லை. மா காய்க்கும் காலத்தில் அம்மாவின் கையில் அதிகமாகவே காசு புரளும். தேங்காய் விற்பனையும் நடக்கும். இவற்றின் மூலமாக என்ன வருமானம் வரும்? சில நூறு ரூபாய். அம்மாவுக்கு மாதம் முந்நூறு ரூபாய் இருந்தால் போதும். அதிலேயே மீதம் வைத்துவிடுவார். வீட்டு வாடகை எல்லாம் சேர்த்து அம்மாவுக்கு அதிகபட்சம் ஐந்நூறு ரூபாய் வருமானம் வந்திருக்கும் என்பது என் அனுமானம். அதிலேயே அரிசி, பருப்பு, காய்கறி, மளிகை எல்லாம் வாங்கித் தன் பாட்டைப் பார்த்துக்கொண்டார்.

அம்மா பார்த்திருக்க நான் நல்ல ஊதியம் பெறும் அரசுப்பணிக்குச் சென்றிருந்தேன். ஆகவே அம்மாவுக்கு வேண்டியதெல்லாம் செய்யத் தயாராக இருந்தேன். அதிலே அம்மாவுக்குப் பெருமை. கிராமத்தில் வயதான பெற்றோர்களைச் சோற்றுக்கு அல்லாட வைத்துவிடும் கதைகள் மிகுதி. குழந்தைகளைப் பெற்றுக்கொள்வதே வயதான காலத்தில் சிரமப்படாமல் கவனித்துக்கொள்ள ஆள் வேண்டித்தான் என்பது நம் சமூக எண்ணம். ஆண் குழந்தைகளிடம் பெற்றோரோ மற்றோரோ 'வயசான காலத்துல அப்பனையும் அம்மாவையும் பாத்துக்குவியா?' என்று சொல்லித்தான் கொஞ்சுவார்கள். எனினும் வயதான பெற்றோரைக் கைவிட்டு விடும் பிள்ளைகளே அதிகம் பேர். அப்படி ஒரு பயம் அம்மாவுக்குத் தொடக்கத்தில் இருந்து பின்னர் மாறிவிட்டது. என் நடத்தை மூலமாக அம்மாவுக்கு நம்பிக்கை கொடுத்திருந்தேன். யார் கேட்டாலும் அம்மா சொல்வார், 'அவன் என்ன எனக்குக் குடுக்க மாட்டீன்னா சொல்றான்? பையிலிருந்து கத்தயா எடுத்து நீட்டுவான். நாந்தான் எனக்கெதுக்குன்னு வேண்டான்னு சொல்லீருவன். பாக்க வந்தா சும்மாவா வர்றான்? பை நெறையக் கண்டதயும் கழிசலையும் வாங்கிக்கிட்டு வந்திருவான். இங்கென்ன கொழந்த குட்டியா கெடக்குது? சும்மா வாடான்னு சொல்லீருவன். ஒண்டிப் பொழப்பு ஓட இந்த நாலு மரம் போதாதா எனக்கு?'

அம்மாவுக்குப் பார்கின்சன்ஸ் நோய் என்பதைக் கண்டுபிடித்த பிறகு எட்டு வருசங்கள் உயிர் வாழ்ந்தார். ஹோமியோபதி மருந்து எடுத்துக்கொண்டாலும் அம்மருத்துவரின் ஆலோசனையின் பேரில் அலோபதி மாத்திரை ஒன்றையும் தினமும் சாப்பிட்டு வந்தார். அந்த மாத்திரை கொஞ்சம் விலை அதிகமானது. மாத்திரையின் விலையைச் சொன்னால் சாப்பிடாமல் விட்டுவிடுவாரோ என்னும் பயத்தில் குறைத்துச்

சொல்லியிருந்தேன். மாத்திரைகளை மட்டும் மாதம் தவறாமல் நான் வாங்கிக் கொடுப்பேன். ஊரில் யாராவது 'பையனப் படிக்க வெச்சயே உன்னயப் பாத்துக்கறனா?' என்று கேட்பதுண்டு. அப்போது அம்மா சொல்லும் பதில் இது: 'அதான் மாசமாசம் மாத்தரயா வாங்கியாந்து கொட்டறானே. என்ன செலவாவுது என்னன்னு நம்மகிட்ட ஒழுங்காச் சொல்றானா? ஆயரமாவுதோ ரண்டாயிரமாவுதோ தெரீல.'

அம்மாவுக்கு வருமானம் தந்தது மட்டுமல்ல, அதைவிடவும் பெரிய உபகாரத்தை மரங்கள் செய்தன. எப்போது போனாலும் அம்மா ஒரு மரத்தடியில் உட்கார்ந்திருப்பார் அல்லது நின்றிருப்பார். தனியாக இருந்த வீடு. கூப்பிடு தூரத்தில்தான் பிற வீடுகள். அடிக்கடி மனிதர்களைப் பார்க்க முடியாது. எப்போதாவது பார்த்தாலும் சில கணங்கள்தான். அவரவர் வேலை அவரவர்க்கு. மரங்கள்தான் அம்மாவுக்குத் துணையாக இருந்தன. அவற்றோடு அம்மா பேசிக்கொண்டிருந்தார். தன்னை அவற்றோடு பிணைத்துக் கொண்டிருந்தார். அவற்றில் நேரும் சிறுமாற்றமும் அம்மாவின் கண்களுக்குப் படும். எதிலே எத்தனை பிஞ்சுகள் இருக்கின்றன, எத்தனை காய்கள், இன்னும் பழுக்க எத்தனை நாள் என எல்லாம் துல்லியமாக அம்மாவுக்குத் தெரிந்திருந்தன. அம்மாவுக்கு அவை துணையாய் இருந்து தங்கள் காதுகளைக் கொடுத்திருந்தன. அம்மாவின் ஆயுள் அந்த மரங்களால்தான் சில வருடங்கள் நீண்டது.

இரண்டு வருசம் சரியான மழையில்லை. வீட்டுக் குழாயில் நீர் எப்போதோ ஒருமுறை வரும். அதனால் மரங்களைக் காப்பாற்ற அம்மா பெரும்பாடு பட்டார். பார்கின்சன்ஸ் நோயால் பீடிக்கப்பட்டிருந்ததால் கைகளையும் கால்களையும் நீட்டி மடக்குவது கடினம். கையால் கனமான பொருள்களைத் தூக்க முடியாது. வீட்டுக்கு அருகில் இருந்த மரங்களைப் பற்றிப் பிரச்சினையில்லை. தள்ளியிருந்த மா இரண்டும் இலைகள் சோர்ந்து காய்ந்தன. அவற்றை எப்படியாவது காப்பாற்ற வேண்டும் என்று இரண்டு குடங்களை வாங்கினார். அவை சிறு குழந்தைகள் விளையாடும் பொம்மைக் குடங்கள். அக்குடத்தில் தண்ணீர் மொண்டு எடுத்துக்கொண்டு போவார். இரண்டு மூன்று இடங்களில் வைத்து மீண்டும் எடுத்துக்கொண்டு போவார். இப்படித் தினமும் இரண்டு மரங்களுக்கும் சில குடங்கள் நீர் வார்த்து உயிரைக் காப்பாற்றினார். நாங்கள் யாராவது அம்மாவைப் பார்க்கப் போனால் அவருடைய கோரிக்கை இதுதான்: 'ஒரு கொடம் தண்ணி அந்த மாமரத்துக்கு ஊத்திட்டுப் போ.' எதையாவது வாங்க அம்மாவை நாடி வருவோரிடம் அம்மா வைக்கும் கோரிக்கையும் அதுதான்.

தோன்றாத்துணை

இரண்டு வருசங்களும் மாவிரண்டும் பூக்கவே இல்லை. ஆனால் அம்மா வார்த்த நீரால் உயிர் வைத்துக்கொண்டிருந்தன. மூன்றாவது வருசம் கொஞ்சம் மழை பெய்தது. மாக்கள் பூத்தன. கொஞ்சம் காய்த்தன. அம்மாவுக்கு அப்படி ஒரு சந்தோசம்.

அம்மாவின் கடைசி வருசம் கடுமையானது. உடல் முடியாததால் எங்களுடன் வந்து தங்க வேண்டியானது. ஊரிலிருந்து யாராவது வந்தால் மரங்களைப் பற்றித்தான் முதல் விசாரிப்பு. நாங்களும் ஊருக்குப் போகும்போது மரங்களுக்குத் தண்ணீர் ஊற்றுவதை ஒரு வேலையாகவே செய்து வந்தோம். சில நாள் உடல் தெம்பாக இருப்பதாக உணர்ந்தால் உடனே தன்னைப் பேருந்து ஏற்றிவிடச் சொல்வார். ஊருக்குப் போயே ஆக வேண்டும் என்று பிடிவாதம். போனால் ஒருவாரமாவது இருப்பார். சிறுகுடங்களைத் தூக்கிக்கொண்டு எல்லா மரங்களுக்கும் தண்ணீர் ஊற்றுவார். மரங்களைக் கவனிப்பார் இல்லையே என்பது அவருக்குப் பெருங்குறையாக இருந்தது.

கடைசி ஆறு மாதங்கள் அம்மாவால் ஊருக்குப் போக முடியவில்லை. நாங்கள் அவ்வப்போது போகும்போது ஏதோ மரங்களைப் பார்த்துக்கொண்டோம். செய்வதற்கு வேறு ஒன்றுமில்லை. நாற்பது கிலோ மீட்டர் தொலைவில் இருக்கும் மரங்களுக்கு மாதம் ஒருமுறை தண்ணீர் ஊற்றுவதுகூடக் கடினமாயிற்று. அம்மா இறந்த பிறகு சில மாதங்கள் ஊருக்கே போகவில்லை. பிறகு அம்மாவின் அறையில் இருந்த பொருட்களை எல்லாம் எடுத்துக் காலி செய்வதற்காகப் போனேன். மரங்களை எல்லாம் ஒருமுறை பார்க்கத் தோன்றிற்று. எதுவும் சொல்லும்படியில்லை. மா மரங்கள் இரண்டுமோ பட்டுப் போய் வெறும் கோல்களாய் நின்றன. தாயற்ற பிள்ளைகளின் கதி.

○

19

தங்கக்குடம்

அம்மாவின் தேவைகள் மிகவும் குறைவு. இளம்வயதில் கழுத்தை ஒட்டிய சிறுசங்கிலி ஒன்றை மட்டுமே அணிந்திருப்பார். மூன்று பவுன். வெள்ளைக் கல் பதித்த தோடு ஒன்று. அம்மாவின் திருமணத்தின் போது அப்புச்சி போட்ட நகைகள் இவை. கழுத்தில் மஞ்சள் கயிறு மட்டும் இருக்கும். அந்தக் கயிறு அறுந்துவிட்டால் வெறுங்கழுத்தோடே சில சமயம் இருப்பார். விவசாய வேலைகள் இருக்கும் தருணத்தில் இதையெல்லாம் கவனிக்க நேரமேது? 'கட்டுக்கழுத்தி வெறுங்கழுத்தோடவா இருப்ப?' என்று யாராவது கவனித்துக் கேட்ட பிறகுதான் நினைவு வரும். பின்னர் நேரம் கிடைக்கும்போது மெலிந்த நூல் ஒன்றை எடுத்து இரண்டு மூன்றாக மடித்து மஞ்சள் தடவிக் கழுத்தில் கட்டிக்கொள்வார். காது ஓட்டை அடைந்துவிடாமல் இருக்கச் சிறுகுச்சி ஒன்றைச் செருகியிருப்பார்.

அப்பன் திரையரங்கில் கடை வைத்துக் கொஞ்சம் வருமானம் வந்த காலத்தில் அம்மா தாலிக்கொடி ஒன்றைச் செய்து அணிந்தார். அது ஏழு பவுன். தாலிக்கொடி போட்டுக்கொள்ள அம்மாவுக்கு ஆசை இருந்திருக்கிறது என அப்போதுதான் தெரிந்தது. இந்த மூன்று நகைகளையும் எப்போதாவது விசேஷ நிகழ்ச்சிகளுக்குச் செல்லும் போது மட்டுமே அணிவது வழக்கம். திருமணத்தின் போது எடுத்த ஒரே ஒரு பட்டுப்புடவை இருந்தது. அதை அம்மா கட்டி நான் பார்த்ததேயில்லை. பெட்டியின் அடிப்பகுதியில் விரிப்பு போல அது கிடக்கும்.

அதுவல்லாமல் ஐந்தாறு நூல் சேலைகள். அன்றாடம் உடுத்துபவை சந்தையில் வாங்கிய மிகச் சாதாரணச் சேலைகள். வீட்டிலும் நிலத்திலும் இருக்கும் நாட்களில் அம்மாவுக்கு அப்பாவின் கிழிந்த லுங்கி வேட்டிகள்கூட மார்ச் சேலையாகும். பாவாடை, ரவிக்கைக்கு மேலே ஏதேனும் ஒரு துணி. அவ்வளவுதான்.

அப்பன் இறந்த பிறகு எந்த நகையும் இல்லை. வண்ணச் சேலைகளும் இல்லை. வெள்ளைச் சேலைகள் ஐந்தாறு இருக்கும். அவற்றையும் கட்டுவது அபூர்வம். பொங்கல், தீபாவளி போன்ற திருநாட்களுக்கு சேலை எடுக்கக் கேட்டால் மறுத்துவிடுவார். 'இருக்கறதையே கட்டறதில்ல. சும்மா வாங்கிப் பொட்டிக்குள்ள வெச்சிக்கிட்டு என்ன செய்யறன்?' என்று கேட்பார். நான் சிறுபையனாக இருந்த காலத்தில் அம்மாவிடம் ஒரு சவுரி இருந்தது. அப்போது பெரும்பாலும் பெண்கள் எல்லோரும் சவுரி வைத்துச் சடை பின்னிக்கொள்வது, கொண்டை போட்டுக்கொள்வது வழக்கம். சந்தையில் 'சவுரிக்கடை' என்றே இருக்கும். அம்மா சடை பின்னிக் கொண்டதில்லை. சவுரி வைத்துக் கொண்டை போட்டு நீளக் கொண்டை ஊசி ஒன்றைக் குத்திக்கொள்வார். அந்தச் சவுரியும் காலப் போக்கில் காணாமல் போய்விட்டது. உடை, நகை, அலங்காரம் எதிலும் பெரும் விருப்பம் இருந்ததாக எனக்குத் தோன்றியதில்லை.

அம்மாவுக்கு ஒரே ஒரு பித்து மட்டும் அதிகம். பாத்திரங்கள் மீதான பித்து. அந்தக் காலத்தில் பாத்திரங்களை வாங்கிக் குவிக்கும் அளவுக்குப் பண வசதியில்லை. ஆனால் வீட்டில் பாத்திரங்கள் இருப்பது அவசியமாக இருந்தது. தண்ணீர் பிடித்து வைக்கவும் சமைக்கவும் மட்டுமல்ல. சிறுவிசேஷம் முதல் பெரிய விசேஷம் வரைக்கும் வீட்டிலேயே வைத்துச் செய்ய வேண்டியிருந்ததால் பெரும்பெரும் சமையல் பாத்திரங்கள் தேவைப்பட்டன. வீட்டில் வாங்கி வைத்துக்கொள்வதும் சொந்தக்காரர்களிடமும் அண்டை வீட்டாரிடமும் இரவல் வாங்கிக்கொள்வதும் வழக்கம். இரவல் வாங்குவதில் பல பிரச்சினைகள். திருப்பிக் கொடுக்காமல் ஏமாற்றுவது, திருப்பிக் கொடுக்கும் போது ஒன்றிரண்டு குறைவது, கொடுக்கக் காலம் எடுத்துக்கொள்வது எனப் பல. மேலும் ஒரு பாத்திரத்தை வாங்கித் திருப்பிக் கொடுக்கும்போது 'ஒடுக்கு விழுந்துவிட்டது', 'சரியாகக் கழுவவில்லை', 'ஈயம் போய்விட்டது' எனப் பல குறைகள் வரும். அதனால் உறவு முறிவுகளும் ஏற்படுவதுண்டு. ஆகவே பாத்திரம் வைத்திருந்தாலும் யாராவது கேட்கும்போது இல்லை என்று சொல்லித் தப்பித்துக்கொள்வதும் உண்டு.

அம்மாவிடம் இரண்டு பொங்கச் சருவங்கள் இருந்தன. ஒன்று மிகவும் சிறியது; இன்னொன்று அதைவிடவும் கொஞ்சம்

பெரிது. ஒருமுறை மாரியம்மன் திருவிழாவுக்குக் கிடா வெட்டு இருந்ததால் உறவினர்களைக் கூடுதலாக அழைத்திருந்தோம். அப்போது எல்லோருக்கும் கொஞ்சமாகப் பொங்கச்சோறு போட வேண்டும் என்பதால் பெரிய பொங்கல் பானை தேவைப்பட்டது. யார் யாரிடமோ அம்மா இரவல் கேட்டார். எல்லோரும் இல்லை என்றும் இருப்பது தங்களுக்குத் தேவைப்படுகிறது என்றும் சொல்லிக் கை விரித்தனர். அதனால் இரண்டு பொங்கச் சருவங்களிலும் பொங்கல் வைத்தார். அவையும் போதாமல் ஈயப் பாத்திரம் ஒன்றில் வீட்டிலேயே ஒரு பொங்கலும் வைத்தார். அடுத்த சில மாதங்களில் எப்படியோ பணம் சேர்த்துப் பொங்கல் பானை ஒன்றை வாங்கினார். இரண்டு படி அரிசி வேகும் அளவுக்குப் பெரிய பொங்கல் பானை அது.

அம்மா வாங்கும் பாத்திரங்கள் அத்தியாவசியமானவையாக இருக்கும். சிறுசிறு பாத்திரங்களை வாங்கும்போது அவர் தேர்வில் ரசனை வெளிப்படும். விதவிதமான வடிவங்களைத் தேர்வு செய்வார். பத்து டம்ளர்கள் இருந்தால் ஒவ்வொன்றும் ஒவ்வொரு வடிவில் இருக்கும். ஒவ்வொன்றையும் அதன் வடிவத்திற்கேற்ற வகையில் பயன்படுத்துவார். நெளிவும் சுளிவுமான வடிவப் பாத்திரங்கள் அம்மாவின் ஆதர்சம். பத்துப் பதினைந்து பாத்திரங்களைத் துலக்கப் போட்டிருக்கும் போது பார்த்தால் வெவ்வேறு வடிவங்களில் அவை கிடந்து சிரிக்கும். மண் சட்டிகளில் புழங்கிய காலத்திலும் அம்மாவின் ரசனை மிக்க தேர்வுகளைக் கண்டிருக்கிறேன். மண் பாண்டம், அலுமினியம், பித்தளை, செப்பு, எவர்சில்வர், பிளாஸ்டிக் என எல்லா வகையிலும் பாத்திரங்களை அம்மா பயன்படுத்தியிருக்கிறார். எனினும் பித்தளைப் பாத்திரம் வாங்குவதிலும் அவற்றைப் பாதுகாப்பதிலும் ஆசை அதிகம். பித்தளைப் பாத்திரங்கள் இருப்பது கௌரவமாகக் கருதப்பட்டதாலும் அந்த ஆசை வந்திருக்கலாம். அப்படி நிறையப் பாத்திரங்களை சேர்த்து வைத்திருந்தார்.

கதைகளில் வரும் கதாபாத்திரங்களுக்குப் பின்னணி இருப்பது போல ஒவ்வொரு பாத்திரத்திற்கும் ஒவ்வொரு பின்னணிக் கதையிருக்கும். வீட்டில் ஒரு செப்புச் சொம்பு ஒன்று இருந்தது. அதை வெளியே எடுத்துக்கொண்டு போனால் அம்மா பின்னாலேயே வருவார். தண்ணீர் குடித்ததும் உடனே வாங்கிக்கொண்டு போய்விடுவார். நாங்கள் அக்கறையில்லாமல் சொம்பை வெளியிலேயே போட்டுவிடுவோம் என்பார். என் அப்புச்சி ஒரே ஒருமுறை திருப்பதிக்குப் போயிருக்கிறார். அங்கிருந்து வாங்கி வந்த சொம்பு அது. சொம்பின் மேல்

படங்கள் வரையப்பட்டிருக்கும். அதை ஒரு அதிசயம் போலப் பாதுகாத்து வந்தார்.

ஒரு வட்டில், டம்ளர் என எத்தனை சிறிய பாத்திரமாக இருப்பினும் அதற்கு அம்மாவிடம் கதை இருக்கும். எங்கே வாங்கியது, எப்போது வாங்கியது, எத்தனை ரூபாய் உள்ளிட்ட எல்லா விவரமும் அடங்கிய கதைகள். வீட்டில் இருக்கும் பாத்திரங்களும் ஒன்றுவிடாமல் நினைவில் இருக்கும். ஒன்றைக் காணோம் என்றால் அதைத் தேடிக் கண்டுபிடிக்கும் வரையில் வேறு வேலை ஓடாது. எப்படி எப்படியோ சேர்த்து வைத்த பித்தளைப் பாத்திரங்கள் அட்டாலி முழுக்க நிறைந்திருந்தன. ஆண்டுக்கு ஒருமுறை கோடை காலத்தில் அவற்றை வெளியே எடுத்துப் புளிப் போட்டுத் துலக்கிக் காய வைத்துப் பின்னர் அட்டாலிக்கு ஏற்றுவது ஒரு பெரிய வேலை. பாத்திரங்களைப் பார்ப்பவர்கள் 'பிள்ளையா இருக்குது? இத்தன சீரு சேத்து வெச்சிருக்கற?' என்பார்கள். மகள் இருந்தால் கட்டிக் கொடுக்கும்போது சீராகப் பாத்திரங்கள் கொடுத்தனுப்புவது வழக்கம். திருமணத்தின் போது பெரிய செலவு செய்ய முடியாது என்பதால் அவ்வப்போது ஒவ்வொன்றாக வாங்கிச் சேர்த்து வைத்திருப்பது வழக்கம். எங்கள் வீட்டில் இருவரும் பையன்கள். என்றாலும் அம்மா வாங்கிச் சேர்த்திருந்த பாத்திரங்கள் மிகுதி.

அம்மா தன் வசிப்புக்குச் சிறுஅறையே போதும் என்று தீர்மானித்த சமயத்தில் இந்தப் பாத்திரங்களே பெரிய பிரச்சினையாக இருந்தன. அப்போது மனமே இல்லாமல் எங்கள் இரு குடும்பத்திற்கும் சமமாகப் பாத்திரங்களைப் பிரித்துக் கொடுத்துவிட்டார். நாங்கள் இது வேண்டும், அது வேண்டும் எனக் கேட்கவில்லை. யாருக்கும் பாதகம் இல்லாமல் பிரித்துக் கொடுத்துவிட்டதாகச் சொல்லி அம்மா திருப்தி கொண்டார். எங்களுக்கு அந்தப் பாத்திரங்கள் மீது பெரிய ஈடுபாடில்லை. காரணம், தேவை மாறிவிட்டது. எரிவாயு அடுப்புக்கு ஏற்ற வகையில் அப்போது பாத்திரங்கள் வந்துவிட்டன. மேலும் பெரிய பெரிய பாத்திரங்களைச் சேர்த்து வைத்துக்கொள்ள என்ன தேவையிருக்கிறது? வீட்டில் நடக்கும் எந்த விசேஷத்திற்கும் சமையல் செய்வதில்லை. உணவகத்தில் சொல்லி வாங்கிக்கொள்ளும் வழக்கம் வந்துவிட்டது. அப்படியே சமையல் செய்வது என்றாலும் வாடகைக்குப் பாத்திரங்கள் தாராளமாகக் கிடைக்கின்றன. ஆகவே பாத்திரங்கள் இப்போது இடத்தை அடைத்துக்கொள்ளும் தொந்தரவு என்றாயின. அம்மா கொடுத்ததை மறுக்காமல் வாங்கி வைத்துக்கொண்டோம்.

கொடுத்ததோடு மட்டுமல்லாமல் அவற்றை நாங்கள் பத்திரமாக வைத்திருக்கிறோமா, பாங்காகப் பயன்படுத்துகிறோமா

என்று கண்காணிக்கும் வேலையில் அம்மா ஈடுபட்டதுதான் சுவாரசியம். என் வீட்டுக்கோ அண்ணன் வீட்டுக்கோ அம்மா வரும்போது இந்தப் பாத்திரங்களைப் பார்ப்பது முக்கியமான வேலை. பாத்திரங்களை அண்ணி பொறுப்பாக வைத்திருக்க மாட்டார் என்பது அம்மாவின் பொதுவான அபிப்ராயம். ஒருமுறை அண்ணன் வீட்டுக்கு அம்மா போயிருந்தபோது அம்மா கொடுத்த வட்டில் ஒன்று வாசலில் கிடந்திருக்கிறது. அதைப் பார்த்ததும் கோபம் வந்து 'இப்படித்தான் வட்டலப் போட்டு வெச்சிருப்பியா? அந்த வட்டலு எப்ப வாங்குனதுன்னு தெரீமா உனக்கு?' என்று அண்ணியிடம் அம்மா சண்டை போட்டிருக்கிறார். இப்படியாக அம்மா கொடுத்த தொந்தரவு தாளாமல் 'உங்களோடது ஒன்னுகூட எனக்கு வேண்டாம். எடுத்துக்கிட்டுப் போயிருங்க' என்று அண்ணி சொல்லிவிட்டார். அதையே சாக்காக வைத்து அண்ணன் வீட்டுக்குக் கொடுத்த பாத்திரங்களை ஒவ்வொன்றாக மீண்டும் எடுத்து வந்துவிட்டார். அந்தப் பாத்திரங்களை எல்லாம் தன் பொறுப்பிலேயே பாதுகாப்பாக வைத்திருந்தார். வீட்டில் வாடகைக்குக் குடியிருந்தவர்களிடம் கேட்டு வீட்டுக்குள் இருந்த அட்டாலியில் அவற்றை அடுக்கி மேலே பழஞ்சேலைகள், போர்வைகள் ஆகியவற்றைப் போர்த்திப் பாதுகாத்தார்.

சில வருசங்களுக்குப் பிறகு என் அண்ணன் மகளுக்குத் திருமணம் ஆன போது அந்தப் பாத்திரங்களை எல்லாம் கொடுத்தார். சம்பந்தி வீட்டார் விவசாயக் குடும்பம். மாட்டு வண்டி கட்டிக்கொண்டு வந்து பாத்திரங்களை எடுத்துப் போனார்கள். ஊரார் பார்க்க அப்படிப் பாத்திரங்கள் வண்டியில் போனதில் அம்மாவுக்கு மகிழ்ச்சி. 'வண்டி கட்டிக்கிட்டு வந்து எடுத்துக்கிட்டுப் போனாங்க' என்று சொல்லும்போது முகம் பிரகாசிக்கும். அப்படியும் இரண்டு மூன்று பித்தளைப் பாத்திரங்கள் அம்மாவிடமே இருந்தன. அம்மாவுக்கு அவை தேவைப்பட்டன போலும். உடல்நிலை முடியாத இறுதிக் காலத்தில் நாமக்கல் வந்து எங்களோடு தங்கியிருந்தார். அப்போது நானும் என் மனைவியும் ஊருக்கு ஏதோ வேலையாகப் போனோம். அந்தப் பித்தளைப் பாத்திரங்கள் சிலவற்றைச் சொல்லி 'இன்னமே அங்க என்னத்துக்கு? உங்க பங்குதான் அதெல்லாம். எடுத்துக்கிட்டு வாங்க' என்றார். சரியாகக் காதில் வாங்கிக்கொள்ளாமல் 'சரி சரி' என்று சொல்லிவிட்டுச் சென்றோம்.

ஊரிலிருந்து கிளம்பும்போது அம்மா சொன்னது நினைவு வந்து அம்மாவின் அறையில் இருந்த சில பித்தளைப் பாத்திரங்களை என் மனைவி எடுத்து வந்தார். அவற்றில்

பித்தளைக்குடம் ஒன்று. வீட்டுக்கு வந்ததும் 'இதெதுக்கு எடுத்தாந்தீங்க? இது உங்க பங்கு இல்ல' என்று பதற்றத்தோடு சொன்னார் அம்மா. நான் 'சரீம்மா, இன்னொருக்கா போறப்பக் கொண்டோயி வெச்சிர்றன். இல்லாட்டி அண்ணன் வீட்டுல யாராச்சும் வந்தாக் குடுத்துட்டர்லாம்' என்று சாதாரணமாகச் சொன்னேன். என் மனைவியும் தெரியாமல் எடுத்து வந்துவிட்டோம் என்று சமாதானங்கள் சொன்னார். ஆனால் என் அம்மாவுக்கு மனம் ஆறவேயில்லை. பித்தளைக் குடத்தை நாங்களே வைத்துக்கொள்வோம் என்று நினைத்திருக்கலாம். பங்கு பிரித்ததில் தான் பாதகம் செய்துவிட்டதான உணர்வும் தோன்றியிருக்கலாம். வீட்டு வரவேற்பறையில் நாங்கள் வைத்த அந்தக் குடத்தை மறுநாள் காணவில்லை. அம்மா எங்கே எடுத்து வைத்தார் என்று கேட்கவும் சங்கடமாக இருந்தது. இரண்டு நாள் கழித்துக் கண்டுபிடித்தோம். புத்தகங்கள் வைத்திருந்த அலமாரிக்குக் கீழே இருந்த சந்துப் பகுதியில் குடத்தைக் கவிழ்த்து வைத்து அதன் மேல் பழைய துணியைப் போர்த்திப் பத்திரப்படுத்தி வைத்திருந்தார். அதைப் பற்றி அம்மாவிடம் எதுவுமே கேட்கவில்லை.

ஏன் அந்தக் குடத்தை அத்தனை பத்திரமாக அம்மா மறைத்து வைத்தார் என்னும் கேள்வி எனக்குள் அவ்வப்போது எழுவதுண்டு. பங்குப் பிரச்சினை மட்டும் காரணமாக இருக்க முடியாது. அவ்வப்போது எழும் கேள்விக்குப் பதிலை என்னால் கண்டுபிடிக்க முடியவில்லை. ஒருநாள் அம்மாவிடமே கேட்டேன், 'எதுக்கும்மா அந்தக் கொடத்த அப்பிடி எடுத்துப் பத்தரமா வெச்சிருக்கற? தங்கக் கொடமா அது?' 'எங்கூடவே இருந்தாலும் உனக்கு எல்லாம் மறந்து போயிருதுடா. அந்தக் கொடம் எப்ப வாங்குனது தெரீமா?' என்று அதன் பின்னணிக் கதை ஒன்றைச் சொல்லலானார்.

நான் சிறுவனாக இருந்தபோது நாங்கள் நிலத்திற்குள் குடியிருந்தோம். அங்கே விவசாயத்திற்கான கிணறுகள் நான்கைந்து இருந்தன. அவை அனைத்தும் உப்புத் தண்ணீர்க் கிணறுகள். குடிப்பதற்கான நல்ல தண்ணீர்க் கிணறு ஊருக்குள் இருந்தது. அது பொதுக்கிணறு. எங்கள் குடியிருப்பிலிருந்து ஒரு கிலோ மீட்டர் தூரம் போக வேண்டும். ஒருநாள் விட்டு ஒருநாள் ஏதாவது ஒரு நேரத்தில் கிணற்றுக்குப் போய்த் தண்ணீர் கொண்டு வருவார் அம்மா. அப்போது ஒரு பித்தளை அண்டா இருந்தது. சும்மாடு கூட்டிய தலையில் அண்டாவை வைத்துக்கொண்டு வருவார். ஒரு அண்டா கொண்டு வந்தால் இரண்டு நாளுக்குப் போதும். நல்ல பெரிய அண்டா. தண்ணீருக்குப் போகும்போது கையிலேயே புளித் துணுக்கைக் கொண்டு போவார். புளிப்

போட்டுத் தேய்த்து நல்ல தண்ணீரில் கழுவினால் பித்தளைக் குடம் பிரகாசிக்கும். அண்டா பெரியது என்பதால் என்னாலோ என் அண்ணனாலோ தூக்கிவர முடியாது. ஆகவே அது அம்மாவே செய்ய வேண்டிய வேலை.

ஒருமுறை புல் கத்தை சுமந்து வந்ததில் அம்மாவுக்குக் கழுத்துச் சுளுக்கிக் கொண்டது. அதனால் அண்டாவைத் தலைமேல் வைத்துக் கொண்டுவர முடியவில்லை. அண்டாவை இக்கத்தில் வைத்துக்கொண்டால் தண்ணீர் ததும்பும். வாய் அகலம் என்பதால் இக்கத்தில் வைத்துக் கையில் பிடிப்பது கஷ்டம். பத்துத் தப்படி வைப்பதற்குள் கை வலி எடுத்துவிடும். ஆனால் குடிதண்ணீர் வேண்டும். அதனால் அம்மா மண்குடத்தை எடுத்துக்கொண்டு தண்ணீருக்குப் போனார். பொதுக்கிணற்றில் தண்ணீர் சேந்திக் கொண்டிருந்த ஒரு பாட்டி 'ஏன் பெருமா. . . உங்கிட்ட ஒரு பித்தளக் கொடம்கூடவா இல்ல? இத்தன நாளு பொழச்சு என்னதான் வெச்சிருக்கற போ' என்று எகத்தாளமாகப் பேசிவிட்டாராம். தன் வாழ்வையே இழிவுபடுத்தி விட்டது போல அம்மாவுக்கு அவமானமாகப் போய்விட்டது. அடுத்த நாள் முதல் விடிகாலை இருள் பிரியும் முன்னரே கிணற்றுக்குப் போய்த் தண்ணீர் கொண்டு வருவதை வழக்கமாக்கிக் கொண்டார்.

கழுத்துச் சுளுக்குச் சரியாயிற்று. அண்டாவோடு கிணற்றுக்குப் பகலிலேயே போனார். எனினும் அம்மாவின் மனதில் ஒரு வைராக்கியம். பித்தளைக் குடம் ஒன்று வாங்கியே ஆக வேண்டும். அப்போது வளர்த்துக்கொண்டிருந்த வெள்ளாட்டுக் கிடா ஒன்றை கசாப்புக்கு விற்ற காசு கையில் வந்ததும் நகரப் பேருந்தேறிப் போய்ப் பித்தளைக் குடத்தை வாங்கி வந்தார். ஒரு கிடா விற்ற பணம் அடங்கிய குடம். பாட்டி கேட்ட கேள்விக்குப் பதில் சொன்ன குடம். அவமானத்தைத் துடைத்த குடம். இன்னும்கூடப் பத்திரமாய் எடுத்து வைத்துக்கொள்ள வேண்டிய குடம்தான். ஆம், அது தங்கக்குடமேதான்.

20

கடைசி வேலை

அம்மாவுடைய வாழ்க்கையைச் சுருக்கிச் சொன்னால் 'வேலை; வேலையே வாழ்க்கை' எனலாம். எனக்குத் தெரிந்த நாள் முதல் அம்மா வேலை செய்து கொண்டேயிருப்பதைப் பார்த்திருக்கிறேன். அம்மாவின் இளவயது நினைவுகளைச் சொல்லும்போதும் தான் பார்த்த வேலைகளையே சொல்வார். இளவயதில் கஷ்டத்தின் காரணமாகவும் தாய் இல்லாப் பிள்ளை என்பதாலும் வீட்டு வேலைகள் உட்படப் பலவற்றைச் செய்திருக்கிறார். திருமணம் விவசாயக் குடும்பத்தில் என்பதால் வேலையே வாழ்க்கை முறையாயிற்று. இரவுபகல் வேலை செய்யாமல் விவசாயம் கிடையாது. எங்களுடையது மானாவாரி விவசாயம். மானாவாரியில் நிலம் உழுதல், பயிர் செய்தல், அறுவடை ஆகியவை மட்டும் வேலையல்ல.

ஆடு மாடுகளைப் பராமரிப்பது முக்கியமான வேலை. ஆடுகள் ஒரு பட்டி இருக்கும். மாடுகளும் எருமைகளும் ஐந்தாறு உருப்படிகளாவது இருக்கும். இவற்றைப் பராமரிப்பது இரவுபகல் எந்நேரமுமான வேலை. ராத்திரியில் தூங்கும்போது எல்லாப் புலன்களும் ஒடுங்கிப் போனாலும் காதுகளை மட்டும் திறந்து வைத்திருக்க வேண்டும். ஆடோ மாடோ லேசாகச் சத்தம் கொடுத்தால் உடனே எழுந்து பார்ப்பது அவசியம். கழுத்துக் கயிறு சிக்கிக் கொண்டிருக்கலாம். பாம்புகளோ காட்டுப் பூனைகளோ வந்திருக்கலாம். தண்ணீருக்கு அவை அழைக்கலாம். திருடன் வந்திருக்கக் கூடும். சின்னச்

சத்தம் என்றாலும் சட்டென்று அம்மா விழித்துவிடுவார். நாளடைவில் எனக்கும் அந்தப் பழக்கம் வந்துவிட்டது. அதனால் இப்போதும் சிறுசத்தம் கேட்டாலும் விழித்துக்கொள்வேன்.

விவசாய வேலை மட்டும் பார்த்தால் எங்கேனும் ஓரிரு நாள் போய் வரலாம். விருந்தினர் வீட்டில் தங்கி வரலாம். ஆடு மாடுகளை வைத்திருந்தால் சில மணி நேரம்கூட எங்கும் போக முடியாது. போனால் பல வேலைகள் தேங்கிவிடும். மனதில் ஆடுமாடுகள் என்னவாகி இருக்குமோ என்னும் பயம் வந்துவிடும். அவசர அவசரமாகத் திரும்பிவர வேண்டும். அம்மா சந்தைக்குப் போனால்கூட வேகவேகமாக ஓடிவருவார். மானாவாரி விவசாயத்தின் இயல்பே ஆடுமாடுகளுக்குத் தீவனமாகும் பயிர்களை விளைவிப்பதுதான். ஆகவே அறுவடைக்குப் பிறகும் நிறைய வேலைகள் இருக்கும். தீவனங்களைக் காப்பாற்றி வீடு கொண்டு சேர்த்துப் பாதுகாப்பது பெரும் வேலை. அம்மாவுக்குத் தெரியாத விவசாய வேலைகளே இல்லை. அத்துடன் அப்பனுக்குச் சோடாக்கடை வேலையும் செய்து தருவார். சோடாக்கடையிலும் எல்லா வேலைகளும் அம்மாவுக்குத் தெரியும்.

'பின் தூங்கி முன் எழுவது' கணவனையே கண்கண்ட தெய்வமாகக் கொண்ட பத்தினிப் பெண்களின் பண்பு எனச் சொல்வது வழக்கம். அது விவசாய வேலை செய்யும் பெண்களுக்குத்தான் பொருந்தும். என் அம்மா எப்போது தூங்கப் போவார், எப்போது எழுவார் என்பதே எங்களுக்குத் தெரியாது. நாங்கள் தூங்கப் போகும்போது ஏதேனும் வேலை செய்துகொண்டிருப்பார். காலையில் விழித்துப் பார்க்கும்போதும் ஏதேனும் வேலை செய்துகொண்டிருப்பார். ஏதேதோ செய்துவிட்டு எங்களை எல்லாம் எழுப்புவதே அம்மாதான். அதிசயமாக ஏதாவது ஒரு பகல் பொழுதில் அம்மா அரைமணி நேரம் அசந்து தூங்குவார். அப்போதெல்லாம் எனக்கு அச்சமாக இருக்கும். ஓய்வற்ற வேலையிலேயே அம்மாவைப் பார்த்த எனக்கு அவர் அசந்து தூங்குவது அம்மாவுக்கு ஏதோ ஆகிவிட்டது என்னும் மனக் கலக்கத்தைக் கொடுக்கும்.

கடலைக்கொடி போர் வேய்ந்துவிட்டுக் கீழே இறங்கும்போது ஓலை வழுக்கிப் பாறையில் விழுந்துவிட்டார். அப்போது ஓராண்டுக்கு மேலாகப் படுக்கையில் இருக்க வேண்டியானது. அதன் பிறகு அம்மா வேலை செய்யும் வேகம் வெகுவாகக் குறைந்துவிட்டது. எனினும் படிப்படியாகத் தேறி வேலைகள் செய்ய ஆரம்பித்தார். ஒரே ஒரு வெள்ளாட்டை வைத்து வளர்த்தார். அது இரண்டு அல்லது மூன்று குட்டிகள் போடும்.

அவற்றை வளர்த்து ஆண்டுக்கு ஒருமுறை விற்கலாம். ஆக, ஒரு வெள்ளாடு என்பது மூன்றாக நான்காக விரியும். எருமைகள் வைத்துப் பால் பீய்ச்சி வீடுகளுக்குக் கொண்டு போய் விற்பனை செய்வது அம்மாவின் பல்லாண்டு வேலையாக இருந்தது. கீழே விழுந்த பிறகு அதைச் செய்ய முடியவில்லை.

கறவை எருமைகளை வைத்திருத்தல் பெரும்வேலை. ஆகவே ஒரே ஒரு எருமைக்கன்றை வளர்த்தார். கன்றை வளர்த்து அது பருவமடைந்து சினையான பிறகு விற்றுவிடுவார். அதைக் கவனிப்பதில் வேலை அதிகமில்லை. நீளக் கயிறு போட்டு மேய்ச்சல் காட்டுக்குள் கொண்டுபோய்க் கட்டிவிடலாம். குறிப்பிட்ட நேரத்திற்குப் போய்க் கொஞ்சம் தண்ணீர் காட்டினால் போதும். சிலசமயம் கயிற்றை இடம் மாற்றிக் கட்ட வேண்டியிருக்கும். இரவுக்கு மட்டும் தீனி போட்டால் போதும். என்ன, சிலசமயம் குஷி வந்து கன்று துள்ளிக் குதிக்க ஆரம்பித்து ஓடும். அப்போது அம்மாவால் இழுத்துப் பிடிப்பது கஷ்டம். கன்றின் வலுவுக்கு நிகரான வலு நமக்கு வேண்டும். அம்மாவை இழுத்துக் கீழே தள்ளிவிடுமோ என்று எனக்குப் பயம். அதனால் கன்று வளர்ப்பதை விட்டுவிடு என்று பலமுறை சொல்லியும் கேட்கவில்லை. நான் சொன்னது போலவே ஒரு கன்று இழுத்துக்கொண்டோட கயிற்றை விட்டுவிட்டு அம்மா நின்றுகொண்டார். அதற்குப் பிறகு கன்றை விற்றார்.

ஆனாலும் சும்மா இருக்கவில்லை. வெள்ளாட்டுக் குட்டி ஒன்றை வாங்கி அதை வளர்த்தார். கைப்பாடாக வளரும் குட்டி எப்போதும் காலைச் சுற்றிக்கொண்டு வீட்டோடு இருக்கும். அது கொஞ்சம் வளர்ந்த பிறகு கயிறு போட்டால் போதும். நிறைசினையில் விற்றால் நல்ல விலை வரும். இப்படி ஏதேனும் வேலை செய்துகொண்டே இருப்பார். நிலத்தில் வேலைக்கு என்ன குறைவு? பனையடியில் விழும் பட்டை, பன்னாடைகளைப் பொறுக்கி வந்து சேர்ப்பார். சிறுசிறு மரங்களை வெட்டி விற்பார். டிராக்டர் மூலம் உழவோட்டி விதைப்பார். விதைத்ததை அறுவடைக்கு முன்பே யாருக்காவது விற்றுவிடுவார். இப்படி வேலைகள்.

எனக்குள்ளும் எப்போதும் ஒரு விவசாயி இருப்பதால் விவசாய நிலம் தோட்டமாக ஒன்று வாங்கலாம் என எண்ணி இருபதாண்டுகளுக்கு முன் முயன்றோம். இருநூறு தென்னங்கன்றுகளோடு நான்கு ஏக்கர் நிலம் விற்பனைக்கு வந்தது. ஆனால் எங்கள் வீட்டிலிருந்து பத்துக் கிலோ மீட்டர் தொலைவு. 'நான் போயி அங்க இருந்து பாத்துக்கறன்' என்று அம்மா தைரியம் சொன்னார். எனக்குத் தயக்கமாக இருந்தது.

'நானா வேல செய்யப் போறன்? இருந்து பாத்துக்கறதுதான... பாத்துக்குவன்' என்று அழுத்தமாகச் சொன்னார். அப்படியே ஆயிற்று. அம்மாவுக்குச் சிறுவீடு ஒன்றை நிலத்தில் கட்டிக் கொடுத்தேன். மோட்டார் போட்டுவிடுவதும் தென்னைகளுக்கு நீர் பாய்கிறதா என்று பார்ப்பதும் அவ்வப்போது மடை திருப்பிவிடுவதும் அம்மாவின் வேலை.

போய் ஓரிரு மாதங்களிலேயே அந்த ஊர் அம்மாவுக்குப் பழகிவிட்டது. சுற்றி இருக்கும் மக்களோடு ஒன்றிப் பழகி விட்டார். அந்தச் சூழலும் அம்மாவின் மனமும் அப்படி ஒன்றிப் போயின. கிட்டத்தட்ட இரண்டு வருசங்கள் அம்மா அங்கே தன்னந்தனியாக நிலத்தைப் பார்த்துக்கொண்டு சந்தோசமாக வாழ்ந்தார். எங்கள் குடும்பத்தில் ஏற்பட்ட பல்வேறு மாற்றங்களால் அந்த நிலத்தை விற்க நேர்ந்தது. அம்மா மீண்டும் எங்கள் ஊருக்கே வந்தார். எங்களுக்கு இருந்த மானாவரி நில விவசாயத்தைப் பார்த்துக்கொண்டும் எங்கள் பிள்ளைகளைக் கவனித்துக்கொண்டும் இருந்தார். நாங்கள் நாமக்கல்லுக்குக் குடி போன பிறகு அம்மாவுக்கு நிலமும் மரங்களும் போதுமானதாயிருந்தன.

ஒருபோதும் அம்மா சும்மா இருக்கவில்லை. ஏதேனும் வேலை செய்துகொண்டுதான் இருப்பார். ஒருமுறை ஹோமியோபதி மருத்துவரிடம் அம்மாவை அழைத்துக்கொண்டு போனபோது புகாராய்ச் சொன்னேன், 'டாக்டர், சும்மாவே இருக்க மாட்டீங்கறாங்க. எதுனா செஞ்சுக்கிட்டே இருக்கறாங்க.' அந்த மருத்துவர் இரண்டாம் உலகப் போரின்போது இராணுவத்தில் இருந்தவர். தொண்ணூறு வயதைக் கடந்தும் ஆரோக்கியத்துடன் வாழ்ந்ததோடு மருத்துவமும் பார்த்துக்கொண்டிருந்தார். அவர் சொன்னார், 'ஏன் அவங்களச் சும்மா இருக்கச் சொல்றீங்க? அவுங்களால என்ன முடியுதோ அதச் செஞ்சுக்கிட்டு இருக்கட்டும். வேல எதும் செய்யாத சும்மா எப்படி இருக்க முடியும்? இயக்கம்தான வாழ்க்கை.' அவர் பேச்சு எனக்குப் பெரிய திறப்பைக் கொடுத்தது. அதற்குப் பின் அம்மாவை வேலை செய்ய வேண்டாம் என்று நான் சொல்வதில்லை. தன் உடலை வருத்திக்கொள்ளும்படி ஏதும் செய்ய வேண்டாம் என்றும் எச்சரிக்கையோடு இருக்க வேண்டும் என்றும் மட்டும் சொல்வேன்.

அம்மா மானாவரி நில விவசாயத்தை ஒருபோதும் விடவில்லை. யாராவது ஆளைப் பிடித்து வந்து எப்படியாவது விதைத்துவிடுவார். நிலத்தைக் குறையாகப் போடவே மாட்டார். அம்மாவின் வேலை முறை தனித்துவமானது. ஒரே மூச்சில்

செய்து முடிக்க வேண்டிய வேலைகள் என்று இருப்பவற்றை அவ்விதமே செய்வார். பல வேலைகளை நீண்ட காலத் திட்டத்தில் வைத்திருப்பார். நீண்ட காலத் திட்ட வேலை ஒன்றைத் தள்ளிப் போட மாட்டார். அதற்கெனத் தினம் கால் மணி நேரமோ அரை மணி நேரமோ ஒதுக்குவார். ஒருநாளைக்குச் செய்ய முடியவில்லை என்றாலும் பரவாயில்லை. அடுத்த நாள் தொடரலாம். அவ்விதம் ஒரே சமயத்தில் பல வேலைகளைச் செய்வார். எங்கள் நிலத்தின் ஒருபகுதியில் சிறுசிறு கற்கள் ஏராளமாகக் கிடந்தன. விவசாய நிலத்தில் கற்கள் இருப்பது விவசாயத்திற்குப் பாதகம். ஒரு கல் இருந்தால் ஒரு செடி முளைக்காது என்று அர்த்தம். நான்கைந்து பனம்பட்டைகளை அங்கே இருந்த மரம் ஒன்றில் அம்மா வைத்திருப்பார். அந்தப் பக்கம் போகும் போதெல்லாம் வாசல் கூட்டுவது போலப் பனம்பட்டையால் நிலத்தைக் கூட்டிக் கற்களைச் சேர்த்து வைப்பார். நான்கைந்து குவியல் சேர்ந்ததும் ஒருநாள் கற்களை அள்ளிக்கொண்டு போய் வரப்பில் கொட்டுவார். இந்த வேலை பல்லாண்டுகளாக நடந்தது. அப்புறம் பார்த்தால் அந்த நிலத்தில் ஒரு கல்கூட இல்லை. என் பாட்டி ஒருமுறை அந்த நிலத்தைப் பார்த்து அதிசயித்து இப்படிச் சொன்னார்: ‘கல்லாக் கெடந்த காடு. கூட்டிக் கூட்டி வழிச்சு எடுத்துப்புட்டயே. இப்ப ஒத்தக் கல்லு இல்ல போ. சாமியக் கும்பிட்டுட்டு அப்படியே அந்த மண்ண அள்ளித் திருநீறா இட்டுக்கலாம்.’ இப்படி அம்மா சிறுகச் சிறுகச் செய்து முடித்த பெருவேலைகள் பல.

உடல்நிலை மோசமாகி நாமக்கல்லில் எங்களோடு வந்திருக்க நேர்ந்தது. அப்போதும் வீட்டிலும் வீட்டைச் சுற்றிலும் ஏதாவது செய்துகொண்டே இருப்பார். உடல்நிலை மிகவும் மோசமாயிற்று. கை கால்களின் இயக்கம் பெரிய சிரமமாக இருந்தது. வீட்டு மாடியில் அம்மாவுக்கென்று ஓர் அறை ஏற்பாடு செய்து அதிலேயே தங்க வைத்திருந்தேன். மாடியின் ஒருபகுதியில் இருந்த அறையில் இருப்பதும் இன்னொரு பகுதியாகிய மொட்டை மாடியில் வந்து உட்கார்ந்து கொள்வதும் என அம்மாவின் நாட்கள் கழிந்தன. மொட்டை மாடியின் தளம் விரிசலாக இருக்கிறது என்று அதன்மீது காரைப் பூச்சு போட்டோம். பூசிய வேலையாட்கள் கைப்பிடிச் சுவரில் தெறித்திருந்த சிமிட்டிச் சிதறல்களைச் சுரண்டி எடுக்காமலே போய்விட்டார்கள். நாங்களும் அதைச் சரியாகக் கவனிக்கவில்லை. அறை இருந்தது போக மூன்று பக்கச் சுவர்களிலும் சிமிட்டிப் பால் சிதறல் ஏதோ பூச்சியின் கால்தடம் போலவும் அள்ளித் தெளித்த வண்ணம் போலவும் தெரிந்தது. அம்மாவைப் பார்க்க வந்த யாரோ ஒருவர் ‘செவுரு அசிங்கமா இருக்குது’ என்று சொல்லிவிட்டார்.

அம்மாவுக்கு அப்போது சாப்பிடுவதுகூடக் கஷ்டமாக இருந்தது. பார்கின்சன்ஸ் நோய் அவரது கை கால்களை முடக்கியது. சோற்றைக் கையால் அள்ளி வாய்க்குக் கொண்டு போவதற்கே சிரமப்பட்டார். கொஞ்சம் அள்ளித் தின்பார். அப்புறம் ஓய்வெடுத்துவிட்டு மறுபடியும் அள்ளிச் சாப்பிடுவார். சோறு சாப்பிட்டு முடிக்கவே வெகுநேரமாகும். 'இப்படியே எவ்வளவு நேரந்தான் இருக்கறது?' என்று கேட்பார். 'இங்க உக்காந்துக்கிட்டு வெளிய பாரு. அந்த மரத்தெயெல்லாம் பாரு. குருவிங்கல்லாம் வருது, போவுது. அதுங்களயெல்லாம் பாரு. வானத்தப் பாரு. எல்லாத்தயும் பாத்துக்கிட்டு இருந்தாலே பொழுது போயிரும்மா' என்று சொல்வேன். ஆனால் அம்மாவைப் பொறுத்தவரை வெறுமனே பார்ப்பது இயக்கம் இல்லை. 'ஆமாம் போ. உன்னாட்டம் கிறுக்கனா இருந்தா சும்மா பாத்துக்கிட்டு இருக்கலாம். நான் போயி சும்மா பாத்துக்கிட்டு உக்காந்திருக்கறனா' என்பார். விவசாய நிலத்தில் எத்தனையோ பறவைகளைப் பார்த்தவர். மரம் செடி கொடிகளின் இயல்புகளை அறிந்தவர். அம்மா மூலமாகவே நானும் அவற்றை எல்லாம் அறிந்தேன். ஆனால் வெறுமனே பார்த்துக்கொண்டு இருக்க அவரால் முடியவில்லை.

சுவரைத் தேய்க்கும் கம்பி பிரஷ் ஒன்று மாடியில் இருந்தது. எனக்குத் தெரியாமல் அதை எடுத்துச் சுவரின் ஒவ்வொரு பகுதியாகத் தேய்த்துச் சிமிட்டிப் படிவை நீக்கும் வேலையைத் தொடங்கிவிட்டார். அம்மா அப்படிச் செய்வது எங்கள் யாருக்கும் முதலில் தெரியவில்லை. எதேச்சையாகப் பார்த்தபோது ஒருபக்கச் சுவரில் சிமிட்டிச் சிதறல் அழிந்து மருவற்றுச் சுத்தமாக இருந்தது. 'என்னம்மா இது?' என்றபோது சிரித்தார். நாங்கள் யாரும் பார்க்காத நேரங்களில் சிறிது சிறிதாகத் தேய்த்து எடுத்து மூன்று பக்கச் சுவரையும் முழுமையாகச் சுத்தமாக்கிவிட்டார். அனேகமாக அதற்கு மூன்று நான்கு மாதங்கள் எடுத்திருக்கும் என்று நினைக்கிறேன். அதுதான் அம்மா செய்த கடைசி வேலை.

21

தோன்றாத் துணை

என் அம்மா 02.12.12 அன்று காலை 7.20 மணிக்கு இறந்துபோனார். திருச்செங்கோட்டு நகரத்தை ஒட்டியுள்ள சானார்பாளையத்தில் மாரிக்கவுண்டர்–பாப்பாயி ஆகியோரின் இளைய மகளாகச் சாதாரணக் குடும்பத்தில் பிறந்து அங்கிருந்து மூன்று கல் தொலைவில் உள்ள கூட்டப்பள்ளியில் மேட்டுக்காட்டு விவசாயிகளாகிய ராமசாமி – பாவாயி ஆகியோரின் மகனான பெருமாள் என்பவருக்கு மனைவியாகிச் சாதாரண மனுசியின் கஷ்டங்களை எல்லாம் பட்டு வாழ்ந்து அப்படியே முடிந்தும் போனார் அம்மா. ஆயுள் முழுக்கப் பட்ட கஷ்டம் போதாதென்று கடைசி காலத்தில் பார்கின்சன்ஸ் என்னும் நோயால் பாதிக்கப்பட்டுச் சில ஆண்டுகளாகப் பெருந்துன்பம் அனுபவித்த அவர் ஒருவழியாக அதிலிருந்து விடுதலை பெற்றார். இறப்பைப் போல அவரது பிறப்பைத் துல்லியமாகச் சொல்ல முடியாது. தோராயமாகச் சொல்வதும் சிரமம்தான். அனுமானிக்கலாம்.

அம்மாவுக்குத் திருமணம் நடந்தபோது பதினாறு, பதினேழு வயதிருக்கும். ஓராண்டுக்குப் பிறகு கருவுற்றார். கிராமத்தில் பிள்ளைப்பேற்றிற் காகக் கட்டாயம் மருத்துவமனைக்குப் போகும் வழக்கம் அப்போது வந்திருக்கவில்லை. பனிக்குடம் உடைந்து ஒருநாளாகியும் குழந்தை பிறக்கவில்லை. அம்மாவால் வலி பொறுக்கவே முடியவில்லை. பின்னர் இரக்கப்பட்டு மாட்டுவண்டியில் ஏற்றி அரசு மருத்துவமனைக்குக் கொண்டு சென்றனர்.

வயிற்றிலேயே குழந்தை இறந்திருந்தது. எப்படியோ அம்மா பிழைத்து வந்தார். முதல் குழந்தை, அதுவும் பையன். சரியான நேரத்தில் மருத்துவமனைக்குப் போயிருந்தால் தன் தலைச்சன் குழந்தையைக் காப்பாற்றி இருக்கலாம் என்னும் ஆதங்கம் எப்போதும் இருந்தது. அந்தக் குழந்தையின் முகத்தைக்கூட அம்மா பார்க்கவில்லையாம். அதன்பின் இரண்டாண்டுகள் கழித்து என் அண்ணன் பிறந்தான். ஒரு குழந்தைதான், இனிப் பிறக்கப் போவதில்லை என்று எல்லாரும் தீர்மானித்துவிட்டனர். அதை மீறி நான்கு ஆண்டுகள் கழித்து நான் பிறந்தேன். அப்போது அம்மாவுக்கு இருபத்தைந்து வயதிருக்கும். எனக்கு இப்போது நாற்பத்தேழு. அப்படியானால் அம்மாவுக்கு இப்போது எழுபத்திரண்டு வயதிருக்கலாம். 1940 அல்லது 1941ஆம் ஆண்டு பிறந்திருக்கக்கூடும்.

அம்மா பிறந்த மாதத்தைப் பெயர் கொண்டு அறிய முடிகிறது. அம்மாவின் பெயர் பெருமாயி. புரட்டாசி மாதத்தில் பிறந்தவர்களுக்கே இந்தப் பெயரை வைப்பார்கள். என் அப்பனும் புரட்டாசியே. அவர் பெருமாள். பெருமாள் – பெருமாயி எனப் பெயர்ப் பொருத்தம் நிறைவாகப் பெற்ற தம்பதியர். அப்பா பெருங்குடிகாரர். ஆனால் இருவருக்கும் பெயர் மட்டுமல்ல, பல்வேறு விஷயங்களிலும் இணக்கம் இருந்தது. மிகவும் அன்னியோன்யமானவர்கள். அம்மா அவரைப் 'பயா' என்றுதான் அழைப்பார். அப்பன் 'பிள்ள' என்றோ 'பெருமா' என்றோ கூப்பிடுவார். குடியால் குடல் வெந்திருந்த அப்பாவைக் காப்பாற்ற எவ்வளவோ பாடுபட்டும் முடியவில்லை. இருபத்தைந்து (1986) ஆண்டுகளுக்கு முன்பே இறந்துபோனார். அப்போதிருந்து தனி மனுசிதான். அம்மாவின் உலகம் நானும் என் அண்ணனுமாகிய எங்கள் குடும்பம் மட்டுமே. எங்கள் நலன் ஒன்றையே எண்ணி அதற்காக எல்லாம் செய்து வாழ்ந்தார்.

அவருக்கு நினைவு தெரியும் முன்னரே தாயை இழந்துவிட்டார். அக்கா ஒருவர். இருவருக்கும் அம்மாயியின் (அவர்கள் அம்மாவின் அம்மா) அரவணைப்பு ஓரளவு இருந்துள்ளது. ஏனோ என் அப்புச்சி இரண்டாம் திருமணம் செய்துகொள்ளவில்லை. அப்புச்சி அப்போது பாரவண்டி ஓட்டிக் கொண்டிருந்தார். பெரும்பாலான நாட்கள் வண்டி ஓட்டிப் போய்விடுவார். பெரியம்மாவும் அம்மாவும் சுதந்திரமாக விளையாடித் திரிந்து வளர்ந்தனர். இன்றைய குழந்தைகள் நினைத்தே பார்க்க முடியாத பால்யவெளி அவர்களுக்குக் கிடைத்திருந்தது. கண்கள் சிவக்கச் சிவக்கக் கிணற்றில் நீச்சல் அடித்தனர். தலைமயிர் செம்பட்டை பூத்துப் பன்னாடை போலிருக்குமாம். இன்னும் எத்தனையோ விளையாட்டுக்கள்.

தோன்றாத்துணை

சீட்டில் ரம்மி விளையாடக்கூட அம்மாவுக்குத் தெரியும். என் பிள்ளைகளோடு போட்டியிட்டுச் சீட்டு விளையாடுவார். தாயக்கரத்தின் பலவித நுட்பங்கள் தெரியும். அம்மாவிடம் இருந்து தொற்றிக்கொண்ட தாய விளையாட்டு மீதான ஈடுபாட்டை என்னால் விடவே முடியவில்லை. தாயம் என்றால் எல்லாவற்றையும் விட்டுவிட்டு அதில் இறங்கிவிடுவேன். என் அப்பனுக்கு எதிராக நான் விளையாடும்போது எனக்காக நாய் ஓட்டும் நுட்பத்தை அம்மா சொல்லித் தருவார். அம்மாவுக்கு எழுதப் படிக்கத் தெரியாது. பள்ளிக்கூடம் பக்கம் தலைவைத்தும் படுத்ததில்லை. எப்படியோ எண்களைக் கற்றுக்கொண்டிருந்தார். நாட்காட்டி பார்க்கவும் கடிகாரம் பார்க்கவும் தெரியும். மனக்கணக்குப் போடுவதில் பெருந்திறமை. வரவு செலவில் பைசா தவறாது.

காடுமேடுகளில் திரிந்து கொண்டிருப்பதைத் தடுக்க நகரத்தில் கணக்குப்பிள்ளையாக இருந்த ஒருவரின் வீட்டு வேலைக்கு அம்மாவை அப்புச்சி கொண்டு போய்விட்டாராம். சில ஆண்டுகள் அங்கே வீட்டில் தங்கியிருந்தபடியும் வந்து போயும் வீட்டு வேலை செய்திருக்கிறார். அவர்கள் நன்றாக நடத்தினார்கள் என்றே சொல்வார். அம்மா இல்லாத பிள்ளையாக வளர்ந்தவர் வேலைகளைப் பொறுப்பாகச் செய்யக் கற்றுக்கொண்டது அங்கேதான் என்பார். பின்னர் உணவகங்களுக்குத் தண்ணீர் கொண்டு வந்து ஊற்றும் வேலையும் செய்திருக்கிறார். இளம்வயதில் நகரப் பகுதியில் வாழ்ந்த அம்மா திருமணத்திற்குப் பின் முழுதாகக் கிராமவாசியாகிவிட்டார்.

மேட்டுக்காட்டு வெள்ளாமை பார்த்துக்கொண்டிருந்த பெரிய குடும்பத்தில் முதல் மருமகள். வீட்டு வேலைகளும் காட்டு வேலைகளும் என இரவுபகலாகப் பாடு. நான் பிறந்த பிறகு தனிக்குடித்தனம். எனக்குத் தெரிய அம்மா வேலை செய்யாமல் ஒரு நிமிடம்கூட இருந்ததில்லை. எந்த வேலையையும் தள்ளிப் போடுவது என்னும் பேச்சே இல்லை. வேலையைத் தவிர்ப்பதும் இல்லை. நினைத்தவுடன் வேலை நடந்துவிட வேண்டும். வெள்ளாடுகள், மாடு எருமைகள் ஆகியவற்றுடன் வெள்ளாமையையும் தனியாளாக நின்று பார்த்தார். என் அப்பன் சோடாக்காரர் ஆதலால் வெள்ளாமையில் அவ்வளவாக ஈடுபாடு இல்லை. எல்லாம் அம்மாதான்.

வெள்ளாமையில் எல்லா வேலைகளும் அம்மாவுக்கு அத்துபடி. 1995ஆம் ஆண்டு விபத்து ஒன்று ஏற்பட்டது. எங்கள் காட்டுப் பாறையில் கடலைக்கொடி போர் வேய்ந்தார் அம்மா. மழை நீர் துளியும் இறங்காமல் அழகான வட்டப்போர்

போடுவதில் அம்மா கெட்டி. அம்மா போரின் மீதிருந்து கொடி வேய அண்ணன் கீழிருந்து கொடி அள்ளிப் போட்டான். வேய்ந்து முடித்துக் கொண்டையத்தில் ஓலைகளைப் பரப்பிக் கூரையாக்கிவிட்டுக் கீழே இறங்கும்போது ஓலையில் வைத்த கால் வழுக்கி தலை குப்புறப் பாறை மீது வந்து விழுந்துவிட்டார் அம்மா. முதுகில் மொக்கை அடி. எழுந்து நடமாட முடியாமல் ஒருமாதம் மருத்துவமனையில் படுக்கையாக இருந்தார். பின்னரும் ஆறுமாத காலம் கிடை. மன வன்மையின் காரணமாகப் பிழைத்தெழுந்து படிப்படியாகப் பழையபடி வேலைகளைச் செய்யத் தொடங்கினார். ஏற்றம் இறைத்தல், ஏர் உழுதல், வண்டி ஓட்டுதல் உள்ளிட்ட எல்லாம் அம்மாவுக்குத் தெரியும். என் இளம்வயதில் அம்மா தூங்கி நான் பார்த்ததில்லை. இயக்கமே அம்மா.

நான் முழுமையாக அம்மா பையன். கூச்ச சுபாவியாகவும் தைரியம் அற்றவனாகவும் இருந்தேன். ஆகவே அப்பனின் முரட்டுத்தனமான அணுகுமுறை எனக்கு ஒத்துவரவில்லை. அம்மாவின் அரவணைப்பே பிடித்திருந்தது. பதினைந்து வயது வரைக்கும் அம்மாவுடன் படுத்துத்தான் தூங்குவேன். அம்மாவின் வயிற்றுக்குள் சுருண்டோ அம்மாவின் கால் மேல் என் கால்களைப் போட்டோ இறுகக் கட்டிக்கொண்டு படுத்தால்தான் தூக்கம் வரும். நடுஇரவில் சிறுநீர் கழிக்கப் போக வேண்டும் என்றாலும் அம்மா உடன்வர வேண்டும். பதினைந்தாம் வயதின்போது ‘இன்னமே தனியாப் படுத்துக்க’ என்று சொல்லித் தனக்குப் பக்கத்திலேயே தனிக்கட்டில் போட்டுப் படுக்கப் பழக்கியதும் அம்மாதான். அம்மாவும் உடன் வந்தால்தான் பள்ளிக்கூடம் போவேன் என்று அடம் பிடித்திருக்கிறேன். மூன்று கல் தொலைவில் இருந்த பள்ளிக்கூடத்திற்குத் தினமும் கூட்டி வந்து விட்டுப்போனார். பையன்கள் கேலி செய்வார்கள். அப்படியும் அம்மாவை விட எனக்கு மனமில்லை. காட்டுக்குள் இருந்த எங்கள் வீட்டிலிருந்து சாலை வரைக்கும் வந்து அனுப்புவதைப் பழக்கமாக்கினார். கண்ணுக்கு எட்டாத தொலைவுக்கு நான் செல்லும்வரை சாலையிலேயே அம்மா நிற்பார். புளியமரங்கள் அடர்ந்த சாலையோரத்தில் என்னைப் பார்த்தபடி நிற்கும் அம்மாவின் தோற்றம் எனக்குள் இன்னும் பத்திரமாக இருக்கிறது.

எனக்கு எத்தனையோ விஷயங்களைப் பொறுமையாகக் கற்றுக் கொடுத்தவர் அம்மா. கிணற்றில் நீச்சல் அடிக்கப் போகிறோம் என்று யாராவது சொன்னாலே எங்காவது ஓடி ஒளிந்துகொள்வேன். ஒருமுறை மேலே இருந்து கிணற்றுக்குள் தூக்கிப் போட்டுவிட்டார் அப்பன். அதனால் ஏற்பட்ட பயம்

விலகவே இல்லை. எனக்குத் தைரியம் சொல்லி யாருமில்லாத கிணற்றுக்குக் கூட்டிப்போய் மெதுவாக நீச்சல் பழக்கிவிட்டார் அம்மா. சில நாட்களில் முருங்கைக்கட்டையைக் கட்டிக்கொண்டு அடிக்கும் அளவு தைரியம் வந்தது. அதன்பின் மற்றவர்களோடு சேர்ந்து நீச்சல் அடித்தேன். அப்போதும் எனக்காக வந்து கிணற்றுப் படிக்கட்டிலோ மேட்டிலோ உட்கார்ந்து என்னையே பார்த்துக்கொண்டிருப்பார். நான் நன்றாகப் பழகும்வரை இது நடந்தது. இப்போதும் என் மனதில் பதிந்திருக்கும் அம்மாவின் சித்திரத்தில் ஒன்று குந்த வைத்துக் கிணற்று மேட்டில் உட்கார்ந்து என்னையே பார்த்திருக்கும் உருவம்.

எனக்குச் சைக்கிள் கற்றுக் கொடுத்ததும் அம்மாதான். என் வயதொத்த பையன்கள் சைக்கிள் ஓட்டிப் பழகிவிட்டார்கள். ஒன்பது வயதாகியும் சைக்கிளைக் கண்டாலே எனக்குப் பயம். அண்ணன் ஆறு வயதிலேயே பழகி விட்டான். அப்பனும் அண்ணனும் பிற பையன்களும் என்னைக் கேலி செய்வார்கள். எனக்கு அழுகையாக வரும். அம்மாவுக்குச் சைக்கிள் ஓட்டத் தெரியாது. தள்ளத் தெரியும். அப்போதெல்லாம் சாலை ஆளரவமற்று இருக்கும். ஒருமணி நேரத்திற்கு ஒருமுறை வாகனம் ஏதாவது போகும். மட்ட மத்தியானத்திலும் நிலா இரவுகளிலும் அந்தச் சாலையில் சைக்கிளை அம்மா பிடித்துக்கொண்டு வர நான் குரங்குப் பெடல் போட்டுப் பழகினேன். சின்னக் காயம்கூடப் படாமல் சைக்கிள் ஓட்டக் கற்றவன் நானாகவே இருப்பேன். அம்மாவின் கற்பித்தல் அப்படி. நான் கற்றுக்கொண்டிருப்பதாகக் கருதும் ஒவ்வொரு விஷயத்தின் பின்னணியிலும் இப்படி அம்மா இருப்பதை உணர்ந்திருக்கிறேன்.

எனக்குப் பேருந்துப் பயணம் ஒத்துவராது. டீசல் நாற்றம் என் நாசியில் ஏறி உடனடியாக வாந்தி வந்துவிடும். எனக்காகப் பேருந்துப் பயணத்தைத் தவிர்த்து எங்கும் நடந்து செல்வதையே வழக்கமாக்கிக்கொண்டார். காய்ச்சல் வந்து கிடந்த என் பத்தாம் வயதில் பேருந்தில் வரமாட்டேன் என்று அடம்பிடித்த என்னை முதுகில் சுமந்தபடி ஐந்து கல் தொலைவு நடந்து மருத்துவமனைக்குக் கொண்டு சென்றார் அம்மா. அப்பன் மாதாமாதம் கிருத்திகை நாளன்று பழனிக்குப் போவார். பேருந்து வாந்தியைத் தவிர்க்கப் பல முன் தயாரிப்புகளைச் செய்து அப்பனுடன் பழனிக்கு என்னை அனுப்பிப் பேருந்துப் பயணத்தைப் பழக்கத்திற்குக் கொண்டு வந்ததும் அம்மாதான்.

யோசிக்கும் முறையும் எனக்கு அம்மாவிடம் இருந்து வந்ததுதான். ஒன்றை மருகிமருகிப் பல கோணங்களில்

யோசிப்பார் அம்மா. எனினும் எதிர்காலம் பற்றி அச்சமும் ஏதாவது நடந்துவிடும் என்னும் பதைபதைப்பும் அம்மாவிடம் உண்டு. சிறுவயதில் அம்மா இறந்தது, அப்பாவின் கவனிப்பு ஒன்றும் இல்லாதது, நாற்பது வயதிலேயே கணவனை இழந்தது, வயிற்றிலேயே முதல் குழந்தை மடிந்தது, பொறுப்பெடுத்துச் செய்ய வேண்டிய வயதில் கடன் தொல்லையால் மூத்த மகன் தற்கொலை செய்துகொண்டது, நிலத்தையும் வீட்டையும் இழந்தது, சம்பாதித்த பணத்தை அப்பன் வீணாக்கியது என இறப்புகளும் இழப்புகளுமே அம்மா கண்டவை. ஆகவே நிம்மதியான தூக்கமே இல்லை. சிறுசத்தம் கேட்டாலும் எழுந்துவிடுவார். எழும்போது 'ஆ' என்றோ 'ஐயோ' என்றோ அலறுவார். 'எதுக்கம்மா தீப்புடிச்சாப்பல எந்திரிக்கற' என்று சொல்வேன். ஆனால் என் தூக்கமும் விழிப்பும் அம்மாவுடையது மாதிரியேதான்.

அம்மாவுக்கு எதையும் சிதைக்கத் தெரியாது. உருவாக்குதல் அவரது இயல்பு. எங்கள் குடும்பத்திற்காக அம்மாவால் இயன்றவற்றை உருவாக்கி வைத்துவிட்டுச் சென்றிருக்கிறார். என் தந்தை இறந்து இருபத்தைந்து ஆண்டுகள் கடந்துவிட்டன. இத்தனை காலமும் தந்தை இல்லாத குறையை உணராதவாறு எல்லாம் செய்து தந்திருக்கிறார். என் உயர்கல்வியின் பொருட்டுச் சில ஆண்டுகள் அம்மாவின் இரத்தத்தை உறிஞ்சியிருக்கிறேன் என்னும் குற்றவுணர்வு எப்போதும் என்னுள் இருக்கிறது. எந்தக் குறையும் இல்லாமல் நான் படிக்க வேண்டும் என்பதற்காகப் பல விஷயங்களை என்னிடம் இருந்து அம்மா மறைத்திருந்தார். பூர்வீக வீடு ஒன்றையும் நிலம் ஒன்றையும் விற்க நேர்ந்த போது அம்மா அடைந்த துயரம் பெரிது. அதற்கு நிகரானவற்றை உருவாக்கிவிட வேண்டும் என்று அம்மா பட்ட கஷ்டமும் பெரிது.

அம்மாவுக்கு எப்போதும் புதிய விஷயங்களில் தயக்கம் இருக்கும். தவிர்க்க முயல்வார். எடுத்துச் சொன்னால் அவற்றை எளிதாகக் கற்றுக்கொள்வார். எரிவாயு அடுப்பு வந்தபோது அதைப் பார்த்துப் பயந்தார். அதைக் கையாளும் முறையைச் சொல்லியபின் மிக எளிதாகக் கற்றுக்கொண்டார். ஊரில் தனியாக இருந்தபோது செல்பேசி வாங்கிக்கொடுத்தேன். அதைக் கையாளவும் கற்றுக்கொண்டார். வானொலி, தொலைக்காட்சி, திரைப்படம் ஆகியவற்றில் மிகுந்த ஈடுபாடு உண்டு. நடிக நடிகையர்களைத் தெளிவாக அடையாளம் கண்டு சொல்லும் அளவுக்குத் திரைப்படத்தில் பயிற்சி உண்டு. பக்தியில் பெரிய பிடிப்பு இல்லை. எங்கள் குலதெய்வத்தை அவ்வப்போது வேண்டிக்கொள்வார். அத்தோடு சரி.

தோன்றாத்துணை

நாங்கள் திரையரங்கம் ஒன்றில் சோடாக்கடை நடத்திக் கொண்டிருந்தோம். அங்கே வேலை செய்த பையன்கள் பலர் எங்கள் வீட்டுக்கு வருவதுண்டு. என் கல்லூரி நண்பர்கள் பலர் வீட்டுக்கு வந்து போவதோ தங்கிச் செல்வதோ அவ்வப்போது நடக்கும். கல்லூரி ஆசிரியரான பின் வீட்டிற்கு என் மாணவர்களின் வரவு மிகுதி. இவற்றால் அம்மா சாதி பார்க்கும் பழக்கத்திலிருந்து விடுபட்டிருந்தார். யாரிடமும் சாதியை விசாரித்தது இல்லை. எல்லாருடனும் இயல்பாகப் பேசிப் பழகினார். வீட்டுக்கு வரும் யாரையும் மனம் நோகும்படி நடத்தியதில்லை. உணவளிக்க மறுத்ததில்லை. எனினும் சாதி அம்மாவிடம் இருந்து எங்கும் போய்விடவில்லை. ஆழ்மனதில் சாதிப் பிடிமானம் இருந்ததை நினைவற்றுக் கிடந்த இறுதி நாட்களில் கண்டேன்.

அம்மாவுக்கு வாழ்வின் ஒரே நம்பிக்கையாக நான் மட்டுமே இருந்தேன். அதனால் என் திருமணம் அம்மாவுக்குப் பெரிய இடியாக இருந்தது. காதல், கலப்பு மணம் செய்துகொண்டேன். என் திருமணத்திற்கு வர அம்மா மறுத்துவிட்டார். அதுவும் அல்லாமல் இருந்த ஆடு மாடுகள் எல்லாவற்றையும் விற்றுவிட்டு வெளியே வராமல் வீட்டுக்குள்ளேயே சில நாட்கள் முடங்கிக் கிடந்தார். அப்படியும் கௌரவம் விடவில்லை. ஏழு பவுனில் தாலிக்கொடி செய்து தருகிறேன் என்றார். ‘கலியாணத்துக்கே வர மாட்டீங்கற. தாலிக்கொடி எதுக்கு வாங்கித் தர்ற?’ என்று வன்மையாக மறுத்துவிட்டேன். அம்மாவோடு நான் முழுமையாக முரண்பட்ட ஒரே விஷயம் என் திருமணம்தான். சாதி மாறித் திருமணம் செய்கிறேன் என்பதைவிடத் தன்னை விட்டுப் போய் விடுவேன் என்பதுதான் அம்மாவின் பயம்.

என் திருமணம் பற்றி எத்தனையோ கனவுகளை வைத் திருந்திருப்பார். சாதியில் பெண், பணக்காரப் பெண், ஆடம்பரமாகத் திருமணம் என்பன அவரது கனவுகளில் இருந்திருக்கும். அவை சிதைந்ததைவிடத் தன் ஒரே நம்பிக்கையும் கைவிட்டுப் போகிறது என்னும் அச்சம். அவ்வச்சத்தைப் போக்கும்படி என் நடவடிக்கைகளை அமைத்துக்கொண்டேன். அதன்பின் என் குடும்பத்தின் மீது அக்கறை செலுத்தினார். எப்போதும் போல எல்லா விஷயங்களிலும் எனக்குத் துணையாக இருந்தார். ஒருபோதும் ‘இப்படித் திருமணம் செய்து கொண்டாயே’ என்று கேட்டதேயில்லை. என் மாமனார் வீட்டுக்கும் ஓரிருமுறை சென்று வந்தார். தூரம் குறைவாக இருந்திருப்பின் சம்பந்தி வீட்டோடான உறவு வலுப் பெற்றிருக்கக்கூடும். என் அண்ணன் குழந்தைகளின் மீதான அன்புக்கு எந்த வகையிலும் குறையாமல் என் பிள்ளைகளின் மீதும் அன்பு காட்டி வளர்த்தார். இறுதி

நாட்களில் என் மனைவியின் மீது அம்மா காட்டிய நேசம் ஆச்சரியப்படும்படி இருந்தது.

அம்மாவின் கண்கள் எப்போதும் என் பின்னால் வந்துகொண்டேயிருப்பதை உணர்ந்திருக்கிறேன். நடை பழகும் குழந்தையைப் பின் தொடரும் தாயின் கண்கள். அம்மாவின் கையைப் பிடித்துக்கொண்டு நடந்தும் உதறிவிட்டுத் தத்தி ஓடியும் நடை பயில்வது என் வழக்கம். ஓடி நின்று வெற்றிப் புன்னகை புரிந்ததும் உண்டு. கீழே விழுந்து பரிதாபப் பார்வை பார்த்ததும் உண்டு. தட்டிக் கொடுப்பதும் தூக்கி விடுவதும் அணைத்துக்கொள்வதும் ஆறுதல் தருவதும் என எல்லாச் சமயங்களிலும் எனக்குத் துணை அம்மா. இனியும் அப்படித்தான். தோன்றாத் துணை.

○

22

காற்று வழிப் பயணம்

என் அம்மா 02-12-12 அன்று இறந்துபோனார். அம்மாவின் ஆயுள் இன்னும் கொஞ்ச காலம் என்பது ஆறு மாதங்களுக்கு முன்பே தெரிந்துவிட்டது. அதிகபட்சம் ஓராண்டு என்று கருதியிருந்தேன். எனக்கு மட்டுமல்ல, வந்து பார்த்துச் சென்ற என் உறவினர்களுக்கும் நண்பர்களுக்கும்கூட அதே அனுமானம்தான். ஒவ்வொருவரின் நாள் கணக்கும் சற்றே வித்தியாசப்பட்டதே தவிர எல்லாரின் முடிவும் ஒன்றேதான். அப்போதே சிலர் 'அம்மாவ எங்க வெக்கப் போற?' என்று கேட்டனர். 'வைத்தல்' என்பது வட்டார வழக்கு. புதைத்தல், எரித்தல் ஆகிய இரண்டுக்குமான பொதுச்சொல். இடத்தைக் காட்டி 'இங்கதான் அவுங்கள வெச்சாங்க' என்று சொல்வதுண்டு. அம்மாவை வைக்கும் இடம் பற்றிச் சட்டென்று என்னால் முடிவு சொல்ல இயலவில்லை. இப்போதே அதை முடிவு செய்துவிட வேண்டுமா என்னும் தயக்கமும் உயிரோடு இருப்பவரைப் பற்றிப் பேச இதுதான் விஷயமா என்னும் அறவுணர்வும் சேர்ந்து என்னை அலைக்கழித்தன. ஆனால் ஒரு கட்டத்தில் அதை முடிவு செய்துவிட வேண்டியதாயிற்று.

நான் தற்போது மாவட்டத் தலைநகரத்தில் வசிக்கிறேன். என் சொந்த ஊர் இங்கிருந்து நாற்பது கல் தொலைவில் உள்ள வட்டத் தலைநகரம். என்றால் தலைநகரமே அல்ல. அந்த நகராட்சிக்கு உட்பட்ட ஊர். எங்கே உயிர் விட்டாலும் சொந்த ஊருக்குக் கொண்டு சென்றுதான் வைக்க வேண்டும், அப்போதுதான் அவர்கள் ஆத்மா சாந்தி

அடையும் என்று நினைக்கிறார்கள். சொந்த ஊரில் என்றால் உறவினர்களும் ஊராரும் வந்து இழவு காணவும் சாங்கியம் செய்யவும் வசதியாக இருக்கும் என்பவையும் காரணங்கள். இந்த வயதில் நிறையப் பேரை இழந்துவிட்டேன். அப்புச்சி, தாத்தா, அப்பன், பாட்டி, அண்ணன் ஆகியோரின் இறப்புகள் குறிப்பிட்ட இடைவெளியில் அடுத்தடுத்து நடந்தவை.

அப்புச்சியை ஊர்ச் சுடுகாட்டில்தான் வைத்தோம். ஆனால் என் தாத்தாவைச் சொந்த நிலத்திலேயே வைக்க வேண்டும் என அப்பன் விரும்பியதால் அப்படியே செய்தோம். தாத்தாவைப் புதைத்த இடத்தில் என் அப்பன் குடிபோதையில் போய்ப் புரண்டு அழுவதும் சிலசமயம் அங்கேயே தூங்கிக் கிடப்பதுமாக இருந்தார். அடுத்த ஓராண்டுக்குள் அப்பன் காலமானார். தன் தந்தையின் புதைகுழி மேல் கிடந்ததால்தான் அவர் சீக்கிரமே அழைத்துக்கொண்டார் என எல்லாரும் பேசிக்கொண்டனர். அதனால் அப்பனை நிலத்தில் வைக்கக்கூடாது என்று முடிவு செய்து ஊர்ச்சுடுகாட்டுக்குக் கொண்டு சென்றோம். பாட்டிக்கும் அண்ணனுக்கும் அங்கேதான் இடம். ஊர்ச் சுடுகாடு என்றால் அது ஒரு சாதிக்கு மட்டும் உரியது.

எங்கள் ஊர் இன்று மிகவும் முன்னேறிவிட்டது. நகராட்சிக்கு உட்பட்டது என்பதோடு வீட்டு வசதி வாரியக் குடியிருப்புகள் வந்ததும் அதையொட்டிப் பெரும்பெரும் நகர்கள் உருவானதும் ஊரை நகரத்தோடு முழுமையாக இணைப்பதற்குக் காரணமாகிவிட்டன. நகரத்திற்கும் எங்கள் ஊருக்கும் ஐந்து கல் தொலைவு என்று சொல்வது பழைய காலம். இப்போது நகரத்தின் ஒருபகுதி எங்கள் ஊர் என்றாகிவிட்டது. அந்நகரத்திலிருந்து இன்னொரு நகரத்திற்குச் செல்லும் முதன்மைச் சாலையில் ஊர் இருப்பதாலும் குடியிருப்புக்கு உகந்த பகுதியாக மாறியதாலும் இன்று எங்கள் ஊர் பிரபலமான பகுதியாக விளங்குகிறது. 'என் ஊர் இது' என்று நான் சொன்னால் கேட்பவர் உடனே 'எங்கள் உறவினர் ஒருவர் அங்கிருக்கிறார்' எனச் சொல்ல ஆரம்பித்துவிடுகிறார். அவருக்குப் பழைய ஊரைப் பற்றிய தகவலைச் சொல்லி விளங்க வைப்பது சிரமம் என்பதால் 'அப்படியா' எனக் கேட்டுக்கொள்கிறேன்.

நகரத்திற்கும் ஊருக்கும் இடைவெளியே இல்லாமல் போனாலும் ஊர் இன்னும் தனக்குரிய தனித்தன்மையை இரண்டு விஷயங்களில் காப்பாற்றி வைத்திருக்கிறது. முதலாவது கோயில். இரண்டாவது சுடுகாடு. வீட்டு வசதி வாரியக் குடியிருப்பினரும் பிறரும் எவ்வளவோ போராடிப் பார்த்தனர். ஒன்றும் நடக்கவில்லை. சுடுகாட்டிற்கு நமக்கு நாமே

திட்டத்தின் மூலம் சுற்றுச்சுவர், எரிமேடை, மண்டபம் எல்லாம் அமைத்துப் பாதுகாத்துக் கொண்டுள்ளனர். இன்றைக்கு வரை எந்தக் கலப்புக்கும் இடம் கொடாமல் அது ஒரே சாதிக்குரிய முழுமையான சுடுகாடாக விளங்கிவருகிறது. என் அம்மாவையும் அங்கேதான் வைக்க வேண்டும் என்பது உறவினர்களின் விருப்பம். அங்கே என் அம்மாவுக்கு நிச்சயமாக இடம் ஒதுக்கித்தான் ஆகவேண்டும். யாரும் முடியாது என்று சொல்ல முடியாது. ஏனென்றால் ஊர்க் கோயிலுக்கு ஆண்டுதோறும் திருவிழாவின்போது தவறாமல் வரி செலுத்தி வருகிறேன். ஊரில் நாங்கள் குடியிருக்கும் பகுதி இன்னொரு ஊரை ஒட்டியிருக்கிறது. அது எங்கள் சொந்த ஊரல்ல. எனினும் அந்த ஊர்க் கோயிலுக்கும் தவறாமல் வரி கொடுக்கிறோம். அங்கும் சுடுகாடு இருக்கிறது. அந்த ஊர்க்காரர்களும் இடமில்லை என்று மறுத்துவிட முடியாது.

நான் மாவட்டத் தலைநகரில் வீடு வாங்கிக் குடியிருந்து வருகிறேன். என் வீடு உள்ள பகுதி புறநகர்ப் பகுதி. ஒரு ஊராட்சியைச் சேர்ந்தது. ஊராட்சிக்கு உரியதாகவே இவ்வளவு காலமும் இருந்தது. 2005இல் வீடு வாங்கி நான் குடியேறிய போது அந்த வீதியில் இருந்தோர் என் சாதியை விசாரித்துள்ளனர். அதே வீதியில் வசித்த என் கல்லூரியில் பணியாற்றும் சக ஆசிரியரிடம் இந்த விசாரணை நடந்துள்ளது. நான் எந்தச் சாதியாக இருந்தாலும் பரவாயில்லை, தலித்தாக இருந்துவிடக் கூடாது என்பது அவர்களின் ஒட்டுமொத்த எதிர்பார்ப்பு. சக ஆசிரியரும் கல்லூரியில் யார் யாரிடமோ விசாரித்திருக்கிறார். என் சாதியைக் கண்டறிவது அத்தனை எளிதாக இருக்கவில்லை.

நான் அதே மாவட்டத்தைச் சேர்ந்தவன் எனினும் அதே பகுதியைச் சேர்ந்தவனல்ல. அந்தப் பகுதிக்கு நான் புதியவனே. நான் பழகும் ஆட்கள் பல தரப்பினராக இருந்ததாலும் ஆசிரியர் சங்கத்திற்குள் நிலவிய சாதிக்குழு எதிலும் என்னை இணைத்துக் கொண்டிருக்கவில்லை என்பதாலும் சாதி அடையாளம் சட்டென அவருக்குக் கிடைக்கவில்லை. என்னுடன் சுற்றிக்கொண்டிருக்கும் மாணவர்கள் பெரும்பாலும் தலித்துகளாக இருந்ததால் என்னையும் தலித் எனச் சிலர் சொல்லியிருக்கின்றனர். உறுதிப்படுத்திக் கொள்ளகூடிய வலிமையான சான்று எதுவும் அகப்படவில்லை. சாதியை விசாரிப்பதில் பலவித உத்தியைக் கையாளும் ஆசிரியர் ஒருவர் எங்கள் கல்லூரியில் அப்போது இருந்தார். அவர் எனக்கு ஒரு பொறி வைத்தார். ஒன்றுமில்லை, தன் உறவினர் ஒருவரின் பையனுக்கு எங்கள் ஊர்ப்பக்கம் ஏதாவது பெண் கிடைக்குமா

என்று கேட்டார். அப்போது தவிர்க்க இயலாமல் சாதி சார்ந்த விஷயங்களைப் பேச வேண்டியதாயிற்று.

திருமணம் என்றால் இந்தச் சாதியில் எடுத்தவுடன் குலப் பிரிவினை பற்றிப் பேசுவது வழக்கம். ஒரே குலம் என்றால் பங்காளி முறை. திருமணத்திற்கு ஒத்துவராது. வேறுவேறு குலம் என்றால் மாமன்மச்சினன் முறை. கட்டும் முறை. அந்த வழக்கப்படி பையன் என்ன குலம் என்று கேட்டேன். அப்படியே பேச்சு வளர்ந்து 'நீங்க என்ன குலம்?' 'உங்களுக்கு எந்தக் கோயில்?' என்னும் கேள்விகளுக்குப் பதில் சொல்லிப் பொறிக்குள் எளிதாக நுழைந்துவிட்டேன். சட்டென்று கதவைச் சாத்திச் சாதிக் கூண்டுக்குள் சிக்க வைத்துவிட்டார். அவர் மூலமாக என் சாதியைக் கண்டறிந்து உறுதிப்படுத்தி வீதிக்கு அறிவிப்பு வந்துவிட்டது. ஆனால் வீதியினருக்குச் சந்தேகம் தீரவில்லை.

என் மனைவி மூக்குத்தி அணிந்திருந்தார். ஒற்றைக்கல் சிறுமூக்குத்தி. இந்தப் பகுதியில் இந்தச் சாதியினர் மூக்குத்தி அணிவதில்லை. ஆடை அணிகலன்களைக் கொண்டும் பேசும் முறையைக் கவனித்தும் முகம் உள்ளிட்ட உருவ அமைப்பை வைத்தும் சடங்குகளைப் பார்த்தும் எனப் பலமுறைகளில் சாதியை முடிவு செய்வது நடைமுறை வழக்கமாக இருக்கிறது. என் மனைவியின் மூக்குத்தியில் எங்கள் சாதி அடையாளம் கேள்விக்கு உள்ளாகிவிட்டது. என் சாதியை உறுதிப்படுத்தியபின் 'அவுங்க மூக்குத்தி போட்டிருக்கறாங்க' என்று சிலர் கேட்டனர். ஒருவருக்குத் தொடர்ந்து இரண்டு மூன்று குழந்தை பிறந்து இறந்துவிட்டால் அடுத்துப் பிறக்கும் குழந்தைக்கு மூக்குக் குத்திக் 'குப்பாயி' எனப் பெயர் வைக்கும் வழக்கம் உண்டு. அப்படிச் சிலரிடம் சொல்லியிருக்கிறேன். அதிலும் திருப்தி வரவில்லை.

அப்பேர்ப்பட்ட சமயங்களில் மூக்குக் குத்தினாலும் பின்னர் கழட்டி விடுவது நம் வழக்கம் என்றார்கள். அதன் அடையாளமாக மூக்கில் சிறுதுளை மட்டும் இருக்குமே தவிர மூக்குத்தி அணிவதில்லை. 'பலவற்றைங்கதான் மூக்குத்தி போடுவாங்க' என்பார்கள். எங்களைப் பற்றிய தெளிவு கிடைக்கும்வரை நெருங்கிப் பழகப் பலருக்கும் தயக்கம் இருந்தது. எப்படியோ ஒருவழியாக அந்த வீதியில் ஏற்றுக்கொள்ளப்பட்டோம். இந்த மாதிரி சூழலில் தலித் ஒருவரின் நிலை எவ்வளவு வலி மிக்கதாக இருக்கும் என்பதை அப்போது என்னால் உணர முடிந்தது. இத்தகைய புறநகர்ப் பகுதிகளில் குடியேறும்போதும்

சாதிப்பிடி விடுபட்டுப் போவதில்லை. வீதி அங்கீகரித்த பிறகு ஊர் அங்கீகரிக்க வேண்டும் என்னும் பிரச்சினை வந்தது.

ஊர் அங்கீகாரம் என்பது முன் சொன்ன இரண்டு விஷயங்களாகிய கோயில், சுடுகாடு ஆகியவற்றில் அடங்கி யிருக்கிறது. ஒவ்வோர் ஆண்டும் மாசி மாதத்தில் ஊர்க்காரர்கள் பத்துப் பதினைந்து பேர் கையில் நோட்டுப் புத்தகத்தோடு வீதிக்குள் வருவார்கள். கோயில் திருவிழா போட்டிருக்கிறது என்றும் சொந்த வீட்டுக்காரர்களுக்கு இவ்வளவு வரி, வாடகை வீட்டுக்காரர்களுக்கு இவ்வளவு வரி என்றும் சொல்வார்கள். வரி கொடுக்க வேண்டும். கோயில் எங்கிருக்கிறது என்பதுகூட எனக்கு இன்றுவரை தெரியாது. ஆனால் ஏழெட்டு ஆண்டுகளாகக் கோயில்வரி கொடுத்து வருகிறேன். வரி கொடுக்காவிட்டால் என்ன செய்துவிடுவார்கள்? ஊர்ச் சுடுகாட்டில் அனுமதி தரமாட்டார்களாம். இங்கும் ஊர்ச் சுடுகாடு என்பது சாதிக்கு உரியது. அதில் இடம் பிடிக்க வேண்டுமானால் அதே சாதியின ராகவோ பிற பிற்படுத்தப்பட்ட சாதியினராகவோ இருக்க வேண்டும். தலித்துகளாக இருந்தால் வரியே வாங்கிக்கொள்ள மாட்டார்கள். வரி கொடுத்தால் உரிமை வந்துவிடும். ஊர் ஏரிக்குள் ஒருபக்கம் இருக்கும் சுடுகாடு இங்கும் நன்றாகவே பராமரிக்கப்பட்டு வருகிறது. எல்லாக் கிராமங்களையும் போலவே அந்த ஊரிலும் தலித்துகளுக்குத் தனிச் சுடுகாடுதான். அந்த வழியாகச் செல்லும்போதெல்லாம் இங்கே ஓரிடம் வேண்டும் என்பதற்காக ஆண்டுக்கட்டணம் செலுத்தி வருவதாக எண்ணம் தோன்றும்.

இவ்விதம் மூன்று ஊர்களுக்கும் வரி செலுத்திச் சுடுகாட்டில் இடத்தை உறுதிப்படுத்தி வைத்திருந்தேன். என் அம்மா நன்றாக இருந்தவரை சொந்த ஊரிலேயே தனியாக வசித்துவந்தார். கடைசி ஓராண்டாகத்தான் நகரத்தில் எங்கள் வீட்டில் இருந்தார். நன்றாகப் பேசிக் கொண்டிருந்தபோது கேலியாகக் கேட்பது போல ஒருமுறை ‘என்னம்மா. . . உன்னய எங்கம்மா வைக்கறது?’ என்று கேட்டேன். அம்மா அசட்டையாகச் சொன்னார், ‘எங்கயோ வெய்யி. செத்த பொணம் எத்தெருவோ.’ மூன்று இடங்களிலும் அழுத்தமான பதிவு இருந்ததை அம்மா அறிவார். ‘எதுக்கு இப்பிடி எல்லா ஊருக்கும் வரி குடுக்கற?’ என்று அம்மா கோபமாகக் கேட்டதுண்டு. ‘செரி. எந்த ஊருக்குக் குடுக்க வேண்டாம்னு சொல்லு’ என்று நான் திரும்பக் கேட்பேன். யோசித்துவிட்டு ‘ஊரப் பகச்சுக்கிட்டு என்ன பண்றது? செரி. சாமிக்குத்தான. குடுத்திட்டுப் போ. நாளைக்கு நான் செத்துப் போனா வெக்கச் சுடுகாடு வேணுமில்ல’ என்று சொல்லியிருக்கிறார். அப்படி இருந்தும் தன்னை வைக்க ஓரிடத்தை அவர் குறிப்பிட்டுச்

சொல்லவில்லை. அது எனக்கு வருத்தம்தான். அவரவருக்கு உரிய இடத்தை அவரவரே தேர்வு செய்துகொண்டு விட்டால் பிரச்சினை இல்லை.

அம்மாவுக்கான இடத்தை முடிவு செய்தாக வேண்டிய கட்டாயச் சூழல் நேர்ந்தபோது தீவிரமாக யோசிக்க வேண்டியிருந்தது. நான் வசிக்கும் நகரம்தான் என்று முடிவு செய்தேன். இறப்பின் பின்னான சாங்கியங்கள் உள்ளிட்ட எல்லாவற்றிற்கும் நாம் வாழும் இடத்தில் இருப்பதே நல்லது என்பதால் அப்படி முடிவு செய்தேன். அம்மாவின் உடலை மருத்துவக் கல்லூரிக்குத் தானம் செய்துவிடலாமா என்றும் யோசனை இருந்தது. என் மாமனார், மாமியார் இருவரது உடல்களையும் அவ்விதம் தானம் செய்திருந்தனர். ராய வேலூரில் உள்ள சிஎம்சி மருத்துவமனைக்கு அவர்களது உடல்களைச் சகல மரியாதைகளோடும் கொண்டு சென்று சேர்க்கும் பொறுப்பை 'உதவும் உள்ளங்கள்' என்னும் அமைப்பு எடுத்துச் செய்தது. உறவினர்களுக்கு மனத் திருப்தி தரும் வகையில் அவ்வமைப்பின் செயல்பாடுகள் இருந்தன. ஆனால் இங்கே அப்படி ஓர் அமைப்பு இல்லை.

இவ்வூரில் வசித்த அரிய நூல் சேகரிப்பாளராகிய ஐயா நா.ப. ராமசாமி அவர்கள் குடும்பத்தார் அனைவரும் உடல்தானம் செய்வதாக அரசு மருத்துவக் கல்லூரி மருத்துவமனைக்கு எழுதிக் கொடுத்துள்ளனர். என் அம்மா இறப்பதற்குச் சில மாதங்களுக்கு முன் ஐயாவின் மனைவி இறந்துபோனார். அவரது உடலை எடுத்துச் செல்ல அந்த மருத்துவமனையிலிருந்து எந்த ஏற்பாடும் செய்யவில்லை. மிகவும் சிரமப்பட்டு அங்கே கொண்டுபோய் உடலைச் சேர்த்தனர். அந்நிர்வாகம் நடந்துகொண்ட முறையால் அவர் மிகவும் மனம் நொந்திருந்தார். அந்த அனுபவத்தைக் கேட்டபின் அம்மாவின் உடலைத் தானம் செய்யும் முடிவைக் கைவிட்டேன்.

கோயில் வரி செலுத்தினாலும் ஊர்ச் சுடுகாட்டில் வைக்க ஏனோ எனக்கு மனமில்லை. அது குறிப்பிட்ட சாதியின் கட்டுப்பாட்டில் இருப்பதாலும் முகம் தெரியாதவர்களிடம் சென்று அனுமதிக்காக நிற்க வேண்டும் என்பதாலும் தினந்தோறும் அவ்வழியாகவே நான் கல்லூரிக்குச் செல்ல வேண்டியிருப்பதால் அம்மாவின் நினைவு வந்துகொண்டே இருக்கும் என்பதாலும் அது வேண்டாம் எனத் தோன்றியது. நகராட்சிக்குச் சொந்தமான சுடுகாடு இருக்கிறது. அது சகல சாதியினருக்கும் மதத்தினருக்கும் பொதுவானது. எனினும் குப்பைமேடாகவும் சாக்கடை ஓடும் பகுதியாகவும் இருக்கிறது. அதைப் பார்க்கும் யாருக்கும்

இறந்தபின் இங்கே வந்துவிடக் கூடாது என்றுதான் தோன்றும். இருக்கும்போதுதான் பிரச்சினைகள் என்றால் இறந்த பின்னும் இவ்வளவு பிரச்சினைகளா?

இந்த யோசனைகள் என்னுள் ஓடிக்கொண்டிருந்த தருணத்தில் எங்கள் கல்லூரி ஆசிரியர் ஒருவரின் இளவயது மகன் ரத்தப் புற்றுநோயால் மரணமடைந்தான். அந்தப் பிஞ்சின் உடல் தகனத்திற்காகச் சென்ற போதுதான் மின்மயானம் கண்டேன். அது தொடங்கப்பட்டுச் சில நாட்களே ஆகியிருந்தது. மரம் செடிகொடிகளோடு அழகாகப் பராமரிக்கப்பட்டிருந்த அதைப் பார்த்ததும் 'இதுதான் இறப்புக்குப் பின் சேர்வதற்கான இடம்' என மனதில் தோன்றியது. ஆகவே அம்மாவுக்கு அந்த மின்மயானம்தான் எனத் தீர்மானித்தேன்.

சாதி மதம் கடந்து எல்லாருக்கும் பொதுவான இடம். ஆனால் யாரும் ஆறடியைக்கூடச் சொந்தம் எனக் கொண்டாட முடியாது. ஒருமணி நேரத்தில் உடல் சாம்பலாகி உள்ளங்கை அளவே கிடைக்கிறது. வான்வெளியில் புகையாகக் கரைந்து கலந்துவிடுகிறது உடல். அம்மாவை அவ்விதம் காற்றின் வழியாக அனுப்பி வைத்தேன். வெளியுலகம் என்பதையே அறியாமல் வாழ்ந்த அம்மா இப்போதேனும் சகல உலகத்தையும் தரிசித்து மகிழட்டும். இழவு விசாரிக்கத் தாமதமாக வரும் சிலர் 'அம்மாவ எங்க வெச்ச?' என்று கேட்கிறார்கள். என் நெஞ்சைத் தொட்டுக் காட்டுகிறேன். நகைச்சுவை என்று நினைத்துச் சிரிக்கிறார்கள். மின் மயானத்தில் இடத்தை யாரும் எந்தச் சாதியும் உரிமை கொண்டாட முடியாது. அப்படியானால் அம்மாவை வைத்த இடம் என் நெஞ்சல்லாமல் வேறேது? காற்றுவெளியை வேண்டுமானால் காட்டலாம்.

● ● ●

ஆசிரியரின் நூல்கள்
காலச்சுவடு வெளியீடுகள்

நாவல்கள்:

ஆளண்டாப் பட்சி
ரூ. 300

மாதொருபாகன்
ரூ. 225

பூனாச்சி
அல்லது
ஒரு வெள்ளாட்டின் கதை
ரூ. 180

கழிமுகம்
ரூ. 175

நிழல்முற்றம்
ரூ. 175

பூக்குழி
ரூ. 200

கூளமாதாரி
ரூ. 375

ஏறுவெயில்
ரூ. 275

ஆலவாயன்
ரூ. 240

அர்த்தநாரி
ரூ. 240

கங்கணம்
ரூ. 430

சிறுகதைகள்

பெருமாள்முருகன் சிறுகதைகள்
(1988–2015)
ரூ. 850

சேத்துமான் கதைகள்
பெருமாள்முருகன்
தயாரிப்பாளர் பா. இரஞ்சித் அணிந்துரை
இயக்குநர் தமிழ் முன்னுரை
ரூ. 95

மாயம்
ரூ. 220

கவிதைகள்:

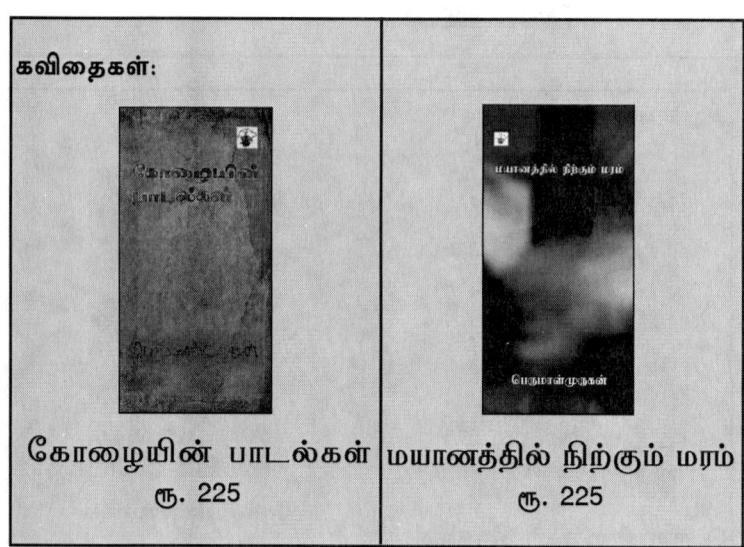

கோழையின் பாடல்கள்
ரூ. 225

மயானத்தில் நிற்கும் மரம்
ரூ. 225